நேர்மை படும் பாடு

D1680608

ஞான ராஜசேகரன்

டிஸ்கவரி பப்ளிகேஷன்ஸ்
எண்: 9, பிளாட் எண்: 1080A, ரோஹிணி பிளாட்ஸ்
முனுசாமி சாலை, கே.கே.நகர் மேற்கு,
சென்னை - 600 078. பேச: 99404 46650

வெளியீட்டு எண்: 0361

நேர்மை படும் பாடு (கட்டுரைகள்)
ஆசிரியர்: ஞான ராஜசேகரன்©
Nermai padum paadu (Essays)
Author: Gnana Rajasekaran ©

அட்டை வடிவமைப்பு: நந்திதா ராஜசேகரன்
உள் ஓவியங்கள்: சரவண அபிராமன்

Print in India
1st Edition : MAY - 2024
ISBN: 978-81-19541-68-3
Pages - 200

Publisher • *Sales Rights*

Discovery Publications
No. 9, Plot,1080A, Rohini Flats,
Munusamy Salai,
K.K.Nagar West, Chennai - 78.
Tamilnadu, India.
Mobile: +91 99404 46650

Discovery Book Palace (P) Ltd
No. 1055-B, Munusamy Salai,
K.K.Nagar West,
Chennai-600 078.
Ph: (044) 4855 7525
Mobile: +91 87545 07070

discoverybookpalace@gmail.com / www.discoverybookpalace.com

இந்த நூலில் பிரசுரமாகியுள்ள எந்த ஒரு பகுதியையும் எழுத்துபூர்வமான முன்அனுமதி பெறாமல் எடுத்தாள்வதோ, மறுபிரசுரம் செய்வதோ, மொழியாக்கம் செய்வதோ, ஊடகங்களில் மறுபதிப்புச் செய்வதோ, காப்புரிமைச் சட்டப்படி தடை செய்யப்பட்டுள்ளது. இந்த நூலிலிருந்து சில பகுதிகளை மேற்கோள்காட்டி நூல்அறிமுகம் செய்யலாம்.

உங்கள் மொபைல் போனிலிருந்து ஸ்கேன் செய்து 'டிஸ்கவரி புக் பேலஸ்' மொபைல் ஆப்பை டவுன்லோடு செய்து, புத்தகங்களை வாங்குங்கள்.

சமர்ப்பணம்
எனது பெயர்த்திகள்
ஆர்யா
அமரா
இருவருக்கும்

முன்னுரை

எனது 'இந்திய ஆட்சிப் பணியும் சினிமாவும் மற்றும் நானும்' புத்தகத்துக்குக் கிடைத்த வரவேற்பும் பாராட்டும்தான் என்னை 'நேர்மை படும் பாடு' என்கிற தலைப்பில் என் அனுபவப் பதிவுகளை மீண்டும் எழுதத் தூண்டியது.

நேர்மையைக் கடைபிடிப்பது கடினமான ஒன்று என்ற எண்ணம் நமக்குச் சிறுவயதிலேயே விதைக்கப்பட்டுவிடுகிறது. நேர்மை இல்லாமல் செயலாற்றுவது இயல்பான ஒன்றாகவும், நேர்மையைக் கடைபிடிப்பது எதிர்நீச்சலைப் போன்றதாகவும் சமூகத்தில் கருதப்படுகிறது.

'நமது வாழ்க்கையை எளிமையாக அமைத்துக்கொண்டால் நேர்மையாக வாழ்வது சுலபம்' என்பதை என் அனுபவத்தில் கற்றுக் கொண்டேன்.

'நேர்மை என்பது ஒழுக்கம் போன்ற ஒரு நெறியாக இருக்கும்போது நேர்மைத்திமிர் கொள்வது நல்லதல்ல' என்பதையும் உணர்ந்து கொண்டேன்.

பெரும்பாலும் நேர்மையாக இருப்பவர்கள் அது தரும் மகிழ்ச்சியையும் சுகத்தையும் தன் குடும்பத்தோடு பகிர்ந்து கொள்வதில்லை. அதனால்தான் நேர்மையான வாழ்வுக்கு முட்டுக்கட்டைகள் குடும்பத்திலிருந்தே வருகின்றன. அதே சமயம், 'எது நேர்மை?' என்பதில் பலருக்கும் குழப்பங்கள் இருக்கின்றன.

எனக்குத் தெரிந்த அதிகாரி ஒருவர் இருக்கிறார். 'நூறு சதவீதம் நேர்மையாளர்' என்று பெயர் எடுத்தவர். அவரைப் பொறுத்தவரை சகல விதத்திலும் கறாராக இருப்பதைத்தான் அவர் நேர்மை என்று கருதுகிறார்.

ஏதோ ஒரு வேலைவாய்ப்புக்காக அவரிடம் ஒருவர் சென்று விண்ணப்பம் கொடுப்பதாக வைத்துக்கொள்வோம். விண்ணப்பத்தில் CAPITAL LETTERSஇல் எழுத வேண்டிய பெயரை சிறிய எழுத்துக்களில் எழுதியிருந்தால் அந்த விண்ணப்பத்தை அவர் ஏற்றுக்கொள்ள மாட்டார். விண்ணப்பத்தை அவரிடமிருந்து வாங்கி திருத்தி எழுதித் தரவும் சம்மதிக்கமாட்டார். புதிதாக விண்ணப்பம் எழுதிக் கொண்டுவரச் சொல்வார். அது கடைசி நாளாக இருந்தாலும் கவலைப்படமாட்டார். விண்ணப்பதாரர் 100 கிலோமீட்டர் தூரத்திலிருந்து இதற்காக வந்திருப்பதையும் பொருட்படுத்தமாட்டார். விண்ணப்பத்தை ஏதேனும் சாக்குச் சொல்லி நிராகரிப்பதிலேயே குறியாக அவர் இருப்பதாக அந்த விண்ணப்பதாரர் நினைத்தால் அதைத் தவறு என்று சொல்ல முடியுமா?

இப்படிப்பட்ட கறார் பேர்வழிகளால்தான் நேர்மையாளர் என்றாலே பொதுமக்கள் 'அவர்களால் ஒரு காரியமும் நடக்காது' என்று காத தூரம் ஓடிவிடுகிறார்கள்.

ஆனால், லஞ்சம் வாங்கும் ஒருவரிடம் சென்றால் சூழ்நிலையே வேறாக இருக்கிறது. 'சார்! நான் பெயரை கேப்பிடல் லெட்டரில் எழுதாமல் தந்துவிட்டேன்' என்று அவரிடம் சொன்னால் 'அது ஒரு பிரச்னையே இல்லை' என்று சொல்லி, அவரே திருத்தி எழுதிக்கொண்டுவிடுவார். எந்தப் பிரச்னையானாலும் அவரே அதற்குத் தீர்வு சொல்லி எப்படியாவது உங்கள் விண்ணப்பத்தை ஏற்றுக் கொள்வதிலேயே குறியாய் இருப்பார்!

ஒரு பாமரக் குடிமகனுக்கு இந்த இரண்டு பேரில் யாரைப் பிடிக்கும்..? நேர்மையாளரையா? லஞ்சப் பேர்வழியையா? காரியம் நடக்கவேண்டுமெனில் இரண்டாவது ஆளைத்தானே பிடிக்கும்!

விண்ணப்பிக்கப்படும் வேலையின் அடிப்படைத் தகுதிகளில் கல்விப்படிப்பு, வேலை அனுபவம், வயது போன்றவற்றில் கறாராக இருப்பதில் யாதொரு தவறுமில்லை.

அதுதான் நேர்மையாளர் கடைபிடிக்க வேண்டியவை.

ஆனால், CAPITAL LETTERSஇல் பெயரை எழுதவில்லை என்பது திருத்திக்கொள்ளக்கூடிய சாதாரணதவறு என்றுதானே பார்க்கவேண்டும். இதைப் பார்க்கும்போது உங்களுக்கு ஆச்சர்யமாகக் கூட தோன்றலாம். இதைவிட அற்பமான விஷயங்களுக்காக மக்களை அல்லாடவிடுகிற 'நேர்மை' மனிதர்கள் நம்மிடையே இருக்கிறார்கள்.

நான் இந்த விஷயத்தில் மிகுந்த கவனம் செலுத்தியிருக்கிறேன். அரசாங்கத்தின் சட்டம் மற்றும் விதிமுறைகள் அறியாத பாமர மக்கள் எழுதிக் கொண்டுவருகிற விண்ணப்பத்தில் குறை கண்டுபிடிப்பது, அவர்களைக் கேலிசெய்வதற்குச் சமமாகும். அதுபோன்ற சந்தர்ப்பங்களில் நான் சற்று அதீதமாகச் செயல்பட்டு உதவி செய்திருக்கிறேன். பல சமயங்களில், 'இவ்வளவு உற்சாகம் காட்டுவதற்குக் காரணம், இவர் நம்மிடமிருந்து பணத்தை எதிர்பார்க்கிறாரோ?' என்று பலர் என்னை நினைத்திருக்கிறார்கள் என்றால் பார்த்துக்கொள்ளுங்களேன். எனவே, நான் எனது வாழ்க்கையில் கற்றுக்கொண்ட விஷயம்: வெறும் நேர்மையாக இருந்தால் போதாது. மனிதாபிமானத்தோடு செயல்படுவதே உன்னதமானது. மனிதாபிமானமற்ற நேர்மை மக்களுக்குப் பயனளிக்காது.

நேர்மையாகச் செயல்படுபவர்கள் சந்திக்கும் இன்னொரு பிரச்னை வினோதமானது. அரசியல்வாதிகளும் சக அதிகாரிகளும் நேர்மையாளரை சூதுவாது அறியாதவர் என்றே கருதுவதைப் பார்க்கலாம். இதனால் இன்றைய காலத்து சவால்கள் நிறைந்த பொறுப்பை அவருக்கு அளிக்கத் தயங்குவார்கள். சூழ்ச்சி, வஞ்சகம், குயுக்தி, சுயநலம் நிறைந்த மனிதர்களின் செயல்பாடுகளை நேர்மையாளரால் எப்படிக் கையாண்டு வெற்றியடைய முடியும்? அந்தத் திறமை இவருக்கு இருக்காது என்று இவர்மேல் பரிதாபப்பட்டு அத்தகைய பொறுப்புகளைத் தர மறுப்பார்கள்.

எனவே, நேர்மையாளனாக இருந்தால் மட்டும் போதாது; எல்லாவிதமான மனிதர்களையும், அவர்கள் செய்கிற சூழ்ச்சிகளையும் புரிந்துகொண்டு சாதுர்யமாகவும் தைரியமாகவும் கையாண்டு வெற்றிபெறும் திறமையையும் கொண்டிருக்கவேண்டும். 'வாய்மையே வெல்லும்' என்று வெறுமனே இருந்துவிடக் கூடாது. வாய்மையை கடுமையாகப் போராடி வெல்ல வைக்கவேண்டும்.

நேர்மையாளனுக்குப் பல சௌகரியங்கள் இருக்கின்றன. மக்களின் நன்மையைக் கருதுபவன், சுயநலமற்றவன், நடுநிலைமையாளன் என்று ஒருவன் மக்களிடம் பெயர்பெற்றுவிட்டால் அவனால் எதிர்நிலையில் இருக்கும் இரண்டு குழுவினர்களுக்கிடையே சமாதானத்தை நிலைநிறுத்த முடியும். அதைப்போலவே 'அரசாங்கம் எப்போதுமே வலிமையானவர்களின் பக்கம்தான்' என்கிற தவறான எண்ணத்தை முறியடித்து எளிமையான மக்களுக்கும் தம்மால் இயன்ற சேவைகளைச் செய்யமுடியும்.

பொதுவாக, ஒரு நேர்மையாளனின் இமேஜ் எப்படி இருக்கிறது?

அவர் முகம் எப்போதும் சீரியஸாக இருக்கும். மகிழ்ச்சியின் ரேகைகள் சுத்தமாக இருக்காது. பேசிச் சிரித்து ஜாலியாக இருந்தால் எங்கே தன்னை நேர்மையற்ற செயல்களில் தள்ளி விடுவார்களோ என்கிற அச்சத்தால் அவருக்கு நகைச்சுவை உணர்வு இருந்தாலும் அவர் அறவே அதை வெளிக்காட்டமாட்டார்.

நான் இதற்கு முழுக்க முழுக்க விதிவிலக்கு என்றுதான் சொல்ல வேண்டும். எப்போதும் கலகலப்பாகவும் நகைச்சுவை உணர்வு மிக்கவனாகவுமே நான் இருப்பேன். நேர்மையான செயல்பாடுகள் உருவாக்குகிற சிக்கல்களையும் டென்ஷன்களையும் நிர்மூலமாக்குகிற மாமருந்தாக நகைச்சுவை உணர்வு எனக்குப் பயன்படுகிறது.

அதை நான் ஒருபோதும் கைவிடவில்லை.

'நேர்மை' எனும் BRANDஐ நாம் முயன்றால் வெற்றியைத் தரும் உன்னத மார்க்கமாக மாற்றிவிட இயலும். அது ஒரு துன்பியல் கதையாக இருக்கவேண்டிய அவசியமே இல்லை. இதற்கு என் அனுபவப் பதிவுகள் ஏதேனும் ஒருவிதத்தில் நம்பிக்கையூட்டும் என்றால் நான் மிகுந்த மனநிறைவு அடைவேன்.

என் எழுத்துக்கள் ஒவ்வொன்றையும் முதலில் படித்து அங்கீகரிப்பவர் என் இணையர் சகுந்தலா அவர்கள். அவருக்கும், முகநூலில் இந்தக் கட்டுரைகளை எழுதியபோது பாராட்டி ஊக்குவித்த ஆயிரக்கணக்கான முகநூல் நண்பர்களுக்கும் என் நெஞ்சம் நிறைந்த நன்றிகள். இந்த நூலைச் சிறப்பாக வெளியிடும் 'டிஸ்கவரி பப்ளிகேஷன்ஸ்' திரு. மு.வேடியப்பன் அவர்களுக்கும், அதீத உற்சாகத்துடன் ஓவியங்கள் வரைந்து தந்திருக்கும் திரு. சரவண அபிராமன் அவர்களுக்கும், நூல் வடிவமாக வர உதவிகள் அளித்த திரு. அருள்செல்வனுக்கும் என் இதயங்கனிந்த நன்றிகள்.

- ஞான ராஜசேகரன்

சென்னை - 600037,
19 ஏப்ரல், 2024.

உள்ளே

1.	அளவுக்கு மிஞ்சினால் நேர்மையும்...	11
2.	குறைவான அங்கீகாரம்; ஆனால், மனநிறைவோ மிக அதிகம்!	15
3.	“அரசியல்வாதிக்கும் கௌரவம்னு ஒரு விஷயம் இருக்கு!”	23
4.	இப்படி ஒரு ‘நேர்மையாளரை’ உலகத்தில் பார்க்க முடியுமா?	28
5.	“எனக்கு நெருக்கமானவங்க யாரும் இல்லை; ஆனா, யாருக்கும் அது தெரிய வேண்டாம்!”	32
6.	கான்ஸ்டபிளின் இமேஜ் உயர போலீஸின் இமேஜ் உயரும்!	39
7.	இடுக்கண் வருங்கால் நகுக!	47
8.	‘பேய் ஆட்சி செய்தால் பிணம் தின்னும் சாத்திரங்கள்!’	51
9.	‘அங்கே மாலை மயக்கம் யாருக்காக?’	57
10.	“I HELP YOU ! YOU HELP ME!”	65
11.	கேள்வியும் நானே, பதிலும் நானே!	72
12.	அடித்துச் சொன்ன வில்லேஜ் ஆபீஸர்! ஆமோதித்த இந்தியப் பிரதமர்!	76
13.	சுத்தமான தங்கமும், ஆபரணத் தங்கமும்!	82
14.	ரத்தம் வந்தாலும் கப்சிப்: அரசியல் வன்முறையின் இன்னொரு முகம்!	87
15.	சட்டம் மட்டும் போதாது; சாதுர்யமும் வேண்டும்!	92
16.	கடன்பட்டார் நெஞ்சம் வேண்டாம்!	97
17.	சும்மா இருப்பதே சுகம்!	103
18.	தப்புத் தாளங்கள்!	110
19.	கலாசார காவலர்களும், கங்கைக் கரை பாரதியும்!	115
20.	‘உண்மை’யே அரசியலில் முதல் பலி!	120

21. பாட்னாவில் ஒரு மொழிப் பேராசிரியர்! 127
22. "அதுக்குள்ளாற ஒரு லாரியை விட்டுட்டேனே!" 132
23. இப்ராஹிம், ஐசக், ஆன்டனிகளும், தேவி விக்ரஹமும்! 136
24. "துக்கம் விசாரிக்க ஒரு நூல்புடவை வேண்டும்." 142
25. "யானை எது, யானையோட சாணம் எதுன்னு தெரியும்!" 146
26. நகரத்தின் மக்கள் யார் பக்கம்? 152
27. அரசியல் ரீதியான எதிர்ப்பைக் கையாளுவது எப்படி? 158
28. ஒரு பெட்டிஷன் ராணியும், கோர்ட் கேஸ் ராஜாவும்! 164
29. சூழலை மாற்றிடும் விந்தை நேர்மைக்கு உண்டு! 171
30. நான் என்னையே விடுவித்துக்கொண்ட ஒரு சூழல்! 180
31. திருவனந்தபுரத்தில் கெத்தாக நாடகம் காண வருவது எப்படி? 187
32. தேவி திருவிழா ஊர்வலமும், பாங்குவிளியும்! 192

1

அளவுக்கு மிஞ்சினால் நேர்மையும்...

நான் திருச்சூரில் கலெக்டராக இருந்தபோது மாவட்ட அதிகாரிகளில் நேர்மைக்குப் பெயர்போன அதிகாரி ஒருவர் இருந்தார். அவர் பெயர் டேவிட். லஞ்சத்துக்குப் பிரசித்திபெற்ற போக்குவரத்துத் துறையில் RTOவாக அவர் பணிபுரிந்து வந்தார். அவர் வீடு RTO ஆபீஸிலிருந்து சுமார் 2 கிலோமீட்டர் தொலைவில் இருந்தது.

ஒவ்வொரு நாளும் வீட்டிலிருந்து அவர் நடந்தே ஆபீஸ் வருவார்.

மாலையிலும் வீட்டுக்கு அவர் நடந்தேதான் போவார். ஆட்டோ, டாக்ஸிக்காரர்கள் அல்லது சொந்தக் காரில் செல்வோர் லிப்ட் கொடுக்க முன்வந்தாலும் அவர் ஏற்கமாட்டார். அவர் நடந்து செல்வதை முதன்முதலாக நான் பார்த்தபோது என் கார் டிரைவர் சொன்னார்:

"இந்தியாவிலேயே வீட்டுக்குக் கால்நடையா நடந்து போகிற RTO இவர் ஒருத்தராதான் இருப்பார்!"

டிரைவிங் லைசென்ஸ், பஸ், லாரி, வேன் முதலானவற்றின் தகுதிச் சான்றிதழ் (FITNESS CERTIFICATE) வழங்குவதில் விதிமுறைகளை நூறு சதவீதம் பின்பற்றுகிறவர் அவர். RTO ஆபீஸிலிருந்து லைசென்ஸ், சர்டிபிகேட் வாங்குபவர்களுக்கு சிம்மசொப்பனமாக இருந்தவர் அவர். அதேசமயம் நேர்மைக்கு அவர் அடையாளமாகவும் திகழ்ந்தார்.

ஆனால், போக்குவரத்துத்துறையில் பணிபுரியும் பிற அதிகாரிகள் இவரைப்பற்றிச் சொல்வது: "இவர் மாதிரி விதிமுறைகளை எல்லோரும் செயல்படுத்தினால் ஒரு வண்டிகூட ரோடில் ஓடாது. டேவிட் அவர்களின் பிரச்னையே அடிப்படை விதிமுறைகளையும் சாதாரண விதிமுறைகளையும் சமமாகக் கருதுவதுதான்."

மேலதிகாரிகள், அமைச்சர்கள் யார் சொன்னாலும் விதிமுறைப்படி தான் அவர் செயல்படுவார். ஒரு முறை, அமைச்சர் போன் மூலம்

தவறாகப் பணம் வசூலித்துத் தரும்படி சொல்ல, அதை ஃபைலில் எழுதி, அப்படி சட்டத்துக்குப் புறம்பாக தன்னால் வசூலிக்கமுடியாது என்று மந்திரிக்கே கடிதம் எழுதியவர் அவர்!

எல்லோரும் அவரிடம் மிகவும் ஜாக்கிரதையாகவே இருப்பார்கள். அவரை இடமாற்றம் செய்து கெட்ட பெயர் சம்பாதிக்க அரசியல்வாதிகளுக்கும் தைரியமில்லை.

ஊழலுக்குப் பெயர்போன ஒரு மந்திரி மாவட்ட அதிகாரிகளின் கூட்டத்தைக்கூட்டும்போது, டேவிட்டை மட்டும் அழைக்கமாட்டாராம். கூட்டத்தில் மந்திரியின் சட்டத்துக்குப் புறம்பான தலையீடுகளை எங்கே அவர் எல்லோருக்கும் முன்பாகப் போட்டு உடைத்துவிடுவாரோ என்கிற பயம்தான்.

டேவிட் நூற்றுக்கு நூறு நேர்மையான அதிகாரியாக இருந்தாலும் அவருக்குக் கீழே அல்லது மேலே பணி புரிபவர்கள் 'வழக்கம் போல' செயல்பட்டுக்கொண்டிருந்ததால் சிஸ்டத்தில் பெரிய மாற்றம் காணப்படவில்லை. தங்களுடைய விண்ணப்பம் டேவிட் கையில் மாட்டிக்கொள்ளக்கூடாது என்கிற பயம் மட்டும் பெரும்பாலான வர்களிடம் இருந்தது.

உன்னிகிருஷ்ணன் என்பவர் ஒருநாள் என்னிடம் ஒரு விண்ணப் பத்தைத் தந்தார். அதில் சில வருடங்களுக்கு முன்னர் அவர் நாலைந்து பஸ்களின் உரிமையாளராக இருந்தார் என்றும், வியாபாரத்தில் பெரிய நஷ்டம் ஏற்பட்டு எல்லா பஸ்களையும் இழந்ததாகவும் குறிப்பிட் டிருந்தார். பொருளாதார வீழ்ச்சி மட்டுமில்லை; மனைவியையும் இழந்து வாடுவதாக அவர் சொன்னார். பல்வேறு கஷ்டங்களுக்குப் பின் தற்போது ஒரு பஸ்ஸை வாங்கிவந்துள்ளதாகவும், அது ஓடத் தொடங்கினால் வாழ்க்கையில் மீண்டும் அவரால் நிமிர முடியும் என்றும் சொன்னார். ஆனால், தாம் வாங்கிவந்த பஸ்ஸுக்கு FITNESS CERTIFICATE தர RTO டேவிட் மறுப்பதாகவும் சொன்னார். கலெக்டர் இந்தப் பிரச்னையில் தலையிட்டு உதவ வேண்டும் என்று கேட்டுக் கொண்டார்.

டேவிட்டைப் பற்றி நன்கு அறிந்த நான், 'டேவிட் பஸ்ஸுக்குத் தகுதிச் சான்றிதழ் தராமல் போனதற்குப் போதிய காரணம் இருக்கும்' என்று உறுதியாக நம்பினேன். ஆனாலும், முதலில் உன்னிகிருஷ்ணன் தமது பின்னணியைப் பற்றி சொல்பவை சரியானவைதானா என்று தாசில்தார் மூலம் விசாரித்தேன். தாசில்தார் தனது ரிப்போர்ட்டில் உன்னிகிருஷ்ணன், முன்பு பல பஸ்களுக்கு உரிமையாளராக இருந்தது

உண்மை என்றும், தற்போது நொடிந்து போய் இருப்பது பற்றியும், மனைவியை இழந்து குடும்பம் தவிக்கிறது என்றும் மனிதாபிமான அடிப்படையில் உன்னிகிருஷ்ணன் ஆதரிக்கப்பட வேண்டியவர் என்றும் பரிந்துரை செய்திருந்தார்.

போக்குவரத்து வாகனங்களுக்கு லைசென்ஸ் வழங்கும் அதிகாரம் REGIONAL TRANSPORT AUTHORITY (RTA) என்கிற அமைப்புக்கு உரியது. அதன் சேர்மன் கலெக்டராகவும், எஸ்பி, RTO முதலானோர் பிற அங்கத்தினர்களாகவும் இருந்து வந்தார்கள்.

உன்னிகிருஷ்ணனின் விண்ணப்பம் பரிசீலனைக்கு வந்த போது RTO விடம் அதுபற்றி விசாரித்தேன். டேவிட் சொன்னார்: “அவரது வாகனத்தில் டெக்னிக்கலாக சில குறைபாடுகள் உள்ளன” என்றார்.

அந்தக் குறைகளைச் சரிசெய்து மீண்டும் சமர்ப்பிக்கப்பட வேண்டும் என்று நாங்கள் தீர்மானித்தோம்.

உன்னிகிருஷ்ணன் குறைகளைச் சரி செய்து வாகனத்தைச் சமர்ப் பித்தார். பரிசோதனை செய்த டேவிட் மீண்டும் குறைகள் இருப்பதாகச் சொல்லி தகுதிச் சான்றிதழ் தர மறுத்துவிட்டார்.

இவ்வாறு மூன்று முறை உன்னிகிருஷ்ணனின் விண்ணப்பம் நிராகரிக்கப்பட்டது. உன்னிகிருஷ்ணனின் பொருளாதார நிலையைக் கணக்கிலெடுத்து மனிதாபிமான அடிப்படையில் நானும் எஸ்பியும் வாகனத்தின் குறைகளைச் சரி செய்து சமர்ப்பிக்க, மீண்டும் அவருக்கு ஒரு வாய்ப்பை அளித்தோம்.

ஆனால், நான்காவது முறையாக சரிசெய்து வாகனத்தை உன்னி கிருஷ்ணன் சமர்ப்பித்தபோதுதான் அந்தச் சம்பவம் நடந்தது.

நான்காவது முறையும் வாகனத்தில் குறையொன்றைக் கண்டுபிடித்து டேவிட் FITNESS CERTIFICATE தர மறுத்தார்.

கோபமடைந்த உன்னிகிருஷ்ணன், தன்னுடன் தயாராகக் கொண்டு வந்திருந்த கத்தியால், ஆபீஸில் அமர்ந்திருந்த டேவிட் அவர்களின் இடுப்புப் பாகத்தில் குத்திவிட்டார்!

செய்தி அறிந்து நாங்கள் அனைவரும் ஓடினோம். போலீஸும் வந்துவிட்டது.

டேவிட்டை ஆஸ்பிடல் கொண்டு செல்ல அவரைக் கைத்தாங்கலாக அங்கிருந்தவர்கள் தூக்கிக்கொண்டிருந்தார்கள். அதில் ஒருவராக உன்னி கிருஷ்ணன் இருந்ததுதான் எல்லோருக்கும் ஆச்சரியத்தைத் தந்தது.

இடுப்புப் பகுதியிலிருந்து ரத்தம் வழிகின்ற நிலையிலும் என்னைப் பார்த்து டேவிட் சொல்கிறார்:

"சார், அந்த வண்டியில் இன்னும் DEFECT இருக்கு. சரி செஞ்சாதான் FITNESS தர முடியும்!"

போலீஸ் உன்னிகிருஷ்ணனைக் கைது செய்தது. போலீஸ் கஸ்டடியில் இருந்துகொண்டே உன்னிகிருஷ்ணன் என்னைப் பார்க்கிறார்.

கண்கள் கலங்கிக்கொண்டே என்னிடம் சொல்கிறார்:

"டேவிட் சாருக்கு ஒன்னும் ஆகாது. எனக்கு வேற வழி தெரியலை; குத்த வேண்டியதா போச்சி!"

2

குறைவான அங்கீகாரம்;
ஆனால், மனநிறைவோ மிக அதிகம்!

நான் கலெக்டராக இருந்த காலம்.

ஒரு நாள், கூட்ட அரங்கத்தில் விவசாயிகளின் பிரதிநிதிகளுடன் கலந்துரையாடல் ஒன்றை நடத்திக்கொண்டிருந்தேன். திடீரென்று, 'நீர்ப்பாசனத்துறை எஞ்சினியர் மிக அவசர விஷயமாக உங்களிடம் போனில் பேசக் காத்திருக்கிறார்' என்று என் உதவியாளர் சொன்னதும், வேகமாகச் சென்று போனை எடுத்தேன். எதிர்முனையில், மிகுந்த பதற்றத்தோடு எஞ்சினியர் சொன்னார்: "சார், உடனே பீச்சி டேமுக்கு வரணும். அணைக்கட்டில் தண்ணீர் முழுக்க விஷமாகிவிட்டது! திருச்சூர் டவுனுக்கு தண்ணீர் சப்ளையை உடனே நிறுத்திவிட்டேன். வேறு என்ன செய்வது என்று தெரியவில்லை. கலெக்டருடைய வழிகாட்டுதலுக்காகக் காத்திருக்கிறோம். உடனே வாங்க சார்!"

நான் உடனே அணைக்கட்டுக்கு விரைந்து போய்ச் சேர்ந்தேன். அங்கே அதிகாரிகளும் மக்களும் கூடியிருந்தார்கள். எஞ்சினியர் என்னை அழைத்துச் சென்று அணைக்கட்டில் நிறைந்திருந்த நீரைக் காட்டினார். நான் அந்தக் காட்சியைக் கண்டு அதிர்ந்து போனேன்! லட்சக்கணக்கான மீன்கள் இறந்து நீர்ப்பரப்பு முழுவதும் மிதந்து கிடந்தன. வீரர்கள் மடிந்து கிடக்கும் போர்க்களத்தைப் போல் அந்த நீர்ப்பரப்பு காட்சி யளித்தது. அணைக்கட்டில் நீர் முழுதும் விஷமாகிவிட்டிருந்தது நன்றாகத் தெரிந்தது. மீன்கள் இறக்கத் தொடங்கிய உடனே குடிநீர் சப்ளையை நிறுத்திய எஞ்சினியரின் சமயோஜித அறிவுக்கு நன்றியும் பாராட்டும் தெரிவித்தேன். அது மட்டும் தாமதமாகியிருந்தால் என்ன ஆகியிருக்கும் என்று என்னால் நினைத்துப் பார்க்கவே முடியவில்லை. திருச்சூர் நகரமே குடிநீருக்காக இந்த அணைக்கட்டில் உள்ள நீரை நம்பி இருப்பதால், மனித உயிரிழப்பு பெரிய அளவில் நிகழ வாய்ப்பு இருந்திருக்கும். நல்லவேளை, அசம்பாவிதம் தடுத்து நிறுத்தப்பட்டுவிட்டது.

தண்ணீரில் விஷம் எப்படிக் கலந்தது என்பதை ஆராய்வதற்கு முன் அவசரமாகச் செய்யவேண்டிய விஷயம் குடிநீர் சப்ளைக்கான மாற்று ஏற்பாடுதான் என்று முடிவெடுத்தேன். திருச்சூர் நகரத்தின் இயல்பான வாழ்க்கை பாதிக்கப்படாத விதத்தில் நகரத்தின் அனைத்துப் பகுதிகளுக்கும் லாரிகள் மூலம் வெவ்வேறு நீர்த்தேக்கங்களிலிருந்து குடிநீர் சப்ளை செய்யும்படி அதிகாரிகளை முடுக்கி விட்டேன்.

போலீஸுக்குத் தகவல் அனுப்பி அணைக்கட்டில் உள்ள தண்ணீரில் விஷம் எப்படிக் கலந்தது என்பதை உடனே ஆராயச் சொன்னேன். சில நிமிடங்களுக்குள்ளாகவே தகவல் வந்தது. "நேற்றுமாலை தேசிய நெடுஞ்சாலையில் ஒரு டேங்கர் லாரி விபத்துக்குள்ளாகி கவிழ்ந்தது. அதைப் பற்றி கேஸ் எடுத்து விசாரித்து வருகிறோம். அதற்கும் இதற்கும் ஏதாவது தொடர்பு இருக்குமோ என்று சந்தேகிக்கிறோம்" என்று சொன்னார்கள். சற்று நேரத்தில் போலீஸ் அதிகாரிகளும் வந்தார்கள்.

அது மழைக்காலம். மிதமாக மழை பெய்வதும் நிற்பதுமாக இருந்தது. போலீஸ் அதிகாரிகளுடன் டேங்கர் லாரி விபத்துக்குள்ளான இடத்துக்குச் சென்றோம். அங்கே அந்த டேங்கர் லாரி, ரோடின் பக்கவாட்டில் சரிந்து கிடந்தது. அதில் இருந்த திரவம் முழுவதும் வெளியேறிவிட்டிருந்தது. ஓடையில் நீர் ஓடிக்கொண்டிருந்தது.

டேங்கர் லாரியில் கொண்டுவரப்பட்ட திரவத்தைப் பற்றிய விவரங்கள் அதன் மீது எழுதப்பட்டிருந்தது. லாரியில் வந்த திரவம் பீனோல் (PHENOL) என்பதும், அது மிகவும் விஷத்தன்மை வாய்ந்தது என்றும் அறிவிக்கப்பட்டிருந்தது.

சம்பவம் நடந்த அந்த இடத்துக்கு அருகே சில வீடுகள் இருந்தன. இந்த விபத்து நடந்தபோது நேரில் பார்த்தவர்கள் யாராவது இருக்கிறார்களா என்று நாங்கள் ஆராய்ந்தபோது அந்தச் சம்பவத்தைச் சிலர் கண்டதாகச் சொன்னார்கள்.

ஒருவர் விவரித்தார்: "நேற்று மாலை மழை பெய்துகொண்டிருந்தது. திடீரென்று ரோடில் பெரிய சத்தம். டேங்கர் லாரி கவிழ்ந்து கிடந்தது. 'பெட்ரோல் லாரி' என்று நினைத்து, 'பாத்திரத்தில் பிடித்து வைத்துக் கொள்ளலாம்' என்று நாங்கள் சிலர் பாத்திரங்களோடு ஓடிச்சென்றோம். முதலில் சென்று பிடித்தவன் கையில் அந்தத் திரவம் கொஞ்சம் பட்டதும் அவன் அலறிக்கொண்டே பின் வாங்கினான்.

அவன் கையில் திரவம் பட்ட பாகம் வெந்து போகவே நாங்கள் பயந்து போய் திரும்ப வந்துவிட்டோம்.

ஞான ராஜசேகரன் | 17

அவனை ஆஸ்பத்திரியில் சேர்த்திருக்கிறோம். லாரியில் இருந்த திரவம் முழுக்க ரோடின் அருகில் இருந்த ஓடையில் ஒழுகிச்சென்று விட்டது!"

நான் பீனோல் பற்றிய விவரங்களைத் திரட்ட ஆபீஸுக்கு செய்தி அனுப்பிவிட்டு டேங்கர் லாரி கவிழ்ந்த இடத்தில் ஓடுகிற ஓடையைப் பின்பற்றி நாங்கள் நடக்கத் தொடங்கினோம். இதற்கிடையில், டேங்கர் லாரி ஓட்டி வந்த டிரைவரை அருகில் இருக்கிற போலீஸ் ஸ்டேஷனில் விசாரணைக்காக வைத்திருப்பதாகச் சொன்னார்கள்.

அவர் மூலம் கிடைத்த தகவல் இது:

கொச்சியில் பீனோல் நிரப்பப்பட்டு, அங்கிருந்து தமிழ்நாட்டில் இருக்கும் தொழிற்சாலை ஒன்றுக்குச் சென்றுகொண்டிருந்த டேங்கர் லாரிதான் விபத்துக்கு உள்ளாகியிருக்கிறது.

நாங்கள் பின்பற்றிச் சென்ற ஓடை சுமார் ஒரு கிலோமீட்டர் தூரத்துக்குப் பிறகு பீச்சி அணைக்கட்டில் கலக்கிறது. எனவே, டேங்கர் லாரியில் இருந்து சென்ற பீனோல் திரவம்தான் அணைக்கட்டிலிருக்கும் நீரில் கலந்து விஷமாகி அதில் வாழும் மீன்களைச் சாகடித்திருக்கிறது. மீன்கள் இறப்பதைக் கண்ட உடனேயே அணைக்கட்டின் எஞ்சினியர் குடிநீர் சப்ளையை நிறுத்திவிட்டார். மக்களின் அடிப்படைத் தேவையான குடிநீர் வழங்குவதற்கு மாற்று ஏற்பாடும் செய்தாகிவிட்டது.

இனி செய்ய வேண்டியது என்ன? அணைக்கட்டில் உள்ள நீரிலுள்ள விஷத்தை நீக்குவது எப்படி என்பதுதான். நீரை முழுவதும் வெளியேற்றுவது ஆபத்தான காரியமாகிவிடும். பீனோல் பற்றி நன்கறிந்த விஞ்ஞானியோ தொழில்நுட்ப வல்லுநர்களோதான் இதற்குத் தக்க ஆலோசனை கூற முடியும்.

இதற்கிடையில், எர்ணாகுளத்தில் உள்ள இன்ஸ்டிட்யூட் ஒன்றில் பீனோல் போன்ற திரவங்களைப் பற்றி ஆராய்ச்சி நடப்பதாகவும், பீனோல் பற்றி ஆராய்ந்து அதில் டாக்டரேட் பட்டம் பெற்ற விஞ்ஞானி இந்தியாவிலேயே ஒரே ஒருவர்தான் இருப்பதாகவும் விவரங்கள் கிடைத்தன. அவரைத் தொடர்புகொள்ள முயன்றபோது அவர் நாக்பூரில் ஒரு கான்பரன்ஸில் கலந்துகொள்ளச் சென்றிருக்கிறார் எனவும் தகவல் கிடைத்தது. மிகுந்த சிரமத்துக்குப் பிறகு நாக்பூரைத் தொடர்புகொண்டு விசாரித்தபோது, அங்கு நடந்த கான்பரன்ஸ் முடிந்துவிட்டதாகவும் அதில் பங்கெடுத்தவர் அனைவரும் தத்தம் ஊர்களுக்குத் திரும்பிவிட்டதாகவும் சொன்னார்கள்.

திருச்சூரில் நாங்கள் எடுக்கும் நடவடிக்கைகள் ஒவ்வொன்றும் பத்திரிகைகளில் விரிவாக வந்துகொண்டிருந்தன. குடிநீர், லாரிகளின் மூலம் பல இடங்களில் வழங்கப்பட்டாலும் அது தற்காலிக ஏற்பாடு மட்டும்தான். எனவே பீச்சி அணைக்கட்டிலிருந்து தண்ணீர் விநியோகம் ஆரம்பிப்பதை எல்லோரும் எதிர்பார்த்துக் காத்திருந்தார்கள். ஆதலால் திருச்சூர் நகரமே அந்த விஞ்ஞானியின் வருகைக்காகக் காத்திருந்தது.

அந்த விஞ்ஞானியின் பெயர் டாக்டர் குமார் என்பதும், அவர் எர்ணாகுளம் நோக்கி வந்துகொண்டிருக்கிறார் எனவும் தகவல் வந்தது. ஆனால், எர்ணாகுளத்துக்கு அவர் அடுத்த நாள் வந்து சேராதது அறிந்து மீண்டும் நாக்பூரைத் தொடர்புகொண்டோம். டாக்டர் குமாரின் பிரயாணத்துக்கு ஏற்பாடு செய்தவர் சொன்னார்: “அவர் சென்னைக்கு கிராண்ட் டிரங்க் எக்ஸ்பிரஸில் சென்றார். அங்கே தனது தங்கையின் வீட்டில் ஒருநாள் தங்கிவிட்டு, அடுத்த நாள் காலை டெல்லியிலிருந்து வரும் டிரெயினில் சென்னையிலிருந்து எர்ணாகுளம் வரப்போகிறார்” என்று கூறினார். அந்தத் தகவலின்படி, அவர் வருகின்ற வண்டி திருச்சூர் ரயில்நிலையத்துக்கு பகல் 3 மணிக்கு வந்து சேரவேண்டும். நாங்கள் விசாரித்தபோது ரிசர்வேஷன் லிஸ்டில் டாக்டர் குமார் பெயர் இல்லை.

பகல் ரயில் பயணமாதலால் ரிசர்வேஷன் தேவையில்லை என்றும் சொல்லப்பட்டது. ஆனாலும், இந்த வண்டியில்தான் அவர் வருவார் என்கிற நம்பிக்கை எனக்கிருந்தது. எனவே, அவரைக் கண்டுபிடித்து அழைத்துச் செல்வதற்காக நானும் அதிகாரிகளும் போலீஸும் ரயில்நிலையத்தில் காத்திருந்தோம். ஏராளமான பத்திரிகை நிருபர்களும் ரயில்நிலையத்தில் குழுமிவிட்டார்கள். திருச்சூர் ரயில்வே ஸ்டேஷன் மாஸ்டரிடம் விவரங்களைச் சொல்லி, டாக்டர் குமார் அவர்கள் எந்தப் பெட்டியில் வருகிறார் என்பது தெரியாததால் அவரை வண்டி முழுக்க தேடிக் கண்டுபிடிக்க சிறிது நேரமாகும்; அதுவரை ரயிலை வழக்கத்தைவிட சற்று அதிக நேரம் நிறுத்துமாறு கேட்டுக்கொண்டேன்.

நாங்கள் எதிர்பார்த்துக் காத்திருந்த வண்டி வந்து நின்றது. டாக்டர் குமாரின் போட்டோ ஒன்று கிடைத்திருந்ததால், தேடுவது சுலபமாக இருந்தது.

“டாக்டர் குமார் அவர்கள் நமக்குச் சேவை செய்ய வருகிற விருந்தினர் என்பதால் அவரை மிகுந்த மரியாதையுடன் தேடிக் கண்டுபிடியுங்கள். போலீஸ் உடன்வருவதால் குற்றவாளியைத் தேடுவது போன்ற தோற்றத்தை எக்காரணம் கொண்டும் அளிக்கக்கூடாது'' என்று

எச்சரிக்கை செய்து அவர்களைப் பெட்டி பெட்டியாகத் தேடச் சொன்னேன்.

அதிர்ஷ்டவசமாக, டாக்டர் குமார் ஒரு பெட்டியில் கிடைத்து விட்டார். அவரை வண்டியிலிருந்து இறக்கிவிட்டு, ரயிலைப் புறப்படச் செய்துவிட்டோம்.

டாக்டர் குமாருக்கு விஷயம் ஒன்றும் தெரியாததால் கலெக்டர், போலீஸ் அனைவரையும் பார்த்து மனிதர் முதலில் திணறிப் போய்விட்டார். அவரை ஆசுவாசப்படுத்தி ஸ்டேஷன் மாஸ்டர் அறைக்கு அழைத்து வந்தார்கள். நான் அவரை அமரச்செய்து அதுவரை நடந்த சம்பவங்களைச் சொன்னேன்.

பீனோல் பற்றி நன்கு அறிந்தவர் என்கிற முறையில் அணைக் கட்டிலுள்ள நீரின் விஷத்தன்மையைப் போக்குவதற்கு அவர் தரப்போகும் ஆலோசனைக்காக நாங்கள் காத்திருப்பதையும் சொன்னேன்.

இதற்கிடையில் டாக்டர் குமார் சொல்வதை மக்கள் அறிய வேண்டும் என்று பத்திரிகை நிருபர்கள் கோரிக்கை வைத்தார்கள்.

நான், ''இதில் ஒரு ரகசியமும் இல்லை" என்று கூறி ரயில்வே நிலையத்திலுள்ள ஒரு பெரிய ஹாலில் பத்திரிகையாளர்கள் உட்பட எல்லோர் முன்னிலையிலும் டாக்டர் குமார் அவர்களைப் பேசுமாறு கேட்டுக்கொண்டேன்.

டாக்டர் குமார் பேசுவதற்கு முன்னால், "நான் ஆங்கிலத்தில் பேசட்டுமா? அல்லது மலையாளத்தில் பேசட்டுமா? ஏனெனில் நான் ஒரு மலையாளிதான்..." என்று சொன்னார்.

பத்திரிகையாளர் மத்தியில் ஒரு சலசலப்பு. நான் ''ஏன்?'' என்று விசாரித்தேன். ஒரு மூத்த நிருபர் சிரித்துக்கொண்டே சொன்னார்:

"சார், EXPERT என்றாலே டாக்டர் கன்னா அல்லது டாக்டர் பிஸ்வாஸ் என்று வெளிமாநிலத்துக்காரர்தான் இருப்பார் என்ற ஒரு MISCONCEPT நம்ம மத்தியில் இருப்பது வழக்கம். அவர் நம்ம ஊர்க்காரர் என்று தெரிந்ததும் 'சப்'பென்று ஆகிவிட்டது. தவறாக எண்ணவேண்டாம்!"

இதைக்கேட்டு டாக்டர் குமார் உட்பட எல்லோரும் சிரித்து விட்டார்கள். எனக்கு இயேசுநாதரின் பைபிள் வாசகங்கள்தான் நினைவுக்கு வந்தன: "எந்த தீர்க்கதரிசியும் அவனது சொந்த ஊரில் ஏற்றுக்கொள்ளப்படுவதில்லை!"

டாக்டர் குமார் தொடர்ந்தார்:

''பீனோல் விஷத்தன்மை வாய்ந்ததுதான். மரணத்துக்கு அடிகோலக் கூடியதுதான். நீங்கள் முன்னெச்சரிக்கையோடு குடிநீரை நிறுத்தியது மிகவும் பாராட்டுக்குரிய நடவடிக்கை. ஆனால், ஒரு லிட்டர் தண்ணீரில் 0.001mg பீனோல் இருந்தால் பிரச்னையில்லை. இப்போது நீரில் விஷத்தன்மை எவ்வளவு உள்ளது என்று பரிசோதிக்கவேண்டும். அணைக்கட்டில் நீர்நிறைந்து இருப்பதால் அதில் பீனோல் கரைய ஆரம்பித்து சில நாட்களுக்குள் 0.001mg ஆகிவிடும். பயப்பட ஒன்று மில்லை."

நான் சொன்னேன்:

"நீரில் கலந்திருக்கும் பீனோலைப் பரிசோதிக்க எங்களால் முடியாது. உங்கள் இன்ஸ்டிட்யூட்டிலிருந்து டெக்னீஷியன்களை அனுப்பினால் அணைக்கட்டில் MONITERING CELL ஒன்றை 0.001mgஆக குறையும்வரை இயங்கச் செய்யலாம். அதற்கான செலவு முழுவதையும் மாவட்ட நிர்வாகம் ஏற்றுக்கொள்ளும்."

டாக்டர் குமார் உடனே அதற்குச் சம்மதித்து, ''நாளைக்கே மானிட்டரிங்கை ஆரம்பித்துவிடலாம்'' என்று உறுதியளித்தார்.

ஒரு நிருபர்:

"நீங்கள் சொல்கிறபடி நான்கைந்து நாட்களில் 0.001mg ஆகி விடுவதாகவே வைத்துக்கொள்வோம். அதற்குப் பிறகும் மக்களுக்கு அந்தத் தண்ணீரைக் குடிப்பதற்குத் தைரியம் வராமல் போனால்?"

டாக்டர் குமார்:

"அப்போது என்னை அழையுங்கள். உங்கள் கண் முன்னால் குறைந்தது ஒரு லிட்டர் தண்ணீரைக் குடித்துக் காட்டுகிறேன், போதுமா?"

மறுநாள் காலையில், டாக்டர் குமாரின் மேற்பார்வையில் மானிட்டரிங் செல் இயங்கத் தொடங்கியது. முதலில் பீனோல் அளவு அதிகமாக இருந்தாலும் நாளாக நாளாகக் குறைந்துகொண்டே வந்தது. மீடியாவிலும், மக்களிடமும் பீனோல் விஷயத்தைப் பற்றி அறிவதில் இருந்த ஆர்வமும் குறைந்துகொண்டே வந்தது.

ஆனால், ஒவ்வொரு நாளும் நானும் அதிகாரிகளும் தினசரி காலையில் விஷத்தன்மை எவ்வளவு குறைந்திருக்கிறது என்று அறிந்த பிறகுதான் எங்கள் அலுவலகத்துக்குச் செல்வதை வழக்கமாக வைத்துக்கொண்டோம்.

ஒரு வாரத்துக்குள் அணைக்கட்டிலிருந்த நீரில் பீனோலின் அளவு 0.001mg அளவை எட்டிவிட்டது. மீடியாவிலிருந்து சிலர் வந்திருந்தார்கள். டாக்டர் குமாரும் நீரைப் பரிசோதித்துவிட்டு, "இனி குடிநீர் வழங்க ஆரம்பிக்கலாம்" என்று சொல்லிவிட்டார்.

பீனோலின் தீயவிளைவுகளைப் பற்றி அறிந்து, பயத்தில் இருக்கும் மக்களுக்குத் தைரியம் கொடுக்கும் விதமாக டாக்டர் குமார், முன்புதான் சொன்னபடியே அணைக்கட்டிலிருந்து ஒரு லிட்டர் நீரை எடுத்து மீடியா முன் குடித்துக் காண்பித்தார். நானும் குடித்தேன். அதிகாரிகள் அனைவரும் குடித்தனர்.

பின்னர் திருச்சூர் டவுனுக்குக் குடிதண்ணீர் திறந்துவிடப்பட்டது.

நமது நாட்டில் இதைப்போன்ற விபத்து நடந்து அதன் விளைவாக மனித உயிர்களின் இழப்பு ஏற்படும் போதுதான் முக்கியத்துவமும், மீடியா கவனமும் அதிகமாகக் கிடைக்கின்றன. ஆனால், பேரிழப்பு வராமல் வருமுன் காக்கிற இது போன்ற முன்னெச்சரிக்கை நடவடிக்கைகளுக்கு (PREVENTIVE MEASURES) அங்கீகாரமும், சமயோஜிதமாகச் செயல்பட்ட நீர்பாசனத்துறை எஞ்சினியரைப் போன்றவர்களுக்குப் பாராட்டுகளும் எளிதில் கிடைப்பதில்லை.

சுமார் 15 நாட்கள் நீண்ட இந்த ஆபரேஷன் முற்றுபெற்றபோது எனக்கும் என்னோடு சேர்ந்து பணியாற்றிய அதிகாரிகள் அனைவருக்கும் ஒரு பேரழிவிலிருந்து நகரத்தை மீட்டெடுத்ததன் மனநிறைவு முழுமையாகக் கிடைத்தது. வேறென்ன வேண்டும்? மக்களைப் பீதியடையச் செய்யாமல் அடக்கமாக நடவடிக்கைகளை எடுத்து குடிநீர் சப்ளையை சில நாட்களுக்குள்ளாகவே புனரமைத்ததை கேரள முதல்வரும் பாராட்டினார்.

அணைக்கட்டிலிருந்து கீழே இறங்கிக்கொண்டிருந்தோம். அப்போது சிலர் கும்பலாக என்னை நோக்கி வேகமாக வந்தார்கள். அவர்கள் வந்த விதம் எங்கள் நடவடிக்கைகளில் இருந்த குறைகளைச் சுட்டிக்காட்ட வருவதைப்போலிருந்தது.

அவர்கள் எங்களை வந்தடைந்ததும், ஒருவர் என் அருகே வந்து மெதுவாகக் கேட்டார்:

"மனோரமா பத்திரிகையில் நம்ம கலெக்டர் சினிமா எடுக்கிறவர் என்று வந்திருந்தது. அடுத்த படம் எப்போ சார்?"

3

''அரசியல்வாதிகளுக்கும் கௌரவம்னு ஒரு விஷயம் இருக்கு!''

நான் கேரளாவில் பணிபுரியத் தொடங்கிய காலம்.

இரண்டு வருடம் சப்கலெக்டராகப் பணியாற்றிய பிறகு, என்னை கொல்லத்தில் தொழில்துறையில் GENERAL MANAGER, DISTRICT INDUSTRIES CENTREஆக பணியமர்த்தினார்கள். சாதாரணமாக ஐஏஎஸ் அதிகாரிகளை இதுபோன்ற பதவிகளில் அமர்த்துவது அபூர்வம்.

எனக்கு முன்பாக தொழில் வகுப்பைச் சேர்ந்த அதிகாரி ஒருவர்தான் அங்கே பணியில் இருந்தார். அவர் சற்று பயந்த சுபாவக்காரர். 'அரசியல்வாதிகள் சகஜமாக அந்த ஆபீஸில் வந்து, அவரிடம் பலவந்தமாக காரியங்களைச் சாதித்துக்கொண்டு செல்வது வழக்கம்' என்று நான் கேள்விப்பட்டேன்.

நான் பொறுப்பேற்ற சில நாட்களுக்குள்ளாகவே IRDP லோன் தருவதற்காக மாவட்டத்தில் சுமார் ஆயிரம் வேலையில்லா இளம் வயதினரைத் தேர்ந்தெடுக்க வேண்டியதாக இருந்தது.

இன்டர்வியூ நடப்பதற்கு முன்பு, எம்எல்ஏவும், ஆளுங்கட்சியின் மாவட்டச் செயலாளரும் என்னைக் காண வந்தனர். கட்சியில் மாவட்டச் செயலாளர் என்பது எம்எல்ஏவை விட உயர்ந்ததும், மாவட்ட ஆட்சித்தலைவருக்குச் சமமாகக் கருதப்படுகிற ஒன்றாகவும் இருந்தது. அந்த எம்எல்ஏ புதிதாகத் தேர்ந்தெடுக்கப்பட்ட பெண்மணி என்பதால், கட்சியில் மிகவும் சீனியரான மாவட்டச் செயலாளர் தனது அந்தஸ்தைக் காட்டும் விதத்தில் என் முன்னே வந்து அமர்ந்தார். எம்எல்ஏவையும் அருகில் அமரச்சொன்னார்.

'ஒரு அரசாங்க அதிகாரியை நான் எப்படி டீல் செய்கிறேன் என்று என்னைப் பார்த்துக் கற்றுக்கொள்' என்று சொல்வதுபோல இருந்தது, அவருடைய உடல்மொழி.

என்னிடம் மிகுந்த மரியாதையுடன்தான் அவர் பேசத் தொடங்கினார்:

“நீங்கள் புதிய அதிகாரியாக, வேறு மாநிலத்திலிருந்து வந்திருக்கிறீர்கள். உங்களுக்கு இங்குள்ள நடைமுறைகள் தெரிந்திருக்க நியாயமில்லை. இங்கே நடத்தப்படும் இன்டர்வியூக்களில் 25 சதவீதம் ஆளும் கட்சிக்குத் தருவது வழக்கம். அதனால், சுமார் 250 பேர் லிஸ்ட்டைக் கொண்டு வந்திருக்கிறோம். நீங்கள் செலக்ட் செய்வதற்காக...” என்று கூறி எம்எல்ஏவிடமிருந்து வாங்கி, ஒரு நீண்ட டைப் செய்யப்பட்ட பேப்பரை என் மேஜையில் வைத்தார், அந்த மாவட்டச் செயலாளர்.

எனக்கு இது நேர்மையற்ற நடவடிக்கையாகத் தோன்றியது; கோபமும் வந்தது. அப்போது என் மனதில் தோன்றியதை வெளிப்படையாக சொன்னேன்: “ இதோ பாருங்க, நான் இங்கே ஜிஎம்மாக இருக்கும்வரை இது போன்ற லிஸ்ட்டைக் கொடுத்தால் அந்த லிஸ்ட் படி செலக்ட் செய்கிற வேலையை நான் செய்ய மாட்டேன்!” என்று சொன்னதோடு நின்றால் பரவாயில்லை...

அங்கதச்சுவையோடு மேலும் ஒரு பஞ்ச் வசனத்தை நான் சொன்னேன்: “உங்க லிஸ்டுல இருக்கிற ஆள் தகுதியான ஆளா இருந்தால், நீங்க சிபாரிசு பண்ணீங்க என்கிற ஒரே காரணத்துக்காக அவரை நான் REJECT செய்யமாட்டேன். அந்த உறுதியை வேண்டுமானால் தருகிறேன்” இதைக் கேட்டதுதான் தாமதம், மா.செ.வின் முகத்தில் கோபம் கொப்பளித்தது. எம்எல்ஏவைப் பார்த்தார். அவரிடம், ‘‘நான் யார் என்பதை இவருக்குக் காட்டுகிறேன்!” என்று சத்தமாகச் சொல்லியபடி எழுந்து வெளிநடப்பு செய்தார். எம்எல்ஏவும் அவர் பின்னால் போய்விட்டார்.

நான் சாதாரணமாகவே இந்த நிகழ்வை எதிர்கொண்டேன். ஆனால், என் அலுவலகத்தில் இருந்த பிற அதிகாரிகள் எல்லாம் ஏதோ பிரளயம் ஒன்றை எதிர்நோக்கிக் காத்திருந்தார்கள்.

நான் யாதொரு பிரச்னையும் இன்றி ஆயிரம் பேருடைய நேர்காணலை நடத்தி முடித்தேன். மாவட்டச் செயலாளர் தந்து சென்ற லிஸ்ட்டைத் திறந்துகூடப் பார்க்கவில்லை. இன்டர்வியூ நடத்த வந்த பேங்க் மேனேஜர்களுக்கெல்லாம் ஆச்சர்யம். மகிழ்ச்சி. சிபாரிசு எதுவும் இல்லாமல் தகுதியின் அடிப்படையில் தேர்வு நடத்த முடிந்ததற்கு!

அடுத்த சில வாரங்களுக்குள், எங்கள் தொழில்துறை அமைச்சரின் தலைமையில் அனைத்து மாவட்ட அதிகாரிகளின் REVIEW MEETING

நடந்தது. கேரளாவின் மிக மூத்த அரசியல்வாதிதான் எங்கள் அமைச்சர் திருமதி கௌரியம்மா அவர்கள்.

கூட்டம் முடிந்தவுடன் அவர் என்னைப் பார்க்கச் சொன்னதாகச் சொன்னார்கள். நான் அவரைத் தனியாகச் சென்று சந்தித்தேன். நான் உள்ளே சென்ற உடனே என்னைப் பார்த்து அவர்கள் கேட்ட கேள்வி இதுதான்:

அமைச்சர்: "நீங்கள் பிறந்த நாட்டில் சிபாரிசு செய்கிற அரசியல் வாதிகளைப் பார்த்ததே இல்லையா?"

அமைச்சரது கேள்வியின் உட்பொருள் எனக்குப் புரிந்துவிட்டது.

நான்: ''மேடம்! சிபாரிசு என்று சிலரைப் பரிந்துரைப்பது தவறில்லை. ஆனால், 250 பேர் கொண்ட லிஸ்ட்டைக் கொடுத்து அவர்களை செலக்ட் செய்யவேண்டும் என்று நிர்பந்தம் செய்தால் அது சரியா மேடம்?''

அமைச்சர்: ''சரியில்லைதான். அவர் கேட்டதை நீங்கள் செய்ய முடியாமல் போனதுகூட தவறில்லைதான். ஆனால், ஒரு ஜூனியர் எம்எல்ஏவின் முன்பு, ஒரு சீனியர் மாவட்டச் செயலாளரை இன்சல்ட் செய்தால் அவர் தாங்குவாரா?''

நான்: ''சாரி மேடம்!''

அமைச்சர்: ''அரசியல்வாதிகளுக்கும் கௌரவம்னு ஒரு விஷயம் இருக்கு, மிஸ்டர் ராஜசேகரன்!''

என்று சத்தம்போட்டுச் சிரித்தபடி என்னை வழியனுப்பிவைத்தார், திருமதி கௌரியம்மா.

அமைச்சர் என் மேல் கோபம் எதுவும் கொள்ளாமல் சிரித்தபடி வழியனுப்பிவைத்த இந்த நிகழ்ச்சி என்னை வெகுவாகப் பாதித்தது. அரசியல்வாதிகளை நாம் எப்படிக் கையாள வேண்டும் என்பதை எனக்குக் கற்றுத்தந்தது. ஆங்கிலத்தில் EMPATHY என்று சொல்வார்கள். அதன்படி அந்த சீனியர் மாவட்டச் செயலாளரின் இடத்திலிருந்து சிந்தித்துப் பார்த்தேன்.

அரசியல்வாதி என்றால், தகுதி இருந்தாலும் இல்லாவிட்டாலும் அந்த மாவட்டத்தைச் சேர்ந்த யார் போய் நின்றாலும் சிபாரிசு செய்வதுதான் அவர்களது கடமை. அந்தச் சிபாரிசுகளை ஏற்றுக்கொள்ளமுடியாத நமது நிலையை அவரிடம் பக்குவமாக எடுத்துச் சொல்லியிருக்க வேண்டும். அதை விடுத்து அவரைவிட ஜூனியர் அரசியல்வாதி முன்னால் அவரை அவமானப்படுத்தியது தேவையில்லாத ஒன்று என்று நான் உணர்ந்தேன்.

மேலும், சிந்தித்ததில் இதன் உண்மையான காரணம் என்னிடம் இருக்கும் 'நேர்மைத் திமிர்'தான் என்று உணர்ந்தேன்.

அமரர் மு. வரதராசனார் 'கற்புத்திமிர்' என்று சொல்வார். கற்புக்கு சவால்விடும் எதிர்ப்புச்சூழல் ஒன்றுமில்லாமல் கணவனுடன் வாழ்கிற பெண் ஒருத்தி, வாழ்க்கையில் கஷ்டமான சூழ்நிலைகளை எதிர்த்துப்போராடி வந்திருக்கும் பெண்ணை கற்புத்திமிரோடு பார்ப்பது தவறு என்கிற அர்த்தத்தில் அவர் சொன்னது என் நினைவுக்கு வந்தது.

ஐஏஎஸ் தந்த நேர்மைத்திமிரை வெளிக்காட்டி அரசியல்வாதிகளுடனான உறவை நாசமாக்கிக்கொள்வதால் மக்களுக்கோ நமக்கோ யாதொரு பலனும் இல்லை.

இந்த நிகழ்ச்சி, 'அரசியல்வாதிகளுடனான எனது அணுகுமுறையை முற்றாக மாற்றிவிட்டது' என்றுதான் சொல்ல வேண்டும். அதற்குப் பின்னர், என் சர்வீஸில் பலமுறை அரசியல் தலைவர்கள் சிபாரிசு செய்ய லிஸ்ட்டோடு என்னிடம் வந்திருக்கிறார்கள். அவர்கள் எப்போதும் தொண்டர்கள் கூட்டத்துடன்தான் வருவது வழக்கம். சிபாரிசு செய்ய வரும் அரசியல் தலைவரின் கவலை எல்லாம் அவர்கள் கொண்டு வருகிற சிபாரிசுகளைப் பற்றி இருப்பதில்லை. தொண்டர்களின் முன் அதிகாரி தன்னை கௌரவமாக நடத்தவேண்டுமே என்பது மட்டும்தான் அவர்களின் பிரதான பிரச்னையாக இருக்கும். இதுபோன்ற சமயங்களில் தலைவர்களை அன்புடன் வரவேற்று, நன்றாக உபசரித்து, 'நான் என்னால் ஆனதை முயற்சி செய்கிறேன்' என்று சொல்லி, அவர்கள் தருகிற லிஸ்ட்டை வாங்கிக்கொள்வேன். அவர்களும் மனநிறைவோடு சென்றுவிடுவார்கள்.

அவர்கள் தந்த லிஸ்ட்டை நான் செயல்படுத்தியதே இல்லை. அவர்களும் அதைப்பற்றி விசாரிக்கத் திரும்ப வந்ததும் இல்லை.

நான் கலெக்டராக இருந்தபோது, முதலமைச்சர் மாவட்டக் கட்சிக்காரர்களிடம், "ஆள் எப்படி?" என்று என்னைப் பற்றிக் கேட்டாராம்.

அதற்கு அவர்கள் சொன்ன பதில்:

"அதை ஏன் கேட்கிறீர்கள்? சிபாரிசுன்னு அவர்கிட்ட போனால் அவ்வளவுதான். டீ கொடுத்து உபசாரம் பண்ணியே நம்ம சிபாரிசை ஒன்னுமே இல்லாம ஆக்கிடுவார்!"

எல்லோரிடமும் அப்படி அல்ல. மரியாதைக்குரிய முதிர்ந்த தலைவர்கள் சிபாரிசு செய்ய வரும்போது அவர்களின் சிபாரிசை ஏன் செயல்படுத்த முடியாது என்பதற்கான காரணங்களை விளக்கி அவர்களைத் திருப்திப் படுத்தியிருக்கிறேன்.

ஆனால், சில சமயங்களில் சிலர் அதிகார வெறியோடு வந்து தவறான ஒன்றை 'செயல்படுத்தித்தான் தீர வேண்டும்' என்று நிர்ப்பந்தம் பிடித்தால் அவர்களை எதிர்த்துத்தான் நின்றாக வேண்டும்; நின்றிருக்கிறேன்!

4

இப்படி ஒரு 'நேர்மையாளரை' உலகத்தில் பார்க்க முடியுமா?

எழுபதுகளில் நடந்த ஒரு சம்பவம்.

நான் எம்எஸ்ஸி படித்துக்கொண்டிருந்த காலம். திருவல்லிக்கேணி ஹாஸ்டலில் தங்கியிருந்தேன். ஒரு நாள் விடியற்காலை என் ஹாஸ்டல் நண்பர் என்னிடம் ஓடி வந்தார். "சேலத்திலிருந்து என் மாமா வந்திருக்கிறார். அவரது மகனுக்கு சப்இன்ஸ்பெக்டர் செலக்ஷன் சம்பந்தமாக அண்ணா நகரிலுள்ள மினிஸ்டர் வீட்டுக்குப் போகணுமாம். உங்களுக்குத்தான் மெட்ராஸ் நல்லா தெரியுமே! வழிகாட்டறதுக்கு அவங்க கூட போக முடியுமா சார்!" என்று கேட்டார். நான் சம்மதித்தேன்.

சேலத்திலிருந்து அவர்கள் கொண்டுவந்த டாக்ஸியில் நான் முன்சீட்டில் அமர்ந்து வழிகாட்ட, எங்கள் கார் அண்ணா நகரை நோக்கிப் புறப்பட்டது. ஏதோ திருவிழாவுக்குப் போகிற மனநிலையில்தான் அவர்கள் எல்லோரும் இருந்தார்கள். காரில் நான் உட்பட மொத்தம் ஆறுபேர். அதில் எஸ்ஐக்கு பரீட்சை எழுதப்போகிற வாலிபரும் அடக்கம். அவரைத் தவிர மற்றவர்கள் அனைவரும் படிப்பறிவில்லாதவர்கள் அவர்களை அழைத்துச் செல்பவர் ஒரு ஆளும் கட்சியைச் சேர்ந்தவர். எஸ்ஐ போஸ்ட்டுக்கு அமைச்சரிடம் சிபாரிசு பிடிக்கத்தான் இந்தப் பிரயாணம் என்று எனக்குப் புரிந்தது.

அரசாங்க வேலைகளில் ஆட்கள் எப்படி சேர்கிறார்கள் என்பதைப் பற்றி அவர்களுக்கிடையே இருந்த பார்வை மாணவப்பருவத்திலிருந்த எனக்கு வருத்தத்தையும் பயத்தையுமே தந்தது.

"சிபாரிசு இல்லாமல் ஒரு வேலையும் கிடைக்காது!" என்று ஒருவர் சொல்ல மற்றொருவர், "அது மட்டும் போதாது..." என்றார்.

ஆளுங்கட்சிக்காரர் குறுக்கிட்டார்: "இதோ பாருங்க... மினிஸ்டர் சிபாரிசு பண்றேன்னு சொன்னா அதை நாம நம்பிடக்கூடாது. அவர் கையில் சுளையா பணத்தை வெச்சு அமுக்கிட்டு வந்தாத்தான் நமக்கு எஸ்ஐ வேலை நூற்றுக்கு நூறு கேரண்டி!"

இப்படி எல்லாம் திட்டமிட்டபடி அவர்கள் சென்றுகொண்டிருந்தார்கள்.

எங்களது கார் அமைச்சரின் வீட்டை அடைந்ததும் அவர்கள் அனைவரும் இறங்கி உள்ளே ஓடினார்கள். நான் வண்டியிலேயே அமர்ந்திருந்தேன்.

அரை மணி நேரம் கழிந்தது. அவர்கள் அமைச்சரின் வீட்டிலிருந்து வெளியே வந்தார்கள். அவர்களின் முகங்களில் எல்லாம் மிதமிஞ்சிய சந்தோஷம். ஆபரேஷன் சக்சஸ் ஆகிவிட்டதின் வெளிப்பாடு போலும்.

அதன்பின் எங்களது பிரயாணம் வெற்றி ஊர்வலமாக மாறிவிட்டது. ஆளுங்கட்சிக்காரரை எல்லோரும் புகழ்ந்து தள்ளினார்கள். "மினிஸ்டரே உங்களை பேர் சொல்லி கூப்பிடற அளவுக்கு நீங்க பெரிய ஆளுன்னு எங்களுக்குத் தெரியாமப் போச்சே!" என்று வருத்தங்கள் வேறு.

ஆளுங்கட்சிக்காரர் வெட்கத்தில் நெளிய ஆரம்பிக்கிறார். எஸ்ஐ பரீட்சை எழுதப்போகிற வாலிபன் இப்போதே எஸ்ஐ ஆகிவிட்ட மாதிரி உணர ஆரம்பித்துவிட்டான்.

ஒருவர் ஆளுங்கட்சிக்காரரிடம் சொன்னார்: "நீங்க சொன்ன மாதிரி 25,000 ரூபா கட்டை மினிஸ்டர் கையில் கொடுத்தபோதுதான் தம்பி எஸ்ஐ ஆவது உறுதியானமாதிரி எங்களுக்குத் தோணுச்சி!"

ஹோட்டல் ஒன்றுக்குச் சென்று அவர்கள் விருப்பப்பட்டதை எல்லாம் ஆர்டர் செய்து சாப்பிட்டு தங்கள் வெற்றியைக் கொண்டாடினார்கள். அதன் பிறகு, என்னை ஹாஸ்டலில் கொண்டுபோய் விட்டுவிட்டு சேலத்துக்குச் சென்றுவிட்டார்கள்.

இரண்டு மாதங்கள் சென்றிருக்கும். மீண்டும் ஒருநாள் காலை. சேலத்திலிருந்து டாக்சி வந்திருந்தது. அண்ணா நகர் செல்ல மீண்டும் என்னை அழைத்துச் சென்றனர். முன்பு வந்திருந்த எல்லோரும் இப்போதும் வந்திருந்தார்கள். ஆளுங்கட்சி பிரமுகரை மட்டும் காணவில்லை. எல்லோர் முகத்திலும் சோகம் குடிகொண்டிருந்தது.

விஷயம் இதுதான். வாலிபருக்கு எஸ்ஐ செலக்ஷன் கிடைக்கவில்லை. அவன் சரியாகத் தேர்வை எழுதாததால்தான்

எஸ்ஐ செலக்‌ஷன் கிடைக்கவில்லை என்கிற கருத்து அந்த வாலிபன் உட்பட யாரிடமும் இருப்பதாகத் தெரியவில்லை. "அமைச்சர்தான் அநியாயம் செய்துவிட்டார். அதுவும் அவர் கேட்ட பணத்தைக் கட்டாகக் கொடுத்த பிறகும் எஸ்ஐ போஸ்ட் போட்டுத்தராதது துரோகம் இல்லையா?" என்றெல்லாம் அவர்கள் வழிநெடுக புலம்பிக்கொண்டும், வசைபாடிக்கொண்டும் வந்தார்கள்.

இதுசம்பந்தமாக அமைச்சரிடம் முறையிடத்தான் இந்தப் பயணத்தை மேற்கொண்டிருக்கிறார்கள் என்று எனக்கு நன்றாகப் புரிந்தது.

கார், அமைச்சரின் வீட்டின் முன்னே சென்று நின்றது. நிதானமாக இறங்கிச் சென்றார்கள். என்னையும் கூட வரச்சொன்னார்கள். நான் செல்லவில்லை. காருக்கு வெளியில் வந்து நின்று, அங்கிருந்தே சற்றுத் தொலைவில் நடப்பதை எல்லாம் என்னால் காணமுடிந்தது.

அமைச்சர் வீட்டில் இல்லை. உதவியாளர் ஒருவர்தான் அமர்ந் திருந்தார். அவரிடம் எஸ்ஐ வாலிபன் தாம் முன்பே அமைச்சரை வந்து பார்த்ததையும், இப்போது வெளியான எஸ்ஐ செலக்‌ஷன் லிஸ்ட்டில் தன் பெயர் இல்லாததையும் விளக்கிச் சொன்னான். சொல்லும்போது அவன் கண்கள் கலங்கின.

உதவியாளர் முகத்தில் யாதொரு சலனமும் இல்லை.

அவர் சாதாரணமாகக் கேட்டார்:

"உங்கள் பெயர் என்ன?"

"செல்லமுத்து."

அவர் எழுந்து அறைக்குள் சென்றார். ஓரிரு நிமிடங்களுக்குள் வெளியே வந்தார். அவர் கையில் ரூபாய்க்கட்டு இருந்தது.

உதவியாளர்: ''நீங்க கொடுத்த கட்டு. உங்க பேர் எழுதின சீட்டு இதுதானே, சரியான்னு பாத்துக்குங்க.''

உதவியாளர் அந்த ரூபாய்க்கட்டை செல்லமுத்துவிடம் தந்தார். அவர் ஒன்றும் பேசவில்லை. மற்றவர்களுக்கும் பேசுவதற்கு ஒன்றுமில்லை. ஓரிரு மணித்துளிகளுக்குப் பிறகு அங்கிருந்து சேலம் காரர்கள் புறப்பட்டுவிட்டார்கள்.

கார் திரும்பிச் சென்றுகொண்டிருந்தது. எஸ்ஐ போஸ்ட் கிடைக் காமல் போனதன் வருத்தம் துளியும் தற்போது அவர்களிடம் இல்லை. அவர்களுடைய தற்போதைய பேச்செல்லாம் அமைச்சரின் சிறப்பைப் பற்றித்தான். "எப்பேர்பட்ட நாணயஸ்தன்! ஒரு வேலை

போட்டுத் தர்றதா பணம் வாங்கினார். அந்தக் காரியம் நடக்கலைன்னு தெரிஞ்சதும் உடனே நாம கொடுத்த ரூபாய்க்கட்டைப் பிரிச்சுக்கூட பாக்காம திருப்பித் தந்துட்டார்!''

அமைச்சரது இந்த 'உன்னதச் செயலை' திரும்பத்திரும்ப, புகழ்ந்து புகழ்ந்து மாய்ந்து போனார்கள். ஒருவர் மனம்நெகிழ்ந்து சொன்னார்: "இப்படி ஒரு நேர்மையான மந்திரியை உலகத்தில் பார்க்க முடியுமா?"

மக்களின் பொதுப் புத்தியில் நேர்மையின் இலக்கணம் பதிந்திருக்கிற விதம் இதுதான்!

நேர்மைக்கு வந்த அவலநிலையைப் பார்த்தீர்களா?

ஞான ராஜசேகரன் | 31

5

''எனக்கு நெருக்கமானவங்க யாரும் இல்லை; ஆனா, யாருக்கும் அது தெரிய வேண்டாம்!''

UDF (UNITED DEMOCRATIC FRONT) அரசாங்கம் மீண்டும் பதவியேற்றவுடன் பெரும்பாலான மாவட்டங்களில் கலெக்டர்களைப் புதியதாக நியமித்தார்கள். மந்திரி சபைக் கூட்டம் முடிந்தவுடன் தலைமைச் செயலாளர் என்னை அழைத்து என்னிடம் சொன்னார்: ''திருச்சூர் மாவட்டத்துக்கு கலெக்டராக உன் பெயரை முதலமைச்சர் சிபாரிசு செய்திருக்கிறார். உனக்கு அவரை முன்பே தெரியுமா?"

நான் சொன்னேன்: ''ஓரிரு விழாக்களில் அவரைப் பார்த்திருக்கேனே தவிர, எனக்கு நேரடியான அறிமுகம் இதுவரை இல்லை."

தலைமைச் செயலாளர் புன்னகையோடு சொன்னார்: "திருச்சூர் அவரது சொந்த மாவட்டம். எதிர்பார்ப்புகள் அதிகப்படியாக இருக்கும். உன்னால் அதைத் திருப்திப்படுத்த முடியும்னு நான் நிச்சயமா நம்பறேன். ஆல் த பெஸ்ட்!" என்று என் கைகளைக் குலுக்கினார்.

பிறகு, முதல்வர் கருணாகரன் அவர்களை நேரில் சந்தித்து நான் நன்றி தெரிவித்தேன். அவர் சொன்னார்: "நீங்கள் ஒரு கலாகாரன்(கலைஞன்) என்று கேள்விப்பட்டேன். திருச்சூர், CULTURAL CAPITAL OF KERALA என்று தெரியுமில்லையா? உங்களுக்குப் பொருத்தமான இடமாக அது இருக்கும். எங்கள் மாவட்டத்தில் உங்களுக்கு ஒரு குறையும் இருக்காது. வாழ்த்துகள்!" என்று சொல்லி விடையனுப்பி வைத்தார்.

திருச்சூரில் கலெக்டராக நான் பொறுப்பேற்றுக்கொண்டேன். வழக்கம்போல் புதிய கலெக்டரை எல்லோரும் சந்தித்து வாழ்த்துகளைத் தெரிவித்தார்கள். மகிழ்ச்சியாக இருந்தது. ஆனால், முதல்வரின் கட்சியைச் சேர்ந்தவர்கள் மட்டும் அதீதமான சந்தோஷத்தை வெளிப் படுத்தியது எனக்கு ஒரு மாதிரியாக இருந்தது. அதுவும் என்னை வாழ்த்த வந்த கட்சிப் பிரமுகர் ஒருவர் வெளிப்படையாகவே சொல்லி பெருமைப்பட்டுக்கொண்டார்:

“எங்க லீடர் சொந்த மாவட்டத்தில் ஒருத்தரை கலெக்டராக போடறார் என்றால் எங்களுக்கு அனுகூலமாக இருப்பவரைத்தானே போடுவார்!”

சிஎம்மை அவரது கட்சிக்காரர்கள் ‘லீடர்’ என்றே அழைப்பது வழக்கம்.

ஆளும் கட்சியின் கலெக்டராக என்னைப் பார்ப்பது, எனக்கு மகிழ்ச்சி தரும் ஒன்றாக இல்லை. சர்வீஸில் கடந்த எட்டு ஆண்டுகளாக நான் உருவாக்கி வைத்திருக்கும் ‘எவரையும் சாராத சுதந்திரமான அதிகாரி’ என்கிற என் இமேஜுக்குப் பங்கம் ஏற்பட்டுவிடுமோ என்கிற அச்சம் என்னுள் வரத் தொடங்கியது.

அதற்குப்பிறகு ஒரு நாள். நான் அன்று INDUSTRIES DEPARTMENT வேலைக்காக சிலரைத் தேர்ந்தெடுக்க நேர்முகத்தேர்வு ஒன்றை நடத்த வேண்டியிருந்தது. அந்தத் தேர்வு நடைபெறுவதற்கு சற்று நேரத்துக்கு முன்பு ஆளுங்கட்சியின் லோக்கல் பிரமுகர் ஒருவரும் அவரது சகாக்களும் என்னை வந்து சந்தித்தார்கள். அந்த லோக்கல் பிரமுகர் என்னிடம் மிகுந்த மரியாதையோடுதான் நடந்து கொண்டார். ஆனால், இன்டர்வியூவில் செலக்ட் செய்யப்பட வேண்டியவர்களின் பெயர்கள் எழுதப்பட்ட SLIP ஒன்றை அவர் என்னிடம் உரிமையோடு தந்த விதம்தான் எனக்கு ஏற்றுக்கொள்ளும்படியாக இல்லை. அவருடன் வந்த சகா சொன்னார்: “கலெக்டர் சார்! இவரைத் தெரியுமில்லையா? நம்ம மாவட்டத்தில் இவர்தான் லீடருக்கு வலது கை!” அப்போது அவர்கள் என் மேல் வீசிய பார்வை “இந்த லிஸ்ட்டை உங்களால் புறக்கணித்துவிட முடியுமா, என்ன?” என்று கேட்பது போல் இருந்தது.

நான் திருச்சூரில் இதற்குமுன் பணியாற்றியவன் இல்லை. சிஎம், இவர்களைப் போன்றவர்களை நிச்சயம் அங்கீகரிக்கமாட்டார் என்று நான் நம்பினாலும், தொடர்ச்சியாக இது போன்ற நிகழ்ச்சிகள் நடந்து கொண்டிருந்ததால் எனது சுபாவத்துக்கு திருச்சூரில் அதிக நாட்கள் தாக்குப்பிடிப்பது கடினம் என்றுதான் எனக்குத் தோன்றியது.

நான் எதைப் பற்றியும் கவலைப்படாமல் அன்று நேர்காணல் நடத்தி, தகுதியின் அடிப்படையில் ஆட்களைத் தேர்வு செய்தேன். அந்த ‘வலதுகை’ தந்த SLIPஐ நான் திறந்துகூடப் பார்க்கவில்லை.

ஓரிரு நாட்கள் கழிந்திருக்கும். என் வீட்டிலுள்ள கேம்ப் ஆபீஸில் என்னை அவசரமாகப் பார்க்க ஒரு டாக்டர் பெண்மணி வந்திருந்தார். ‘‘என்ன விஷயம்?” என்று அவரைக் கேட்டேன்.

அவர் உடனே அரசாங்க உத்தரவு ஒன்றை என்முன் நீட்டியபடி சொன்னார்: "சார் என்னை திருச்சூர் DISTRICT MEDICAL OFFICER(DMO) ஆக நியமித்திருக்கிறார்கள். அதற்கான உத்தரவு இது!"

"வாழ்த்துகள்! WELCOME TO TRICHUR!" என்றேன்.

அவர்: ''நன்றி சார்! ஆனால் இதில் எனக்கு ஒரு பிரச்னை.''

நான்: ''என்ன?''

அவர்: ''சார், இன்று சார்ஜ் எடுக்கப் போயிருந்தேன். இப்போது DMO ஆக இருக்கிறவர் சார்ஜ் கொடுக்க மறுக்கிறார். சார், இது என்னுடைய புரொமோஷன் போஸ்ட்டிங். கலெக்டர் தலையிட்டால்தான் நான் DMO ஆக முடியும்!''

நான் என் உதவியாளரிடம் இப்போதைய DMOவை போனில் கூப்பிடச் சொன்னேன். கலெக்டரை நேரில் வந்து சந்திப்பதாக சொல்லி அந்த DMO புறப்பட்டுவிட்டாராம். நான் அந்தப் பெண் டாக்டரை சற்று காத்திருக்குமாறு சொன்னேன்.

அந்த DMO வந்தார். நான் அவரிடம் சற்று கோபமாகவே பேசினேன்:

"அரசாங்க உத்தரவு பிரகாரம் புதிய DMOவுக்கு சார்ஜ் தர மறுக்கிறீர்களாமே? நீங்க சார்ஜ் தரணும்னு இல்லை. கலெக்டர் முன்னால் அவங்க சார்ஜ் ASSUME பண்ணி DMO ஆயிடலாம். அது தெரியுமா உங்களுக்கு?"

என்னைச் சாந்தப்படுத்துபவர்போல அவர் பேசத்தொடங்கினார்:

"சார், நான் சாதாரணமான ஆளாயிருந்தால் கவர்ன்மென்ட் ஆர்டர்படி சார்ஜை இந்நேரம் கொடுத்துவிட்டிருப்பேன். ஆனால், நான் முதல்அமைச்சருக்கு நெருங்கிய உறவுக்காரர் ஆகிப்போய் விட்டேனே, அவ்வளவு சுலபமா விட்டுக்கொடுத்திட முடியுமா?"

அவர் கொஞ்சம்கூட லஜ்ஜை ஒன்றுமில்லாமல் தனது சிஎம் தொடர்பைப் பகிரங்கமாகப் பீற்றிக்கொண்டது எனக்கு எரிச்சலை வரவழைத்தது.

நான் சொன்னேன்:

''இதோ பாருங்க, புதிய DMOக்கு நீங்க சார்ஜ் தரவில்லை என்றால் நான் ஹெல்த் செக்ரட்டரியிடம் பேசி உங்களை சஸ்பெண்ட் செய்வதைத் தவிர எனக்கு வேறு வழி இல்லை!''

சிளம் பெயரைச் சொல்லிக்கொண்டு இனியும் சார்ஜ் கொடுக்காமல் இழுத்தடிக்க முடியாது என்பதை உணர்ந்ததாலோ என்னவோ, அவர் புதிய DMOக்கு சார்ஜ் தருவதாகச் சம்மதித்தார். இருவரும் என் முன்னால் சார்ஜ் பேப்பர்களில் கையெழுத்திட்டனர்.

அந்தப் பிரச்னை தீர்ந்துவிட்டாலும் 'நான் சிளம்முக்கு மிகவும் வேண்டப்பட்ட கலெக்டர்' என்கிற இமேஜ்தான் இதற்கெல்லாம் காரணம் என்பதை நான் உணர்ந்தேன். முதல்வர் என்னை அப்படி ஒருவராகக் கருதி இந்த மாவட்டத்தில் நிச்சயம் போஸ்ட் செய்யவில்லை என்றாலும் நான் நன்றாகச் செயல்பட வேண்டுமென்றால், நான் 'எந்தச் சார்பும் இல்லாத நடுநிலையாளன்' என்று எல்லோராலும் கருதப்படவேண்டும் என்று விரும்பினேன்.

நான் கலெக்டராக பொறுப்பேற்று பத்து நாட்களுக்குப் பிறகு முதல்வர் திருச்சூருக்கு வந்தார். வழக்கம்போல அவரைப் பார்க்க கட்சிக்காரர்களும் மனுதாரர்களும் பெருமளவில் திரண்டிருந்தனர்.

சிளம், என்னை அருகில் அமர்த்திக்கொண்டு மனுதாரர்கள் ஒவ்வொருவரின் மனுக்களையும் வாங்கிக்கொண்டு, அவர்கள் சொல்வதைப் பொறுமையுடன் கேட்டு அனுப்பிக்கொண்டிருந்தார். அவரது யதார்த்தமான அணுகுமுறையும் நகைச்சுவை உணர்வும் என்னை மிகவும் கவர்ந்தன. இவரிடம் மனம்திறந்து பேசினால் எனது பிரச்னைகள் தீரும் என்கிற நம்பிக்கை எனக்கு ஏற்பட்டது.

சிளம்மைக் காண வந்த மனுதாரர்கள் அனைவரும் சென்று விட்டார்கள். தற்போது அறையில் சுமார் 20 கட்சிப் பிரமுகர்கள் மட்டுமே இருந்தார்கள்.

அவர்கள் அங்கிருந்து எப்போது செல்வார்கள் என்று தெரியவில்லை. நான் சிளம்மிடம் சில விஷயங்களைப் பேச விரும்பினேன். அது அங்கிருக்கும் அவரது கட்சிப் பிரமுகர்கள் சம்பந்தப்பட்டதாக இருந்ததால் அவர்களை வைத்துக்கொண்டு பேச முடியாது. கேரளாவில் மூத்த அமைச்சர்களிடம் ஐஏஎஸ் அதிகாரிகள் தனியாகப் பேசுவதற்கு கோரிக்கை வைத்தால் அவர்கள் அந்த அதிகாரியை அடுத்த அறைக்கு அழைத்துச் சென்று பேசுவது வழக்கம். ஆனால், சர்வீஸில் ஜூனியர் அதிகாரியான நான் கேட்கும்போது சிளம் அதை எப்படி எடுத்துக் கொள்வாரோ என்று தயங்கியபடி அவரருகே சென்று சொன்னேன்:

"சார், தங்களோடு தனியாக ஓரிரு நிமிடம் பேசமுடியுமா?" என்று நான் கேட்டதுதான் தாமதம்.

36 | நேர்மை படும் பாடு

சிஎம் சட்டென்று எழுந்து நின்றார். அறைக்குள் இருந்த கட்சிப் பிரமுகர்களைப் பார்த்து சற்று உரக்கவே சொன்னார்: "நான் கலெக்டரோடு தனியாகப் பேசணும். எல்லோரும் கொஞ்சம் வெளியே போய் காத்திருக்கீங்களா?"

கலெக்டருக்கு இவ்வளவு பெரிய மரியாதையை சிஎம் அளிப்பார் என்று நான் கொஞ்சமும் எதிர்பார்க்கவில்லை. மாவட்ட அளவில் இருந்த சீனியர் தலைவர்கள்கூட அங்கே இருந்தார்கள். சிஎம் சொன்னதும் உடனே அனைவரும் எழுந்து வெளியே சென்று விட்டார்கள்.

நான் அப்படி தனிமையில் பேசப்போகிற விஷயத்தை சிஎம் முக்கியத்துவம் இல்லாத விஷயமாக நினைத்தால் என்ன ஆகும் என்கிற அச்சம் எனக்கு இப்போது ஏற்பட்டுவிட்டது.

அந்த அறையில் தற்போது நானும் சிஎம்மும் மட்டும்தான் இருந்தோம்.

சிஎம்: ''கலெக்டர்! என்னவோ பேசணும்னு சொன்னீங்களே, தயக்கம் இல்லாம சொல்லுங்க?''

நான்: ''சார், நான் சார்ஜ் எடுத்து பத்து நாள்தான் ஆகுது. அதற்குள்ளாகவே கட்சியிலிருந்தும் வெளியிலிருந்தும் பல பிரமுகர்களை நான் சந்தித்துவிட்டேன். என்னிடம் எல்லோருமே தான் சிஎம்முக்கு வேண்டியவங்க என்றும், ரிலேட்டிவ் என்றும், உங்களுக்கு ரொம்ப குளோஸ் என்றும் சொல்றாங்க. உண்மையில் உங்களுக்கு யார் சார் இங்கே ரொம்பவும் குளோஸ்? தயவுசெய்து இதை சொல்லிட்டீங்கன்னா எனக்கு இங்க இருக்கறவங்களை HANDLE பண்றது சுலபமா இருக்கும்!''

நான் இதைச் சொன்னதும் சிஎம் சத்தம் போட்டுச் சிரித்தார்.

சிஎம்: ''இதுவரைக்கும் எத்தனையோ ஐஏஎஸ் ஆபீசர்ஸ் என் கீழே ஒர்க் பண்ணியிருக்காங்க. இதுவரைக்கும் ஒருத்தரும் இப்படியொரு கேள்வியை நேரடியாக என்னிடம் கேட்டதில்லை. கலெக்டர் கேட்ட கேள்வி ரொம்ப நல்ல கேள்வி. யாரு எனக்கு ரொம்ப குளோஸ்னு தானே?''

அவர் சிறிது யோசிப்பதுபோல் இருந்துவிட்டு உடனே சொன்னார்:

"யாரு எனக்கு குளோஸ்னுதானே கேட்டீங்க? அதுக்கான பதில்... யாருமே இல்லைங்கறதுதான்! ஆனா, இந்த விஷயம் நம்ம ரெண்டு பேரைத் தவிர்த்து வேற யாருக்கும் தெரியக்கூடாது. நீங்க யாரைப் பத்தியும் கவலைப்படாம நல்லதுன்னு நினைக்கறதை செய்யுங்க.

ஏதாவது விஷயத்துல எனக்கு அபிப்பிராயம் இருந்தா அதை நானே உங்களுக்கு நேரடியாகச் சொல்வேன்!"

இந்த ஒரு பதில்தான் என்னை திருச்சூரில் கலெக்டராக மூன்று வருடம் சுதந்திரமாகவும் நேர்மையாகவும் சிறப்பாகவும் செயல்பட வைத்தது.

சிஎம்மின் இடதுகை, வலதுகை, சொந்தக்காரர் என்று யார் வந்தாலும் அவர்களை நல்லவிதமாக வரவேற்றுப் பேசி அனுப்பிவிட்டு எனக்குச் சரி என்று தோன்றுவதை யாதொரு தடையுமின்றி என்னால் செய்ய முடிந்தது.

ஒரு அரசியல்வாதியாக அமரர் கருணாகரனைக் குறித்து பல்வேறு விமர்சனங்கள் இருக்கலாம்.

ஆனால், அவரை நிர்வாகத்திறன் மிக்க ஒரு ஆளுமையாக நான் கருதுவதற்கு மேற்சொன்ன நிகழ்வு ஒன்று போதுமானது. நான் அவரது மாவட்டத்தில் கலெக்டராக இருந்த மூன்று வருடத்தில் சிபாரிசு என்ற பெயரில் அவர் என்னை ஒருமுறைகூட அழைத்ததில்லை.

நான் கலெக்டர் பதவிக்குப் பிறகு பல்வேறு பதவிகள் வகிக்கத் தொடங்கிய பின்னும், அவர் அமரர் ஆகும் வரை என்னை 'கலெக்டர்' என்றே அழைத்துக்கொண்டிருந்தார்.

6

கான்ஸ்டபிளின் இமேஜ் உயர போலீஸின் இமேஜ் உயரும்!

நான் ஐஏஎஸ்ஸில் சேர்வதற்கு முன் மும்பையில் ஒன்றிய அரசின் உளவுத்துறையில் டெக்னிக்கல் ஆபீசராக சில காலம் பணிபுரிந்தேன். மகாராஷ்டிராவைச் சேர்ந்த ஏராளமான போலீஸ் அதிகாரிகளுடன் கான்ஸ்டபிள் முதல் ஐபிஎஸ் வரை சேர்ந்து பணிபுரிகிற வாய்ப்பு எனக்குக் கிடைத்தது.

என் முதல் அரசாங்கப் பணி போலீஸ் துறையாக இருந்ததாலோ என்னவோ எனக்கு போலீஸ்காரர்கள் மீது எப்போதும் ஒரு கரிசனம் உண்டு. மற்ற எந்தத் துறையைக் காட்டிலும் நேர்மைக்கு அதிகமான சவால்கள் நிறைந்த துறை போலீஸ்துறை என்பதால் எனக்கு அவர்களின் மேல் மரியாதையுமுண்டு.

போலீஸ்காரர்களைப்போல பேட்டை ரௌடிகள் முதல் மோசமான அரசியல்வாதிகள் வரை சமூகத்தின் தீயசக்திகள் அனைத்தையும் நேரடியாக எதிர்கொண்டு செயல்படவேண்டிய நிர்ப்பந்தமுள்ள வேறோரு அரசாங்கத்துறையைச் சொல்லமுடியுமா?

சட்டம் ஒழுங்கு நிறுவுதல், கிரிமினல் குற்றங்களைக் கண்டுபிடித்து தண்டனை வாங்கித் தருதல் முதலானவற்றில் சிறப்பாகச் செயல்படுகிற ஏராளமான அதிகாரிகள் போலீஸ் துறையில் இருக்கிறார்கள். நேர்மையாளர்களும், மனிதாபிமானம் கொண்டவர்கள் பலரும் இருக்கிறார்கள். ஆனால், போலீஸ்துறையின் இமேஜ், மக்கள் மத்தியில் சிறப்பாக இருப்பதில்லை.

என்ன காரணம்?

போலீஸ்துறையின் பிரதிநிதியாக பெரும்பாலான மக்கள் தினமும் சந்திப்பது கான்ஸ்டபிளைத்தான். அந்தக் கான்ஸ்டபிளை வைத்துத்தானே போலீஸ்துறையை அவர்கள் மதிப்பீடு செய்யமுடியும்!

கான்ஸ்டபிள் என்பவர் யார்? ஒரு அப்பாவி. உடற்பயிற்சியைத் தவிர மனப்பயிற்சி ஒன்றும் பெறாத பாமரன். தன்மீது மரியாதையோ தன்னம்பிக்கையோ இல்லாதவர். உயர் அதிகாரிகளுக்கெல்லாம் கான்ஸ்டபிள் ஒரு நம்பர் மட்டும்தான்.

ஆளுமைத்திறனுக்காக யாதொரு பயிற்சியும் பெறாதவர். எல்லோருக்கும் பொதுவாகச் செயல்பட வேண்டிய அவர், மதம், ஜாதி, பெண்கள் முதலான விஷயங்களைப் பற்றி சாதாரண மக்களின் கருத்தோட்டத்தையே வைத்துக்கொண்டு தெருவில் வலம் வருகிறவர். போலீஸ்துறை நடத்தும் ஆபரேஷன்களில் கான்ஸ்டபிள்களை யாரும் கலந்தாலோசிப்பதில்லை. இப்படி இருக்கும்போது போலீஸின் இமேஜ் மக்களின் மத்தியில் எப்படி உயரும்?

அமெரிக்கப் பேராசிரியர் ஒருவர், நான் உளவுத்துறையில் இருந்த போது இந்திய போலீஸ்துறையைப் பற்றிச் சொன்னது எனக்கு நினைவுக்கு வருகிறது. அவர் சொன்னார்: "இந்திய போலீஸில் விஷய ஞானம், புத்திக்கூர்மை மிக்கவர்களெல்லாம் மேலதிகாரிகளாக அமர்ந்துகொண்டு, அறிவோ பயிற்சியோ இல்லாதவர்களை Fieldக்கு அனுப்பினால் தரமான உளவும் (INTELLIGENCE), விசாரணை முடிவும் உங்களுக்கு எப்படிக் கிடைக்கும்?"

நான் உளவுத்துறையில் பணிபுரிந்தபோதும், அதற்குப்பிறகு சப்கலெக்டர், கலெக்டர் பணிகளின்போதும் கான்ஸ்டபிள்களுடன் அதிக நேரம் செலவழித்திருக்கிறேன். நேரடியாகவும், பிறர் மூலமாகவும் கான்ஸ்டபிள்களின் செயல்பாடுகள் பலவற்றை நான் அறிவேன். அவற்றில் சிலவற்றை நான் சொல்ல விரும்புகிறேன். மேலெழுந்தவாரியாகப் பார்க்கும்போது நகைச்சுவை நிகழ்ச்சிகளாக அவை தோன்றலாம். ஆனால், அவர்கள் இவ்வாறு செயல்படக் காரணம், போலீஸ்துறை, கான்ஸ்டபிள்களைத் தங்கள் துறையின் பங்குதாரர்களாகக் (STAKE HOLDERS) கருதாமல் இருப்பதுதான்.

1. நான் உளவுத்துறையில் போட்டோ டிவிஷன் தலைமை அதிகாரியாகப் பணிபுரிந்தபோது பன்னாட்டுத் தீவிரவாதிகள் சிலர் மும்பைக்கு விமானம் மூலம் வருவதாகத் தகவல் கிடைக்க, அவர்களின் போட்டோவைப் பிரதிகள் எடுத்து பயணிகளைப் பரிசோதிக்கிற கான்ஸ்டபிள்கள் அனைவரிடம் கொடுத்து 'வெளிநாட்டுப் பயணிகளில் அந்த போட்டோவில் உள்ள நபர்கள் வருகிறார்களா?' என்று கண்காணிக்கும்படி சொல்லியிருந்தோம்.

விடியற்காலையில் ஐபிஎஸ் அதிகாரியும் நானும், 'ஆபரேஷன் எப்படி நடக்கிறது?' என்று மேற்பார்வையிடச் சென்றோம்.

அப்போது லண்டனில் இருந்து ஒரு விமானம் வந்து இறங்க, அதிலிருந்து பயணிகள் வெளியே வந்துகொண்டிருந்தார்கள். கண்காணிப்புப் பணியில் இருந்த ஒரு கான்ஸ்டபிளுக்கு பயணிகளில் ஒரு ஆள் அவரிடம் தரப்பட்ட போட்டோவில் உள்ள தீவிரவாதியைப்போலத் தோன்றியது. அவர் எதைப் பற்றியும் யோசிக்காமல் அந்தப் பயணியிடம் சென்று தன்னிடமிருந்த போட்டோவைக் காட்டி, "இது நீங்கள் தானா?" என்று அவரிடமே கேட்டு விட்டார்! இதைப் பார்த்த ஐபிஎஸ் அதிகாரி அதிர்ச்சியடைந்து, அந்த கான்ஸ்டபிளை உடனே அங்கிருந்து வெளியே அனுப்பிவிட்டாலும், "இது போன்ற கான்ஸ்டபிள்களை வைத்துக்கொண்டு எப்படி நாம் ஆபரேஷன்களில் வெற்றி அடைவது?" என்று நீண்ட நேரம் வருத்தப்பட்டுக்கொண்டிருந்தார்.

2. அப்போது ஜனதா கட்சியின் ஆட்சி நடந்து கொண்டிருந்தது. ஜனதா கட்சி ஆட்சியமைக்க முழுமுதல் காரணமாக இருந்த தலைவர் ஜெயபிரகாஷ் நாராயண், மும்பை ஜெஸ்லாக் ஹாஸ்பிட்டலின் ஐசியூவில் அட்மிட் செய்யப்பட்டிருந்தார். உளவுத்துறையின் கான்ஸ்டபிள்கள் பலரையும் அங்கே போஸ்ட் செய்திருந்தார்கள். ஜெயபிரகாஷ் நாராயண் அவர்களின் உடல்நிலையைக் குறித்து தேசமே கவலைப்பட்டுக்கொண்டிருந்தது. அப்போது, ஜெஸ்லாக் ஆஸ்பிட்டல் வராந்தாவில் ஆஸ்பிட்டல் டாக்டர்கள் இருவர், ஜேபியின் உடல்நிலை திடீரென்று மோசமானதைப் பற்றி விவாதித்துக்கொண்டிருந்தனர். அதை ஒட்டுக்கேட்ட உளவுத்துறை கான்ஸ்டபிள் ஒருவர், தாம் கேட்ட செய்தியை VERIFY செய்யாமல் 'செய்தியை முந்தி தந்துவிடவேண்டும்' என்கிற ஆர்வத்தில் மேலதிகாரிகளுக்கு, "ஜேபி இறந்து விட்டார்!" என்று செய்தி அனுப்ப, டெல்லியில் பிரதமர் அதை மக்களவையிலும் அறிவித்து விட்டார். அதன்பிறகுதான் தெரிந்தது ஜேபி அவர்கள் அப்போது உயிரோடு இருந்த விஷயம். தவறாகத் தகவல் சொன்னதற்காக பிரதமரே மன்னிப்புக் கோர வேண்டிய நிலை வந்தது.

3. அமரர் கருணாகரன் கேரள உள்துறை அமைச்சராக இருந்த நேரம். கேரளாவில் தினசரி போராட்டங்களும் ஹர்த்தால்களும் நடந்த வண்ணம் இருந்தன.

இதைக் கையாள்வதற்கு 'வெளி மாநிலத்திலிருந்து உயர்ந்த பதவியில் இருக்கும் அதிகாரி ஒருவரை கேரளாவுக்குக் கொண்டு வந்தால் என்ன' என்று அவருக்குத் தோன்றியது. அப்படி தமிழ்நாட்டிலிருந்து கொண்டு செல்லப்பட்டவர்தான் ஐஜி சிங்காரவேலு அவர்கள். கேரளா சென்ற அவர் அதிரடியாக பல காரியங்களைச் செய்து அங்கே பிரபலமாகிவிட்டார். அரசாங்கத்தை எதிர்த்து வாய்கிழிய கோஷம்போட்டு, தலைமைச் செயலகத்தை நோக்கி வெறியோடு வந்த போராட்டக்காரர்களை கேட்டுக்கு அருகே தடுத்து நிறுத்தி எல்லோருக்கும் குளிர்பானம் தந்து போராட்டத்தையே நீர்த்துப் போகச் செய்தவர் ஐஜி சிங்காரவேலு அவர்கள்.

அதுமட்டுமல்ல. மாநிலத்திலுள்ள எல்லா போலீஸ் ஸ்டேஷன்களிலும் போன்கால் வந்தால் அதை எடுக்கும் கான்ஸ்டபிள் "குட் மார்னிங்" என்று சொல்லி போலீஸ் ஸ்டேஷனின் பெயரைச் சொல்ல வேண்டும் என்று ஒரு புதிய நடைமுறையைக் கொண்டு வந்தார். அது மக்களால் பெரிதும் வரவேற்கப்பட்டது.

ஐஜி சிங்காரவேலு அவர்கள், சில நாட்களுக்குப் பிறகு வடக்கு கேரளப்பகுதிக்குப் பணி நிமித்தமாக டூர் சென்றிருக்கிறார். உட்பிரதேசமொன்றின் இன்ஸ்பெக்‌ஷன் பங்களாவில் தங்கினார். 'புதிதாக அறிமுகப்படுத்தியுள்ள சீர்திருத்தம் போலீஸ் ஸ்டேஷன் லெவலில் எப்படிச் செயல்படுகிறது?' என்று அறிய ஆசைப்பட்டார். தன்னை யார் என்று காட்டிக்கொள்ளாமல், அந்த ஊர் போலீஸ் ஸ்டேஷனுக்கு போன் செய்தார். அந்த போனை எடுத்த கான்ஸ்டபிள் பவ்யமாக, "குட் மார்னிங், தளிப்பறம்பு போலீஸ் ஸ்டேஷன்" என்று சொன்னார். அதைக் கேட்ட ஐஜி 'நாம் செய்த சீர்திருத்தம் எல்லா இடங்களிலும் நன்றாகச் செயல்படுகிறது' என்று அறிந்து மிகுந்த சந்தோஷமடைந்தார். 'இனிமேலாவது போலீஸ் ஸ்டேஷனைப் பற்றிய மக்களின் பார்வை மாறிவிடும்' என்று அவர் எதிர்பார்த்தார்.

ஐஜி அப்போதிருந்த சந்தோஷமிகுதியில் போனை கட் செய்யாமல் இன்னும் காதிலேயே வைத்திருந்தார்.

போன் செய்துவிட்டு ஒன்றும் பேசாமல் யாரோ ஒருவர் வெறுமனே நேரம் கடத்துவது எதிர்முனையில் இருந்த கான்ஸ்டபிளுக்குப் பொறுக்கவில்லை. எரிந்து விழ ஆரம்பித்தார்.

"எவன்டா நீ? உன் வாயில கொழுக்கட்டையா இருக்கு? வாயைத் திறந்து பேசேன்டா, கழுவேருடைய மகனே?''

மேலும் கெட்ட வார்த்தைகள் வருவதற்குமுன் போனை கட் செய்துவிட்டார் ஐஜி. போலீஸ் ஸ்டேஷனின் உண்மையான முகம் "குட் மார்னிங்" இல்லை என்பது அவருக்கு அப்போதுதான் புரிந்தது.

4. நான் கலெக்டராக இருந்தபோது பிரதமர் முதல் பல்வேறு பிரமுகர்கள் குருவாயூர் வருவது வழக்கமாக இருந்தது. VVIP வருகையானதால் DGP முதல்கொண்டு எல்லோரும் பாதுகாப்பு விஷயமாக எங்கள் மாவட்டத்துக்கு வருவது வழக்கம். அப்படி ஒருமுறை DGP வந்தபோது, பாதுகாப்புப் பணி முடிந்தபிறகும் அவர் சில மணிநேரம் கெஸ்ட் ஹவுஸில் தங்கப்போவதாகச் சொன்னார். காரணம் கேட்டதற்கு, அவருடைய ஸ்கூல் காலத்து நண்பர் ஒருவர் தற்போது எங்கள் மாவட்ட கிராமம் ஒன்றில் வாழ்கிறார் என்று தெரிய வந்ததாகவும் அவரைச் சந்திப்பதற்காக அழைத்து வரச்சொல்லியிருக்கிறேன் என்றும் கூறினார். அவருடன் நானும் காத்திருந்தேன். சிறிது நேரத்துக்குப் பிறகு, எஸ்ஐ ஒருவர் தடாலென்று உள்ளே வந்து DGP முன்பு சல்யூட் அடித்து, சொன்னார்: ''நீங்க கேட்ட பிரான்சிஸைக் கொண்டு வந்திருக்கிறோம்" என்று!

உடனே ஒரு கான்ஸ்டபிள் பிரான்சிஸை உள்ளே கொண்டு வந்தார். பிரான்சிஸை அவர்கள் 'கொண்டு' வந்த விதத்தைப் பார்த்ததும் DGP பதறி எழுந்து நின்றார். தோட்ட வேலை செய்துகொண்டிருந்த DGPயின் ஸ்கூல் நண்பரை கான்ஸ்டபிள் பலவந்தமாக அழைத்து வந்திருக்கிறார் என்பது நன்றாகத் தெரிந்தது. DGPக்கோ அழுகையே வந்துவிடும் போலிருந்தது. தாம் ஆசையாகக் காண விரும்பிய நண்பனை இப்படியா கூட்டிக்கொண்டு வருவது?

நடந்தது இதுதான்: DGP தனது ஆபீஸிலிருந்து ஒரு தகவலை அனுப்பியிருக்கிறார். "நான் திருச்சூர் வருகிறேன். அன்று இந்த ஊரில் இருக்கும் பிரான்சிஸ் என்பவரைச் சந்திக்க விரும்புகிறேன்" என்று!

இந்த மெசேஜ், போலீஸ் ஒயர்லெஸ் வாய் செய்தி மூலமாக மேலிருந்து கீழ் ஆபீஸ் வரை சென்றிருக்கிறது. அது பிரான்சிஸ் இருக்கும் ஊரின் போலீஸ் ஸ்டேஷனுக்குச் சென்றடைந்தது இப்படி! "இந்த ஊரில் இருக்கும் பிரான்சிஸை DGP முன்னால் ஆஜர் படுத்தவேண்டும்!"

இப்படி ஒரு மெசேஜ் வந்தால் என்ன அர்த்தம்?

அந்த மெசேஜ்படி பார்த்தால் பிரான்சிஸை ஏதோ ஒருவிதத்தில் குற்றவாளியாகத்தானே கருத முடியும்?

எஸ்ஐ உடனே ஒரு கான்ஸ்டபிளை அனுப்பி, "நீ போய் அந்த ஆளை ஜீப்பில் கொண்டு வா" என்று ஆணையிட்டார்.

பிரான்சிஸ் என்பவர் ஒரு மரியாதைக்குரிய பிரமுகர். கான்ஸ்டபிள் அவர் வீட்டுக்குச் சென்றபோது பிரான்சிஸ் வேட்டி பனியனுடன் தோட்டவேலை செய்தபடி இருந்திருக்கிறார்.

கான்ஸ்டபிள்: ''பிரான்ஸிஸ் என்பவன் நீ தானே?''

பிரான்ஸிஸ்: ''ஆமாம்.''

கான்ஸ்டபிள்: ''கிளம்பு, கிளம்பு. DGP முன்னால போயி உன்னை நிறுத்தச் சொல்லி ஆர்டர்.''

பிரான்சிஸ்: ''இதோ, நான் டிரஸ் மாத்திட்டு வந்துடறேன்.''

கான்ஸ்டபிள்: ''அதெல்லாம் ஒன்னும் வேண்டாம். அப்படியே ஜீப்பில் ஏறு!''

பிரான்ஸிஸ் DGPயுடனான கல்லூரி நட்பைப் பற்றி நாசூக்காகச் சுட்டிக்காட்டியும் அதை நம்பும் நிலையில் போலீஸ் இல்லை. கான்ஸ்டபிளின் MINDSETஇல் இருந்ததெல்லாம் பிரான்சிஸ் ஒரு குற்றவாளி என்பதுதான்!

அங்கே வேட்டி பனியனுடன் நிறுத்தப்பட்டார் பிரான்ஸிஸ்.

இப்போது, பிரான்சிஸிடம் மன்னிப்பு கேட்பதைத் தவிர DGPக்கு வேறு வழியில்லை. கண்கலங்கியபடி நண்பரைக் கட்டி அணைத்தார்.

''பிரான்ஸிஸ்! I AM SO SORRY! எனது MESSAGE தப்பாகிவிட்டது. எல்லோரையும் குற்றவாளிகளாகவே பார்க்கும் எங்கள் போலீஸ் DEPARTMENT இன் கோளாறு இது!''

கான்ஸ்டபிள்களுக்குச் சரியான பயிற்சிகளைக் கொடுத்தால் பெரிய மாற்றங்களைக் கொண்டுவந்துவிடமுடியும் என்று நான் நம்புகிறேன். நாம் செய்யும் விதிமீறல் ஒன்றை சாலையில் நிற்கும் கான்ஸ்டபிள் கண்டுபிடிக்கும்போது 'எவ்வளவு கொடுத்து இவரை சரிசெய்யலாம்' என்கிற சிந்தனைதான் பெரும்பாலானவர்களுக்கு வருகிறது.

போலீஸ்துறையின் கடைசி அடுக்கில் பலவிதமான பொருளாதார மனப்போராட்டங்களில் சிக்கித்தவிக்கும் ஒருவருக்கு 'லஞ்ச

OFFER'ஐ சகஜமாக முந்திக்கொண்டு கொடுப்பது நாம்தான். அதில் வீழ்ந்துவிடாமல் நேர்மையாகச் செயல்படும் கான்ஸ்டபிள்களும் கணிசமாக இருக்கத்தான் செய்கிறார்கள்.

நான் கலெக்டராக இருந்தபோது கான்ஸ்டபிள்களுக்கான பயிற்சி முகாம் ஒன்று நடந்தது. அதில் நானும், இளம் ஐபிஎஸ் அதிகாரி ஒருவரும் கலந்துகொண்டோம். ஐபிஎஸ் அதிகாரி, போலீஸில் நேர்மையாக இருப்பதைப் பற்றி உரையாற்றினார்.

உரை முடிந்ததும் ஐபிஎஸ் அதிகாரி, தன்னுடன் கலந்துரையாட போலீஸ்காரர்களை அழைத்தார். ''யாதொரு பயமும் இன்றி மனம் திறந்து பேசலாம்'' என்றார். சிறிது நேரம் யாரும் பேச முன் வரவில்லை.

பிறகு ஒரு கான்ஸ்டபிள் எழுந்து நின்று பேச ஆரம்பித்தார்:

"சார், எனக்கு எட்டு வர்ஷம் சர்வீஸ் ஆகுது. இதுவரை ஒரு பைசா லஞ்சமாக வாங்கினது இல்லை. நல்ல போஸ்ட்டு ஒன்றும் இதுவரை எனக்குக் கிடைத்ததும் இல்லை. நீங்க தப்பா நினைக்கலைன்னா நான் ஒன்னை சொல்ல விரும்பறேன்.

மிடில் கிளாஸ் ஆள் ஒருத்தர், ஐபிஎஸ் பரீட்சை பாஸ் பண்ணிட்டா ஊர்ல இருக்கிற ஒரு பணக்காரர் அவருக்குப் பெண்ணைத் தந்து அவரை UPPER கிளாஸ் ஆக்கிடறார். அவர் சமூக அந்தஸ்து உடனே மாறிவிடுகிறது. அவர் விருப்பப்பட்டா அவரால வாழ்நாள் முழுக்க நேர்மையா இருக்கமுடியும். ஆனா நாங்க ஏழ்மையான வீட்டிலிருந்து வர்றோம். கல்யாணம் பண்ணாலும் எங்க சமூக ஸ்டேட்டஸ் அதே ஸ்டேட்டஸ்தான். மாற்றம் ஒன்னுமில்ல. நேர்மையா இருக்கிறதால DEPARTMENTலும் அங்கீகாரம் ஒன்னும் கிடைக்கறதில்ல. 'வீட்டுக்கு வந்தா மற்ற போலீஸ்காரங்க எப்படி சம்பாதிக்கறாங்க பாருங்க' என்று மனைவியும் உறவினரும் எனக்கு அழுத்தத்துக்கு மேல அழுத்தம் கொடுக்கறாங்க. இப்படி ஆபீசுலயும் வீட்டிலும் நிரந்தரமா தவிச்சிட்டிருக்கிற என்னைப்போன்ற ஆட்களுக்கு உங்களால என்ன செய்யமுடியும், சார்?"

அந்தக் கான்ஸ்டபிள் கேட்ட கேள்வி இன்னும் என் காதுகளில் ஒலித்துக்கொண்டிருக்கிறது. 'எங்களைக் கொஞ்சம் நேர்மையாக வாழ அனுமதியுங்கள்' என்று கான்ஸ்டபிள் சமூகமே நம்மிடம் கெஞ்சுவது போன்று எனக்குத் தோன்றுகிறது.

7

இடுக்கண் வருங்கால் நகுக!

நான் பணியில் இருந்தபோது எல்லாவித அரசியல்வாதிகளோடும் பணிபுரிந்திருக்கிறேன். அவர்களில் வெகு சிலர் மட்டுமே பிரச்னைக் குரியவர்களாக இருந்திருக்கிறார்கள். “இந்தப் பிரச்னைக்குரியவர்களை நீங்கள் எப்படி ‘டீல்’ செய்தீர்கள்? அவர்களது ஏடாகூடமான சிபாரிசுகளை எப்படிக் கையாண்டீர்கள்?” எல்லோரும் கேட்கின்ற கேள்விகள்தாம் இவை. அதுபோன்ற சமயங்களில் எல்லாம் என்னிடம் உள்ள ‘நகைச்சுவை உணர்வு’தான் எனக்குக் கை கொடுத்திருக்கிறது. ‘இடுக்கண் வருங்கால் நகுக’ என்று வள்ளுவன் சொன்னது இதனால் தானோ?

நான் சப்கலெக்டராக இருந்தபோது சர்வ வல்லமை படைத்த மூத்த அமைச்சர் ஒருவர் இருந்தார்.

அவர், நான் பணிபுரிந்த இடத்தின் எம்எல்ஏ கூட. அவர் நிதித்துறை, நகர்ப்புற நிர்வாகம் முதலான பல்வேறு துறைகளின் அமைச்சர்.

நகைச்சுவை உணர்வு சிறிதும் இல்லாத ஒரு PROFESSIONAL POLITICIAN அவர். அவர் ஒரு சிபாரிசு செய்தால் அது அப்படியே நடக்க வேண்டும் என்று எதிர்பார்ப்பவர். அவரைப் பற்றிச் சொல்பவர்கள், ‘‘அவரிடம் பணிபுரிவது கஷ்டமான ஒன்னாச்சே! HE CAN’T TAKE NO” என்பார்கள்.

அவர் அந்தத் தொகுதியில் தொடர்ந்து வெற்றி பெற்று வருகிற எம்எல்ஏ ஆவார். அந்தத் தொகுதியிலுள்ள எல்லா வீடுகளையும், மக்களையும் அவர் நன்றாக அறிவார். அது மட்டுமல்ல. அவர்களில் அவருக்கு வாக்களிப்பவர்கள் யார், வாக்களிக்காதவர்கள் யார் யார் என்பதைப் பற்றி எல்லாம் தெளிவாக அறிந்து வைத்திருந்தார்.

ஒவ்வொரு சனிக்கிழமையும் அவர் ஊருக்கு வரும்போது அவரைச் சந்திக்க ஆயிரக்கணக்கில் ஆட்கள் கூடுவது வழக்கம். அவர்கள்

தங்களது சிறுசிறு தேவைகளுக்குக்கூட அவரிடம் வந்து முறையிடுவது வழக்கம். அவரும் கொஞ்சமும் சலிக்காது சம்பந்தப்பட்ட அதிகாரிகளை போனில் கூப்பிட்டு ஆவன செய்யுமாறு ஆணை இடுவார். இதனால் அந்தத் தொகுதி மக்களிடம் மிகவும் செல்வாக்கு மிக்கவராக அவர் திகழ்ந்தார். அவரிடமிருந்த ஒரே குறை: அவருக்கு ஓட்டுப் போடாத ஆட்களுக்கு தன்னுடைய உதவிகள் செல்லக்கூடாது என்பதில் அவர் மிகமிகக் கவனமாக இருப்பதுதான்.

ஒருநாள் திருவனந்தபுரம் அமைச்சரின் அலுவலகத்திலிருந்து எனக்கு ஒரு போன் வந்தது. அமைச்சரே என்னிடம் நேரடியாகப் பேசினார்: "சப்கலெக்டர்! நான் சொல்கிற பேர்களை உடனே எழுதிக்கொள்ளுங்கள்" என்று 'கடகட'வென்று நான்கு பெயர்களைச் சொன்னார். நான் எழுதிக்கொண்டேன். பிறகு, "அவர்களுக்கு எதுவோ பிரச்னையாம். உடனே செய்து தாருங்கள்'' என்று சொல்லிவிட்டு போனை கட் செய்துவிட்டார்.

இதுபோன்று டெலிபோனில் சிபாரிசுகள் வந்தால் நான் பதறுவதில்லை. பெரும்பாலும் 'போன் மூலம் சிபாரிசு செய்யப்படுகிற கேஸ்களில் நடவடிக்கை எடுக்கப்பட்டிருக்கிறதா?' என்று மீண்டும் கேட்டு அமைச்சர்கள் போன் செய்வதில்லை. ஏனென்றால், இதுபோன்ற சிபாரிசுகளின்போது விண்ணப்பதாரர்கள் அமைச்சர் முன்னால் நின்று கொண்டிருப்பார்கள். அவர்களை மகிழ்விப்பதற்காக அவர்களின் முன்னால் அதிகாரிகளுக்கு போன்செய்வது அரசியல்வாதிகளுக்கு வழக்கம். மேலும், அரசியல்வாதிகள், அதிகாரிகளின் மேல் தங்களுக்குள்ள அதிகாரத்தை வெளிக்காட்டும் யுக்தியாகவும் இதைப் பயன்படுத்திக்கொள்வார்கள். உதவிகேட்டு வந்தவர்கள் அறையை விட்டு வெளியேறியவுடன் அந்த விஷயத்தை மறந்துவிடவும் செய்வார்கள். வந்தவர்களின் பெயர்களைக் குறிப்பெடுத்துக் கொண்டு பின்னர் FOLLOW UP செய்கிற வழக்கம் அமைச்சர்களுக்குக் கிடையாது.

ஐந்து நிமிடங்கள் கழிந்திருக்கும். மீண்டும் அமைச்சரிடமிருந்து போன். அவர் சொன்னார்: "அந்த நாலுபேர் விஷயத்தில் அனுகூலமான நடவடிக்கை ஒன்றும் எடுக்க வேண்டாம்" என்று. 'வெடுக்'கென்று போனை வைத்துவிடவும் செய்தார்.

இதற்கு அர்த்தம். அந்த நான்கு பேர் அவருக்கு வேண்டாதவர்கள். இன்னும் வெளிப்படையாகச் சொன்னால் அமைச்சருக்கு ஓட்டுப் போடாதவர்களாக இருப்பார்கள். அமைச்சர் ஊருக்கு வரும்போது

அவரிடம் நேரில் வந்து உதவி கேட்பதில் அவர்களுக்குத் தயக்கம் இருந்திருக்கலாம். அதனால்தான் தலைநகரம் சென்று அமைச்சரை நேரில் கண்டு உதவி கேட்டிருக்கிறார்கள். எதிர் கேம்ப்பைச் சேர்ந்த அவர்கள் எதிர்பாராமல் அமைச்சர் முன்பு வந்து உதவி கேட்டதால் வேறு வழியின்றி அவர்களுக்கு மகிழ்ச்சியளிக்கும் விதத்தில் அவர்கள் அறையில் இருக்கும்போதே சப்கலெக்டருக்கு போன் செய்திருக்கிறார். அவர்கள் வெளியே சென்றதும் ‘எங்கே இந்த சப்கலெக்டர் இவர்களுக்கு அனுகூலமாக எதையாவது செய்துவிடுவாரோ? என்று அஞ்சி உடனே போன் செய்து தனது சிபாரிசை பின்வாங்கிவிட்டார்.

ஓட்டு விஷயத்தில் கறாரான மனிதர் அவர். தனக்கு வாக்களிக்காத வர்களுக்கு தனது சிபாரிசு துளியும் கிடையாது என்பதில் சிறிதும் சமரசம் இல்லாதவர். இப்படியும் ஒரு அமைச்சரா?" என்று எனக்குள் நான் சிரித்துக்கொண்டேன்.

அமைச்சரின் ஆபீஸுக்குச் சென்றிருந்த அந்த நான்கு பேர் என்னை வந்து பார்த்தார்கள். அமைச்சர் போனில் சிபாரிசு செய்ததைப் பற்றிச் சொன்னார்கள். அமைச்சர் இரண்டாவது முறை போனில் சொன்ன விஷயத்தை அவர்களிடம் நான் சொல்லவில்லை. நான் அவர்களை அமரவைத்து, "உங்களுக்கு என்ன பிரச்னை?" என்று கேட்டேன். பிரச்னையை என்னிடம் விவரித்தார்கள். அவர்கள் பக்கம் நியாயம் இருந்தது. உடனே செய்து கொடுத்தேன். அமைச்சரது இரண்டாவது வேண்டுகோளைப் பற்றி நான் கவலைப்படவில்லை.

சில நாட்கள் கழித்து வேறொரு விஷயம் பற்றி அமைச்சர் சிபாரிசு செய்தார், போன் மூலமாக. இது மிகவும் சீரியஸான சிபாரிசு. அவருக்குத் தவறாமல் வாக்களிக்கும் ஒருவரின் பிரச்னை. அமைச்சரின் இந்தப் புதிய சிபாரிசு, சிக்கல் நிறைந்ததாகவும் நேர்மைக்கு எதிராகவும் இருந்ததால் நான் அதைச் செய்யவில்லை.

அவருடைய ஊரில் நான் சப்கலெக்டராக இருந்ததால் இரண்டு நாட்களுக்குள்ளாகவே ஓர் அரசாங்க விழாவில் அவருடன் மேடையில் அமர்ந்திருக்க வேண்டியிருந்தது. விழா நடந்துகொண்டிருக்க அருகில் அமர்ந்திருந்த அமைச்சர் என் காதருகில் வந்து CASUAL ஆக கேட்டார்: "அந்த விஷயம் பற்றி சொல்லியிருந்தேனே, அது என்ன ஆனது?" என்று.

நான் எந்த ஒரு பதற்றமும் இல்லாமல் CASUAL ஆகவே பதில் சொன்னேன்: "சார், உங்களிடமிருந்து அதை செய்யவேண்டாம் என்று ஒரு போன் வரும் என்று எதிர்பார்த்திருந்தேன்."

SENSE OF HUMOUR கொஞ்சம்கூட இல்லாத மனிதர் அவர்... அவருக்கே சிரிப்பை அடக்கமுடியவில்லை. வாய்விட்டுச் சிரித்துவிட்டார்.

ஆனால், அதற்குப்பிறகு அவர் ஒருமுறைகூட எனக்கு எதையும் சிபாரிசு செய்ய முன்வரவே இல்லை.

8

'பேய் ஆட்சி செய்தால் பிணம் தின்னும் சாத்திரங்கள்!'

நாங்கள் மசூரியில் ஐஏஎஸ் பயிற்சி முடித்து கேரள மாநிலத்துக்கு வந்தபோது, எங்களிடம் 'ஐஏஎஸ் அதிகாரிகள் எப்படி நேர்மையாகச் செயல்பட்டு மக்கள் சேவை செய்யவேண்டும்' என்பதைக் குறித்து மூத்த ஐஏஎஸ் அதிகாரி ஒருவர் உணர்ச்சிகரமாக உரையாற்றினார். அவர் கல்லூரிப் படிப்பிலும், ஐஏஎஸ் தேர்விலும் முதல் ரேங்க் பெற்றவர் என்றறிந்தபோது அவர் மேல் மிகுந்த மரியாதையும் இவரைப்போல் நாமும் சிறந்த அதிகாரியாகச் செயல்பட வேண்டும் என்கிற எண்ணமும் மேலோங்கின. அவருக்கும் எனக்கும் இடையில் மரியாதை கலந்த நட்பும் உருவானது. அவர் எனது நலம் விழைபவராக ஆகிவிட்டார்.

பாலா எனும் சிறு நகரத்தில் சப்கலெக்டராக நான் முதன்முதலில் பணியமர்த்தப்பட்டேன். எனது டிவிஷனில் இரண்டு தாலுக்காக்கள் இருந்தன. மீனச்சில் எனப்படும் தாலுக்கா வசதிபடைத்தவர்கள் வாழும் தாலுக்கா. ரப்பர் எஸ்டேட்டுகள் நிறைந்த இடம். ரப்பரிலிருந்து வருமானம் கொழித்துக்கொண்டிருந்த காலமது. அன்றைய பாலா சிறு நகரத்தின் பொருளாதாரச் செழுமையைப் பற்றிச் சொன்னால் நீங்கள் ஆச்சர்யப்படுவீர்கள். 1985இல் பாலாவில் மொத்தம் இருந்த வீடுகள் சுமார் 3500. அந்த சிறிய டவுனில் உபயோகத்திலிருந்த கார்களின் எண்ணிக்கை சுமார் 250. அங்கே பதிவு செய்திருந்த வக்கீல்கள் சுமார் 200 பேர் இருந்தார்கள். அங்கிருந்த டீலக்ஸ் ஓட்டல் ஒன்றில் மதிய சாப்பாட்டின் விலை ரூபாய் 120. (அந்தச் சமயத்தில் சென்னை உட்லண்ட்ஸில் முழுசாப்பாடு 15 ரூபாய் இருந்ததாக ஞாபகம்) செல்வச்செழிப்பில் திளைத்த அந்த ஊர்க்காரர்களுக்கு அரசாங்கத்திடமிருந்து கிடைக்க வேண்டியது ஒன்றுமில்லை.

ஆனால், என் கீழ் இருந்த இன்னொரு தாலுக்காவான வைக்கம் மிகவும் வறுமையில் இருந்தது. ஏழைகள் எங்கும் நிறைந்திருந்தார்கள்.

அரசாங்கத்திடம் இருந்து பொருளுதவியையும், சௌகரியங்களையும் எதிர்பார்த்து மக்கள் அங்கே காத்திருந்தார்கள். பாலாவில் இருந்த என் ஆபீஸ், வைக்கத்திலிருந்து சுமார் 40 கிலோமீட்டர் தூரத்திலிருந்தது. வைக்கத்தில் இருப்பவர்கள் என்னைக் காண வெகுதூரம் வருவதைத் தவிர்க்க வாரத்துக்கு இரண்டு நாட்கள் நான் வைக்கத்தில் முகாமிட்டு அங்குள்ள விண்ணப்பதாரர்களின் பிரச்னைகளைக் கேட்டு நடவடிக்கைகள் எடுத்து வந்தேன்.

வைக்கத்தில் விளிம்பு நிலை மக்கள், மருத்துவச் சேவைக்கு அங்குள்ள தாலுக்கா அரசு மருத்துவமனையையே நம்பி இருந்தனர். அப்போது, வைக்கம் எம்எல்ஏ என்னிடம் ஒரு விண்ணப்பத்தைத் தந்தார். வைக்கத்தில் இரவு நேரங்களில் எமர்ஜென்சிக்கு மருந்துகளை வாங்க மருந்துக்கடைகள் திறந்திருப்பதில்லை என்றும், இரவில் மருந்து தேவைப்பட்டால் 30 கிலோமீட்டர் தொலைவிலுள்ள எர்ணாகுளத்துக்கு டாக்ஸி பிடித்து ஓடவேண்டிய அவல நிலை இருப்பதாகவும் குறிப்பிட்டிருந்தார். நான் உடனே மருந்துக் கடைக்காரர்களை அழைத்துப் பேசினேன். அவர்கள் "இரவில் கடைகளைத் திறந்து வைக்க சாத்தியமில்லை" என்று சொன்னார்கள். காரணம், இரவில் பணமில்லாமல் ஏழைகள் கடைக்கு வந்து மருந்து கேட்பதாகவும் தரமறுத்தால் வன்முறையில் ஈடுபடுவதாகவும் குற்றம் கூறினார்கள். அத்தகைய நிகழ்ச்சிகள் நடக்காத வண்ணம் பிரத்யேக போலீஸ் பாதுகாப்பை இரவு முழுவதும் எஸ் ஐ தலைமையில் ஏற்பாடு செய்வதாக நான் உறுதி கூறியும் அவர்கள் கடைகளை இரவில் திறந்து வைக்க முன்வரவில்லை.

பலருடன் கலந்தாலோசித்த பிறகு HOSPITAL DEVELOPMENT COMMITTEEயின் சேர்மனாகிய நான் ஒரு முடிவு எடுத்தேன். தாலுக்கா ஆஸ்பத்திரியின் மூலையில் ஹாஸ்பிடல் வளர்ச்சிக் குழு சார்பாக மருந்து விற்பனை செய்வது என்றும், இரவில் மட்டும் நடத்துவது PRACTICAL இல்லை என்பதால் லாபம் எதுவுமின்றி இரவும் பகலும் செயல்படுகிற பார்மசியாக அதை நடத்துவது என்றும் நாங்கள் தீர்மானித்தோம். சட்டப்பூர்வமாக அதற்குரிய அனுமதிகளை நானே முன்நின்று வாங்கித்தந்தேன். மருந்துக்கடை செயல்பட ஆரம்பித்தது. வைக்கம் மக்களிடையே எங்கள் மருந்துக்கடைக்கு மிகப்பெரிய வரவேற்பு கிடைத்தது. எம்எல்ஏ, எங்கள் முயற்சிகள் அனைத்துக்கும் பின்னணியில் இருந்து ஆதரவு அளித்துவந்தார்.

வைக்கத்திலிருந்த தனியார் மருந்துக்கடைகளை இது வெகுவாகப் பாதித்தது. 24 மணி நேரமும் ஆஸ்பத்திரி மருந்துக்கடை

செயல்படுவதாலும், மருந்துகளின் விலை மிகவும் குறைவாக இருந்ததாலும் தனியார் மருந்துக்கடைகளின் வருமானம் வெகுவாகக் குறைய ஆரம்பித்தது. வைக்கம் மருந்துக்கடைக் காரர்கள் கூட்டமாகத் திரண்டு வந்து என்னைச் சந்தித்து தங்களது எதிர்ப்பைப் பதிவுசெய்ததோடு நிற்காமல் ‘அரசாங்க ஆஸ்பத்திரியின் வேலை மருந்துக்கடை நடத்துவதில்லை. அதை மூட வேண்டும்’ என்று முழக்கமிட்டனர். நான் ‘HOSPITAL DEVELOPMENT COMMITTEE யின் நோக்கமே, மக்களுக்குக் கிடைக்காத ஒரு சேவையை எளிதில் கிடைக்கச் செய்வதுதான்’ என்று காரணத்தோடு பேசி அவர்களை வெளியில் அனுப்பிவிட்டேன்.

கோபமடைந்த தனியார் மருந்துக்கடைக்காரர்கள் குழுவாக தலை நகரம்சென்று சுகாதார அமைச்சரிடம் முறையிடப்போவதாக எனக்குச் செய்தி வந்தது. நான் அதைப் பற்றிப் பெரிதாகக் கவலைப்படவில்லை. ஏனென்றால், அப்போது ஹெல்த் செக்ரட்டரியாக இருந்தவர், முன்பு எங்களிடம் மக்கள் சேவையைப் பற்றியும், நேர்மையைப் பற்றியும் உருக்கமாக உரையாற்றிய மூத்த ஐஏஎஸ் அதிகாரிதான். என் நலம் விரும்புபவராகவும் அவர் இருந்ததால் நிச்சயம் என் பக்கம் உள்ள நியாயத்தைக் கேட்டுவிட்டுத்தான் அவர் எந்த முடிவையும் எடுப்பார் என்கிற நம்பிக்கை எனக்கிருந்தது. அமைச்சரிடமிருந்து அழுத்தங்கள் வந்தாலும் மக்களுக்கு நலம்பயக்கும் விதத்தில் நான் செய்திருக்கும் இந்தச் செயலை ஆதரித்து என் பக்கம் பேசுவார் என்றெல்லாம் நான் எதிர்பார்த்தேன்.

திடீரென்று ஒருநாள் எனக்கு போன் வந்தது. போனின் மறுமுனையில் ஹெல்த் செக்ரட்டரி. எடுத்த எடுப்பிலேயே கோபமாக அவர் பேசினார்:

“உம்மை யார் மருந்துக்கடை நடத்தச்சொன்னது? பேசாமல் சப்கலெக்டராக REVENUE DEPARTMENT வேலைகளைச் செய்து கொண்டிருப்பதை விட்டுவிட்டு இதென்ன வேலை? நாளையே கடையை மூடிவிட்டு மறுவேலையைப் பார்!” அவரது பேச்சு முழுக்க அதிகாரத் தொனி! எனக்குத் தூக்கி வாரிப்போட்டது. என் பக்கம் இருக்கிற நியாயங்களைக் கேட்காமல் இப்படி அவர் எனக்கு எதிராகப் பேசுவார் என்று நான் சற்றும் எதிர்பார்க்கவில்லை.

அவர் மேலும் சொன்னார்: ‘‘சர்வீஸில் சேர்ந்தவுடன் மக்கள் சேவை, அது இது என்று ஆர்வக்கோளாறில் இதுபோன்ற காரியங்கள் செய்யத்தோன்றும். ஆனா, நீ செஞ்ச காரியத்தால் ஊர்ல இருக்கிற மருந்துக்கடைக்காரர்கள் எல்லாம் ஒன்று சேர்ந்து எதிர்த்து நிக்கறாங்க. MINISTER IS UNHAPPY. நாளைக்கு ஸ்டேட்ல இருக்கற மெடிக்கல் ஷாப்காரங்க எல்லாம் சேர்ந்து ஸ்டிரைக் செஞ்சா என்ன ஆகும்? நீ உடனே அந்த மருந்துக்கடையை குளோஸ் பண்ணிடு!” அவர் போனை வைத்துவிட்டார். பயிற்சி முடித்துவிட்டு நாங்கள் வந்தபோது எங்களுக்கு மக்கள்சேவையைப் பற்றியும் நேர்மையைப் பற்றியும் கிளாஸ் எடுத்த மகான்தான், அவர்.

இதுபோன்று பல அதிகாரிகளை ஐஏஎஸ்ஸில் பார்க்கலாம். படிப்பில் கோல்டு மெடல். ஐஏஎஸ் தேர்வில் டாப் ரேங்க். மற்றவர்களை விட அறிவிலும் புத்திசாலித்தனத்திலும் சிறந்து விளங்குவது... எல்லாம் சிறப்புதான். ஆனால், செயல்பாடுகளில்

துணிவோ, மக்கள்நலனோ ஒன்றுமிருக்காது. நாட்டை ஆளும் அரசியல்வாதிகள் சர்வ வல்லமையோடு கோலோச்சும்போது அவர்கள் மனங்கோணாதபடி நடந்துகொள்வதுதானே புத்திசாலித்தனம் என்று நம்புபவர்கள் இவர்கள். இதைச் செய்தால் மக்களுக்கு நன்மை, இதைச்செய்தால் மக்களுக்குத் தீமை என்பதெல்லாம் இவர்களுக்கு ஒரு பிரச்னையே இல்லை.

ஆட்சிக்கு விசுவாசமாக இருந்து ஆட்சியாளர்களின் மனம் கவரும் விதத்தில் செயல்பட்டு நல்ல நல்ல போஸ்ட்டுகளை வாங்கி அனுபவித்துவிட்டு யாதொரு பிரச்னையுமில்லாமல் முழு பென்ஷன் வாங்கி சர்வீஸிலிருந்து விடைபெறுவதுதான் வாழ்க்கையின் தலையாய குறிக்கோள் என்று கருதுபவர்கள் இவர்கள். ‘‘பேய் ஆட்சி செய்தால் பிணம் தின்னும் சாத்திரங்கள்” என்று பாரதி சொன்னபடி வாழ்க்கையை அமைத்துக்கொண்டவர்கள் இவர்கள்! வைக்கம் மருந்துக்கடை விவகாரத்திலும் இதுதான் நடந்தது. வைக்கம் மருந்துக்கடை உரிமையாளர்கள் சுகாதார அமைச்சரைப் போய்ப் பார்க்க, அவர்களது பிரச்னையைத் தீர்க்க, அமைச்சர், அவர்களை ஹெல்த் செக்ரட்டரியிடம் அனுப்பியிருப்பார். அவர்களைத் தன்முன் அமர்த்திவிட்டு ஹெல்த் செக்ரட்டரி நினைத்திருப்பார்:

மருந்துக்கடை தொடங்கியது சப்கலெக்டர்தானே! ஜூனியர் ஆபீசர்! மருந்துக்கடை உரிமையாளர்களின் முன்பாக போனில் சப்கலெக்டரை ஒரு அதட்டு அதட்டி கடையை மூடிவிடலாம்! இப்படி அவர் கணக்குப் போட்டிருப்பார்.

எனக்கு ஓர் உண்மை புலப்பட்டது. மக்களுக்கு நன்மை தருகிற ஒரு காரியத்தில் இறங்கும்போது, அரசியல்வாதிகளைவிட கஷ்டமான பிரச்னை இதுபோன்ற சீனியர் அதிகாரிகளை எதிர்கொள்வதுதான். இவர்கள் தங்களது அனுபவத்தையும் சீனியாரிட்டியையும் காரணம் காட்டி, ஆர்வமுடன் சமூகத்துக்கு நல்லது செய்ய வருகிற ஜூனியர் அதிகாரிகளை வீரியம் இழக்கச் செய்துவிடுவார்கள். என் விஷயத்திலும் அது நடந்தபோது நான் பரிதவித்துப் போனேன். அதுவும் சர்வீஸில் இணைந்து ஓரிரு ஆண்டுகளுக்குள்ளாகவே!

ஹெல்த் செக்ரட்டரி, ‘மருந்துக்கடையை உடனே மூடிவிட வேண்டும்’ என்று ஆணையிட்ட பிறகு ஒரு ஜூனியர் அதிகாரியான என்னால் அதை மீறமுடியாது. மேலும், இந்த விவகாரம் முழுக்க முழுக்க சுகாதாரத்துறை சம்பந்தப்பட்டதாக இருந்ததால் எனக்கு அதில் உரிமை (LOCUS STANDI)யும் இல்லை.

ஆனால், 'வைக்கத்தில் இருக்கும் ஏழை எளிய மக்களுக்கு நன்மை செய்யத் தொடங்கப்பட்ட இந்த மருந்துக்கடை, மூடப்படாமல் தொடர்ந்து இயங்கவேண்டும்' என்று நான் உளமார விரும்பினேன். அதே சமயம் 'இந்த சப்கலெக்டர் புதுசா எதையோ செய்ய வந்தார். ஆனால், மருந்துக்கடைக்காரர்கள் முன்பு பரிதாபமாகத் தோற்று மண்ணைக் கவ்விவிட்டாரே!' என்று எல்லோரும் ஏளனம் செய்கிற நிலைமை எனக்கு வந்துவிடக் கூடாது என்கிற சுயநலமும் எனக்கு இதில் இருந்தது. என்ன செய்வது என்று புரியவில்லை. அன்று இரவு முழுக்க யோசித்தேன்.

அடுத்த நாள் வைக்கம் சென்றேன். எம்எல்ஏவை வரவழைத்தேன். அவரிடம் நடந்ததைச் சொன்னேன். அவர் "நான் என்ன செய்ய வேண்டும்?" என்று என்னைக் கேட்டார். "நமது மருந்துக்கடையைக் காப்பாற்ற வேண்டுமானால் நீங்கள் ஹெல்த் செக்ரட்டரியிடம் பேச வேண்டும்" என்றேன். அந்த எம்எல்ஏ சற்று கர்ணகடூரமான பேர்வழி என்று எல்லோருக்கும் தெரியும். அதிகாரிகளுக்குச் சிம்ம சொப்பனமாகவும் அவர் இருந்தார். அவர் ஹெல்த் செக்ரட்டரிக்கு போன் செய்து அவரது இயல்பான தோரணையில் பேசத்தொடங்கினார்.

எம்எல்ஏ: "செக்ரட்டரிசார் தானே! எம்எல்ஏ பேசறேன். சப் கலெக்டர்கிட்ட வைக்கம் ஆஸ்பத்திரியில் தொடங்கி இருக்கிற மருந்துக்கடையை மூடச் சொன்னீங்களாமே? மக்கள் சார்பாக சொல்றேன். மருந்துக்கடையை நாங்க மூட மாட்டோம். அதை மூடித்தான் தீரணும்னு நீங்க விரும்புனா போலீஸை அனுப்புங்க. என் DEAD BODY மேல ஏறிப்போய் அவங்க மருந்துக் கடையை மூடிக்கொள்ளட்டும்!"

பிறகு என்ன? ஹெல்த் செக்ரட்டரி அமைதியாகிவிட்டார். ஆஸ்பத்திரியிலிருந்த மருந்துக்கடை தங்குதடையின்றி தொடர்ந்து இயங்கியது.

தாம் பயப்படுகிற அரசியல் ஆயுதத்தை, ஒரு ஜூனியர் அதிகாரி தனக்கு எதிராகப் பயன்படுத்தி வெற்றி பெற்றதை ஜீரணிக்க முடியாமல், அந்த மூத்த ஐஏஎஸ் அதிகாரி, அந்த நிகழ்வுக்குப் பிறகு என்னைச் சந்திக்கும்போதெல்லாம் முகத்தை வேறுபக்கம் திருப்பிக்கொள்வதை பழக்கமாக வைத்திருந்தார்!

9

‘அங்கே மாலை மயக்கம் யாருக்காக?’

பாலா நகரத்தில் சப்கலெக்டராகப் பணிபுரியத் தொடங்கி சில நாட்களே ஆகியிருந்தன. ஒரு நாள் காலையில் என் வீட்டுக்கு முன்னால் ஒரு வேன் வந்து நின்றது. அதிலிருந்து குளிர்சாதனப்பெட்டி உயரத்துக்கு ஒரு பார்சல் இறக்கப்பட்டு, வீட்டு வாசலுக்கு முன்னால் வைக்கப்பட்டது. நாங்கள் வீடு மாற்றல் ஆகும்போது சென்னையில் விட்டுவிட்டு வந்த பொருட்களை என் உறவினர்கள் பார்சலாக அனுப்பியிருக்கிறார்களோ என்றுதான் உண்மையில் நான் நினைத்தேன். ஆனால், மேனேஜர் போன்ற ஒருவர் என்முன் வந்து பணிவாக நின்றார். அவரது முதலாளியின் பெயரைச் சொல்லி அவர் புதிய சப்கலெக்டருக்காக அனுப்பி வைத்திருக்கும் ‘காம்ப்ளிமெண்ட்ஸ்’ என்று சொன்னார். அவரது முதலாளி கேரளாவிலேயே பிரசித்திபெற்ற அப்காரி(மதுக்கடைகள் நடத்துபவர்). அவர் பாலாவைச் சேர்ந்தவர்.

நான் மரியாதையோடு, “ரொம்ப நன்றி. நான் பரிசுகளைப் பெற்றுக் கொள்வதில்லை. தயவுசெய்து திரும்ப எடுத்துச் செல்லுங்கள்!” என்று சொன்னேன். மேனேஜர் தயங்கியபடி சொன்னார்: “சார், இந்தப்பெட்டி முழுவதும் FOREIGN LIQUOR இருக்கு.”

“நான் குடிப்பதில்லை, நீங்கள் எடுத்துச் செல்லுங்கள்!”

“தங்களுக்கு இல்லை என்றாலும் தங்களது விருந்தினர்களுக்காக...”

“மிஸ்டர், நான் கடுமையாக நடந்துகொள்ளவேண்டிவரும். PLEASE TAKE THEM AWAY!”

இப்படியும் ஒரு ஆளா? என்று என்மேல் ஒரு அனுதாபப் பார்வை வீசியபடி அந்தப் பெட்டியை எடுத்துச் சென்றார், அந்த மேனேஜர்.

பாலா நகரத்தில் பொறுப்பேற்பதற்காக நான் வந்தபோது எனது கேரள நண்பர் என்னை எச்சரித்தது ஞாபகம் வந்தது.

''பாலா, ரப்பர் எஸ்டேட் முதலாளிகளின் ஊர். ஒவ்வொருவர் வீட்டிலும் ஒரு BAR இருக்கும். வீட்டுக்குள் விருந்தாளியாக யார் வந்தாலும் அவர்கள் கேட்கிற முதல் கேள்வி, 'BEFORE SETTLING DOWN, NAME YOUR DRINK' என்பதுதான். நீ என்ன பாடுபடப் போகிறாயோ தெரியாது!"

ஆனாலும், பாலாவில் எனக்கு பிரச்னை ஒன்றும் ஏற்படவில்லை. அரசாங்க உயர் அதிகாரியோடு நல்ல உறவில் இருக்க வேண்டும் என்று பெரும்பாலானவர்கள் விரும்பியதால் எனக்கு மிகுந்த மரியாதையையே அளித்தனர். அந்த நகரத்தில் பெரும்பான்மையினர் கிறித்துவர்கள். அங்கே நான் கண்ட ஒரே முரண்பாடு. பைபிள் சொல்கிற 'ஊசியின் காதுக்குள் ஒட்டகமே நுழைந்தாலும் சொர்க்கத்தில் பணக்காரன் நுழைந்துவிட முடியாது!' என்பதில் பாலாவைச் சேர்ந்தவர்கள் யாருக்குமே நம்பிக்கை இல்லாமல் இருந்ததுதான். பணக்காரர்கள் யாதொரு லஜ்ஜையுமில்லாமல் தங்கள் செல்வச் செழிப்பை வெளிக்காட்டிக்கொண்டார்கள். ஏழைகள்கூட பாலாவில் போலியாக வாவது வசதியானவர்களாக நடிக்க வேண்டியிருந்தது.

பாலா ஒரு வினோதமான நகரம்தான்.

ரப்பர் வியாபாரம் செழிப்பாக இருந்த காலத்தில்தான் நான் அங்கே பணிபுரிந்தேன். பாலா நகரின் மக்களுக்கு அரசாங்கத்திலிருந்து கிடைப் பதற்குப் பெரிதாக ஒன்றுமில்லை. நிலத்தகராறுகள், சட்டம் ஒழுங்கு பிரச்னை இவைதான் சப்கலெக்டருக்குப் பிரதான வேலையாக இருந்தது.

அப்போது பாலாவிலுள்ள பஜார் பகுதியில் கடை முதலாளிகளுக்கும், சுமைதூக்கும் தொழிலாளர்களுக்கும் இடையே கூலியை நிர்ணயிக்கும் பிரச்னை தலையெடுத்தது. இரண்டு ஆண்டுகளுக்கு ஒருமுறை கூலியை நிர்ணயித்து ஒப்பந்தம் ஏற்படுவது வழக்கம். நடைமுறையிலுள்ள கூலியை விட 25 சதவீதம் கூட்டித் தரவேண்டும் என்கிற தொழிலாளர்களின் கோரிக்கையை முதலாளிகள் நிராகரித்தது மட்டுமல்ல. தொழிலாளர்களுக்குப் பாடம் கற்பிக்க, புதிய கூலி அமலுக்கு வரவேண்டிய நாளிலிருந்து கடைகளையே அவர்கள் மூடி விட்டனர். முதலாளிகள் கடையிலிருந்து கிடைக்கிற வருமானத்தில் வாழ்க்கை நடத்துபவர்கள் இல்லை. அவர்கள் எல்லோருக்கும் ரப்பர் வருமானம் இருந்தது. கடை மூடப்பட்டதால் பாலா மக்களும் கவலைப்படவில்லை. அவர்கள் அருகிலிருந்த கோட்டயம் நகருக்குத் தங்கள் கார்களில் சென்று வேண்டிய பொருட்களை வாங்கிவர

ஆரம்பித்தனர். பாவம், சுமைதூக்கும் தொழிலாளிகளின் நிலைதான் பரிதாபத்துக்குரியதாக இருந்தது. கடைக்காரர்களின் இந்த எதேச்சையான போக்கு, பாலாவில் தொழிலாளர்களுக்கு பேரம் பேசுகிற சக்தியை (BARGAINING POWER) வெகுவாகக் குறைத்துவிட்டது.

இந்நிலையில், தொழிலாளிகளின் வற்புறுத்தலுக்கு இணங்க, பாலா நகர போலீஸ் இன்ஸ்பெக்டர் இரு பிரிவினருக்கும் இடையில் சமரசப் பேச்சு வார்த்தையைத் தொடங்கினார். பேச்சு வார்த்தைக்கு முதலாளிகள் வந்தாலும் அவர்கள் 3 சதவீதத்துக்கு மேல் கூலியை உயர்த்தித் தர தயாராக இல்லை. இன்ஸ்பெக்டர் பலமுறை சமரசப் பேச்சுவார்த்தை நடத்திச் சோர்ந்துபோனதுதான் மிச்சம். ஒரு முன்னேற்றமும் இல்லை. இதற்கிடையில் ஒரு மாதமாக கடைகள் மூடப்பட்டிருப்பதால் வருமானம் இல்லாத தொழிலாளிகள், வன்முறையில் ஈடுபட வாய்ப்புள்ளதாக போலீசுக்குத் தகவல் வர, இன்ஸ்பெக்டர் என்னை வந்து சந்தித்தார். இதுவரை நடந்தவற்றை விளக்கமாகக் கூறிய அவர், முதலாளிகள் ஆணவத்தோடு நடந்துகொள்வதாகவும், தொழிலாளிகள் கேட்கும் கூலி உயர்வு அதிகமாகத் தெரிந்தாலும் அவர்கள் முதலாளிகளோடு சமரசமாக போகத் தயாராக இருக்கிறார்கள் எனவும் சொன்னார். சப்கலெக்டர் லெவலில் பேச்சுவார்த்தை நடந்தால் மட்டுமே முதலாளிகள் இறங்கி வருவார்கள் என்றும் அவர் கூறினார்.

மேலும், வன்முறைகளைத் தவிர்க்க சப்கலெக்டர் சமரசப் பேச்சு வார்த்தையை உடனே நடத்தவேண்டும் என்றும் கோரிக்கை வைத்தார்.

நான் இதுவரை இதைப்போன்ற சமரசப் பேச்சுவார்த்தையை நடத்தியதில்லை. நான் நடத்தும் பேச்சுவார்த்தை தோல்வி அடையக் கூடாது என்பதில் மட்டும் நான் கவனமாக இருந்தேன்.

என் தினசரி பணிகளுக்குப் பாதிப்பு ஏற்படாத வகையில் உடனே ஒருநாள் மாலை 5 மணிக்கு முதலாளிகளையும், தொழிலாளர் சங்க பிரதிநிதிகளையும் பேச்சுவார்த்தைக்கு அழைத்தேன். உற்சாகத்தோடு இரு பிரிவினரும் வந்தார்கள். முதலில் இரு பிரிவினரையும் ஒன்றாக அமரச்செய்து அவர்களது கருத்தைக் கேட்டேன். ஒருவரை ஒருவர் கடுமையாகச் சாடிக்கொண்டதுதான் மிச்சம். தொழிலாளி தரப்பு 25 சதவீத உயர்வுக்குக் கீழே எதையும் ஏற்க முடியாது என்றும் அதைக்கேட்ட முதலாளி தரப்பு இரண்டரை சதவீதத்துக்கு அதிகமாகத் தருவதற்கான சாத்தியமே இல்லை என்றும், அப்படி அதிகமாகக் கொடுத்து கடை நடத்தவேண்டிய அவசியமே எங்களுக்கு இல்லை என்றும் என் முன்னால் ஆக்ரோஷமாக வாதிட்டார்கள்.

நான் சற்று கடுமையாக, ''சப்கலெக்டர் என்ற முறையில் மக்களின் தினசரித் தேவைக்காக பாலாவில் கடைகள் திறக்கப்பட வேண்டும்! அங்கே பணிபுரியும் சுமை தூக்கும் தொழிலாளர்களின் வாழ்வாதாரம் பாதிக்கப்படக் கூடாது என்று விரும்புகிறேன். ஆனால், நீங்கள் பேசுவதைக் கேட்டால் ஒரு சமரசமும் நடக்கச் சாத்தியமில்லை என்று தோன்றுகிறது. நான் என் நேரத்தை வீணடிக்க விரும்பவில்லை. நீங்கள் போகலாம்!" என்று சொன்னேன்.

இருபிரிவினரும் சற்றே இறங்கிவந்து சமரசத்துக்குத் தயார் எனவும், எனது மத்தியஸ்தத்தை ஏற்பதாகவும் சொன்னார்கள். நான் இரு பிரிவினிடமும் தனித்தனியே பேசினேன். பேசிப்பேசி முதலாளிகள் 8சதவீதம் வரை சம்மதிக்கிற சூழ்நிலையை உருவாக்கினேன்.

இதற்கே இரவு 7மணி ஆகிவிட்டது. இன்னும் சிறிது முயன்றால் சமரசத்தீர்வை எட்டி விடலாம் என்று எனக்குத் தோன்றியது.

இரு குழுவினருடன் மேலும் மேலும் உரையாடியதன் விளைவாக, எட்டரை சதவீதம் வரை முதலாளிகள் சம்மதிக்க முன் வந்தார்கள். நான் தொழிலாளர்களிடம் பேசி அவர்களை இதற்கு ஒப்புக்கொள்ள வைக்க தயார்செய்துகொண்டிருந்தேன். எட்டு மணி ஆனது. 'சதவீதத்தில் சில மாற்றங்கள் செய்து சமரசத்தீர்வு உருவாக்கிவிடலாம்' என்று நான் கருதிய நேரம்.

இரு பிரிவினரையும் ஒன்றாக அழைத்தேன். "எட்டரை சதவீதத்துக்கு முதலாளிகள் ஒப்புக்கொண்டிருக்கிறார்கள். தொழிலாளிகள் நீங்கள் என்ன சொல்கிறீர்கள்?" என்று நான் கேட்டேன்.

நான் இவ்வாறு சொல்லி முடிப்பதற்குள் முதலாளிகள் கூட்டமாக எழுந்து, "சார், எட்டரைக்கு நாங்கள் ஒன்றும் ஒப்புக்கொள்ளவில்லை. 5 சதவீதத்துக்கு மேல் தருகிற பிரச்னையே இல்லை!" என்று குண்டு ஒன்றைத் தூக்கிப்போட்டார்கள்.

தொழிலாளர் பிரதிநிதிகள் சப்தமிட ஆரம்பித்தார்கள்:

"பாருங்கள் சார், சப்கலெக்டருக்குக் கொடுத்த வாக்கையே இல்லை என்கிறார்கள். நீங்கள் இவர்களை சும்மா விடக்கூடாது. இவர்களை நம்பி எப்படிப் பேச்சுவார்த்தை நடத்துவது?"

தொழிலாளர்கள் சொல்வது நியாயம்தான். எனக்கும் முதலாளிகளின் மேல் கோபம் வந்தது. கட்டுப்படுத்திக்கொண்டேன். ஒரு BREAK கொடுத்தால் தேவலாம் என்று தோன்றியது.

“இருவரும் கொஞ்சம் வெளியே இருங்கள். நான் மீண்டும் அழைக்கிறேன்'' என்று இரு பிரிவினரையும் வெளியேற்றினேன்.

ஓரிரு நிமிடங்கள் யோசித்தேன். முதலாளிகள் ஏன் இப்படி பின் வாங்கினார்கள்? என்னுடைய சேம்பர் முதல்மாடியில் இருந்தது. நான் சன்னல் மூலமாக கீழே பார்த்தேன். அங்கே முதலாளிகள் கூட்டமாக நின்றுகொண்டிருந்தார்கள். அவர்கள் வந்த காரின் டிக்கி திறந்திருந்தது. அதில் ஏராளமான வெளிநாட்டு மதுபாட்டில்கள். அதில் இருந்து மதுவை எடுத்து எல்லோரும் அருந்தியபடியே பேசிக் கொண்டிருந்தார்கள். இப்போது எனக்கு விஷயம் விளங்கிவிட்டது. ‘பேச்சுவார்த்தையின்போது சம்மதித்த சதவீதத்திலிருந்து பின்வாங்க காரணம் முதலாளி, தொழிலாளி இருதரப்பு பேச்சு வார்த்தையில் வெளிநாட்டு மது என்கிற மூன்றாவது தரப்பு உள்ளே நுழைந்ததுதான்’ என்று நன்றாகப் புரிந்தது.

என் உதவியாளர் மூலம் “இன்றைய பேச்சுவார்த்தை முடிந்தது. நாளை காலை மீண்டும் 10 மணிக்கு பேச்சுவார்த்தைத் தொடரும்” என்று கறாராக அறிவித்தேன்.

அடுத்த நாள் காலை 10 மணி. முதலாளிகள் என்னை வந்து சந்தித்து நேற்று சப்கலெக்டரிடம் தவறாக நடந்துகொண்டதற்காக தங்களை மிகவும் மன்னிக்கும்படி கேட்டுக்கொண்டார்கள். தங்களுக்கு எட்டு மணியானால் மது அருந்துவது ஒரு தவிர்க்க முடியாத பழக்கமாகி விட்டது எனவும், அதனால் சப்கலெக்டர் முன்பு சம்மதித்ததை பின் வாங்கியது மிகப்பெரிய தவறு என்றெல்லாம் அவர்கள் வருந்தினார்கள். சப்கலெக்டர் எங்கள் மேல் கோபமடையவேண்டாம் என்று மிகவும் வேண்டி கேட்டுக்கொண்டார்கள். பாலாக்காரர்கள் மிகமிக கௌரவம் பார்க்கிறவர்கள் என்பதை நான் ஏற்கெனவே அறிந்திருந்தேன்.

நான் சொன்னேன்: “எனக்குக் கோபம் ஒன்றுமில்லை. நேற்று எட்டரை சதவீதத்தில் சமரசம் ஏற்பட்டிருக்கும். அதை உங்கள் எட்டுமணி பழக்கம் கெடுத்துவிட்டது. அதற்காக நீங்கள் அதிகமான விலை கொடுக்கவேண்டியிருக்கும்!”

முதலாளி தலைவர்: சார், நாங்கள் இப்போது 9 சதவீதம் வரைக்கும் சம்மதிக்க தயார்!

நான்: ''நேற்று உங்கள் பக்கம் பந்து இருந்தது. நீங்களே அவர்கள் பக்கம் பந்தை அனுப்பிவிட்டீர்கள். நான் அவர்கள் பக்கமும் பேசிவிட்டு நியாயமாக ஒரு சதவீதத்தை அறிவித்தால் ஏற்றுக்கொள்வீர்களா?''

முதலாளிகள் (அனைவரும்): ''ஏற்றுக்கொள்கிறோம்.''

அவர்களை வெளியே சென்று காத்திருக்குமாறு சொன்னேன். "காருக்கு அருகே மட்டும் போகவேண்டாம்!" என்று நான் எச்சரித்தேன். அவர்கள் சிரித்துக்கொண்டே வெளியேறினார்கள்.

தொழிலாளிகளின் பிரதிநிதிகளை வரச்சொன்னேன்.

அவர்களிடம் நான் கேட்டேன்: ''நீங்கள் எல்லோரும் நிச்சயம் சமரச பேச்சுவார்த்தைகளில் அனுபவஸ்தர்களாக இருப்பீர்கள். மனம் திறந்து சொல்லுங்கள். என்னை நம்பிச் சொல்லுங்கள். எது வரை உங்களால் இறங்கி வர முடியும்?''

தொழிலாளர் பிரதிநிதிகள் தங்களுக்குள் பேசிக்கொண்டார்கள்.

இறுதியில் ஒருவர் பேசினார்.

அவர்: "உங்கள் அணுகுமுறை எங்களுக்கு நியாயம் செய்வீர்கள் என்ற நம்பிக்கையைத் தந்திருக்கிறது அதனால், சொல்கிறோம். 15 சதவீதத்துக்கு கீழே எங்களால் போகவே போக முடியாது!"

நான்: ''இரண்டு பேருக்கும் நியாயமாக நான் ஒரு குறிப்பிட்ட சதவீதத்தை அறிவித்தால் ஏற்றுக்கொள்வீர்களா?''

அவர்கள்: ''சந்தோஷத்துடன் ஏற்றுக்கொள்வோம்!"

இருபிரிவினரையும் அழைத்து ஒன்றாக அமரச்செய்து எனது முடிவை அறிவித்தேன்: "12 சதவீதம்."

இரு பிரிவினரும், கூலியை 12 சதவீதமாக சரிசமமாக்கியதற்குச் சம்மதித்து ஒப்பந்தத்தில் கையெழுத்திட்டார்கள். பாலா பஜாரில் கடைகள் திறக்கப்பட்டன.

இந்த நிகழ்ச்சிக்குப்பிறகு ஏராளமானவர்கள் சமரசப் பேச்சுவார்த்தை நடத்துவதற்கு என்னை அணுக ஆரம்பித்தார்கள். ரப்பர் எஸ்டேட்டுகள் நிறைந்த பிரதேசமானதால் தொழிலாளர் சம்பந்தப்பட்ட பிரச்னைகள், சமரசத்துக்கு என்னிடம் வர ஆரம்பித்தன. எனது அணுகுமுறை, தொழிலாளர் தலைவர்களுக்கு என்மேல் மிகுந்த நம்பிக்கையை உருவாக்கிவிட்டது. பேச்சு வார்த்தை ஆரம்பிக்கும்போதே தொழிலாளர் தலைவர்கள் 'சப்கலெக்டர் சார் மேல் எங்களுக்கு முழு நம்பிக்கை இருக்கிறது. அவர் சொல்கிற தீர்வுக்கு நாங்கள் சம்மதிக்கிறோம்" என்று சொன்னார்கள். இதனால் பேச்சுவார்த்தைகள் உடனுக்குடன் முடிவடைந்து ஒப்பந்தங்கள் கையெழுத்தாயின.

முதலாளி-தொழிலாளி தர்க்கங்களில் தொழிலாளர்களைத் திருப்திப் படுத்துவதுதான் மிகவும் சிரமமான வேலை! சப்கலெக்டர் அதை

இலகுவாகச் செய்யும்போது அவரிடம் சென்றால் பிரச்னை உடனே தீரும் என்று முதலாளிகளும் முன்வர ஆரம்பித்தார்கள்.

ஒரு பிரச்னையில் பாலாவைச் சேர்ந்த சக்திவாய்ந்த நிதியமைச்சர் சமரசம் செய்ய முன் வந்தபோது, எங்களுக்கு சப்கலெக்டர் சமரசம் செய்தால் போதும் என்று முதலாளிகளும் தொழிலாளிகளும் சொல்லி என்னைக் கஷ்டப்படுத்திவிட்டார்கள் என்றால் பார்த்துக் கொள்ளுங்களேன்!

சப்கலெக்டராக இருந்த இரண்டு ஆண்டுகளில் சுமார் 30 சமரசப் பேச்சுவார்த்தைகளை வெற்றிகரமாக முடித்து வைத்ததனால் நான் 'ஒத்துதீர்ப்பு ('சமரச பேச்சுவார்த்தை'க்கான மலையாளம்) ஸ்பெஷலிஸ்ட்'டாகவே பாலாவில் கருதப்பட்டேன்.

ஆனால், பாலா பகுதியில் நான் இருந்தவரை 'ஒத்துதீர்ப்பு' பேச்சு வார்த்தைகளை, அந்த முதல் அனுபவத்துக்குப் பிறகு எக்காரணம் கொண்டும் மாலையில் மட்டும் நான் நடத்தவே இல்லை!

10

"I HELP YOU, YOU HELP ME!"

நான் சென்னை திரைப்படத் தணிக்கை அதிகாரியாக இருந்த காலம். அந்தப் பொறுப்பை ஏற்பதற்கு முன்னர் நான் ஒரு திரைப்பட இயக்குநராகப் பணிபுரிந்திருந்த காரணத்தால், தயாரிப்பாளர்களும் இயக்குநர்களும் சென்சாரில் சந்திக்கும் பிரச்னைகளுக்குத் தீர்வு காண முயன்றேன். சென்சாருக்கு எதிராக பொதுவாக சொல்லப் படுகிற குற்றச்சாட்டு ஒன்று உண்டு: சில படங்களுக்குத் தாராளமாகவும், பல படங்களுக்கு மிகக் கறாராகவும் சென்சார் செய்யப்படுவதாகவும், சென்சார் 'CUT'கள் கொடுக்கப்படுவதாகவும் சொல்லப்பட்டது. சென்சாரின்போது சில படங்களை பிரத்யேகமாகக் கவனிப்பதற்காகவும், ஆட்சேபணைக்குரிய இடங்களைக் கண்டும் காணாமல் விடுவதற்காகவும், லஞ்சம் வாங்கப்படுவதாகவும் ஒரு பேச்சு பொதுவாக இருந்தது.

நான் சென்சார் அதிகாரியாகப் பொறுப்பு ஏற்றவுடன் தயாரிப்பாளர் களையும் இயக்குநர்களையும் வரவழைத்து ஒரு கலந்துரையாடலை நடத்தினேன். சென்சார் பற்றிய சில தவறான புரிதல்களுக்கு விளக்கம் கொடுத்தேன்.

"சினிமா என்பது ஒரு படைப்பாக இருப்பதால் அதைப் பார்க்கிறவர்கள் எல்லோரும் ஒரே விதமாகப் பார்க்க வேண்டும் என்பதில்லை. ஒருவருக்கு ஆட்சேபணைக்குரியதாக தெரிவது இன்னொருவருக்குச் சரியாகத் தெரியலாம். ஒரு திரைப்படத்தில் ஓரிடத்தில் வருகிற வசனம் ஆபாசமாக இல்லாமல், இன்னொரு படத்தில் வேறொரு இடத்தில் அதே வசனம் வரும்போது ஆபாசமாகத் தோன்றலாம். சென்சார் செய்கிற குழு இப்படி பலவற்றைக் கருத்தில் கொண்டுதான் தணிக்கை செய்யவேண்டும். நான் சென்சார் அதிகாரியாக இருக்கிறவரை எல்லாத் திரைப்படங்களையும் சமமாகக் கருதி ஒரே அளவுகோலைப் பயன்படுத்தி சென்சார் செய்வேன்''

என்று உறுதி கூறினேன். ''வெளிப்படையான நிர்வாகம் மூலம் நேர்மையற்ற காரியங்கள் நிகழாமல் பார்த்துக்கொள்வேன். படத்தை சென்சாருக்கு விண்ணப்பிக்கும்போது ஏஜெண்ட்டுகளை அனுப்பாமல் தயாரிப்பாளர்களே நேரில் வந்து சென்சார் அதிகாரியைக் கண்டால் வதந்திகளை இல்லாமல் ஆக்க முடியும்'' என்றும் நான் கூறினேன்.

அதேபோல், சென்சார் மெம்பர்களுக்கு சென்சார் விதிகளைப் பற்றியும், சென்சார் செய்யும்போது கவனிக்க வேண்டிய விஷயங்களைப் பற்றியும் விரிவாக ஓர் ஒர்க் ஷாப்பையும் நடத்தினேன்.

எங்கள் சென்சார் அணுகுமுறையை ஏற்பதற்கு ஆரம்பத்தில் தயக்கங்கள் பல இருந்தாலும் நாளடைவில் தயாரிப்பாளர்களும் இயக்குநர்களும் ஏற்றுக்கொண்டார்கள் என்றே சொல்லவேண்டும். நான் அதிகாரியாகப் பணியாற்றிய ஐந்தரை வருடங்களில் சுமார் ஆயிரம் திரைப்படங்களை சென்சார் செய்திருப்பேன். அதில் சுமார் பத்து படங்களே எங்கள் தீர்ப்புக்கு எதிராக மேல்முறையீட்டிற்குச் சென்றன. எனது சென்சார் செயல்பாடுகளுக்காக திரு பாரதிராஜா, திரு ஏவி.எம்.சரவணன் முதலானோரின் பாராட்டுகளைப் பெற்றது எனக்கு மனநிறைவளிப்பதாக இருந்தது.

கேரளாவில் சப்கலெக்டர் முதல் கலெக்டர் வரை நான் பணி புரிந்தபோது எதிர்கொள்ளாத பல விஷயங்களை இங்கே எதிர்கொள்ள வேண்டியிருந்தது. திரைத்துறையைச் சேர்ந்த பெரும்பாலோனோர் மிகுந்த மரியாதையோடு என்னை நடத்தினார்கள். சென்சார் போர்டு என்பது ஓரளவு வரை நீதிமன்றத்தை (QUASI JUDICIAL) போன்றதுதான். இதை உணராத சிலர் இருக்கத்தான் செய்தார்கள். சென்சார் விதிகளின்படி ஒரு திரைப்படத்தைப் பார்த்து அதில் விலக்க வேண்டியவற்றை CUTகளாக நாங்கள் தருகிறோம். அது ஒரு கோர்ட் ஆர்டரைப் போன்றதுதான். அதை ஏற்றுக்கொள்ள முடியாது என்றால் மேல்முறையீடு செய்வதற்கு வாய்ப்புகள் இருக்கின்றன. சென்சார் குழு தந்த ஆர்டருக்கு எதிராக உச்ச நீதிமன்றம் வரை ஒரு தயாரிப்பாளர் சென்று பரிகாரம் பெறமுடியும்.

'ஒழுக்கமும் நேர்மையும் தவறியவர்களைக் கொலையும் செய்யலாம்' என்கிற அளவுக்கு சினிமாவில் கதை சொல்கிறவர்கள் சென்சாருக்கு வரும்போது சென்சார் CUTகளிலிருந்து தப்பிக்க எத்தகைய நெறியற்ற செயல்களையும் செய்யத் தயாராக இருப்பதைக் கண்டு வேதனை அடைந்தேன்.

முன்னணி நிறுவனம் எடுத்த திரைப்படம் ஒன்று சட்டம் ஒழுங்கு பிரச்னை காரணமாக மும்பையிலுள்ள சென்சார் போர்டு தலைமையகத்தின் CLEARANCEக்கு அனுப்பிவைக்க எங்கள் சென்சார் குழு தீர்மானம் எடுத்தது. தனியாக என்னை வந்து சந்தித்த தயாரிப்பாளர், "மும்பைக்கு அனுப்பாமல் இங்கே நமக்குள்ளேயே தீர்த்துக் கொள்ளலாமே!" என்று CASUAL ஆகச் சொன்னார்.

அவர் என்ன சொல்ல வருகிறார் என்று எனக்குப் புரிந்தது. அத்தகைய எண்ணத்தை முளையிலேயே கிள்ளி எறிவது நல்லது என்று எனக்குத் தோன்றியது.

ஞான ராஜசேகரன் | 67

நான் சொன்னேன்: "சென்சார் அதிகாரியாக நான் எடுக்கவேண்டிய முடிவு எடுத்தாகிவிட்டது. இதைத்தவிர நமக்குள் தீர்த்துக்கொள்ள வேறொன்றும் இல்லை. நீங்கள் போகலாம்!"

அவர் புரிந்துகொண்டார். மும்பைக்குப் படத்தை உடனே அனுப்பியும் விட்டார்.

இன்னொரு முன்னணி நடிகர். அவர் தயாரித்த படம் ஒன்று சென்சாருக்கு வந்தது. அந்தப் படத்தில் கவர்ச்சி நடிகை ஒருவருடன் அவர் மிகமிக நெருக்கமாக நடித்த பல SHOTகளை நீக்குமாறு நாங்கள் பரிந்துரை செய்தோம். பரிதவித்துப்போன அவர், அவருக்கு நெருக்கமான டெல்லி அமைச்சர் ஒருவர் மூலம் எனக்கு அழுத்தம் கொடுக்க முயன்றார்.

அமைச்சரின் போன் எனக்கு வந்தது.

அமைச்சர்: "அந்தப் படத்தில் அதிகமாக CUTகள் கொடுக்கப் பட்டிருப்பதாகச் சொல்கிறார்கள். CUTகளைக் குறைக்க சாத்தியம் இருக்கிறதா?"

நான்: "சாத்தியமில்லை, சார்! நீங்க வேண்டுமானால் உங்க பேமிலியோடு அந்தப் படத்தைப் பாருங்க. பார்த்த பிறகு, நாங்கள் கொடுத்திருக்கிற CUTகளை வேண்டாம் என்று சொல்லுங்கள். நான் ஏற்றுக்கொள்ளத் தயாராயிருக்கிறேன்!"

அமைச்சர் அடிப்படையில் நல்லவர் போலிருக்கிறது. என்னிடம் வெளிப்படையாகவே சொன்னார்:

"நான் உங்களுடைய முடிவில் தலையிட விரும்பவில்லை. ஆனால், எனக்காக நீங்கள் ஒன்றை மட்டும் செய்யவேண்டும். நடிகர் கேட்கும்போது இது விஷயமாக மினிஸ்டர் பேசியதாகச் சொல்லி விடுங்கள். ஏனென்றால், நான் தேர்தலில் நின்றபோது எனக்காகப் பிரச்சாரம் செய்தவர் அவர்!" என்று சொல்லி போனை வைத்துவிட்டார்.

சிறிது நேரத்துக்குள் என்னிடம் ஓடோடி வந்ததார், அந்த முன்னணி நடிகர். முகமெல்லாம் மகிழ்ச்சி கொப்பளிக்க அவர் கேட்டார்:

"டெல்லியிலிருந்து மினிஸ்டர் போன் வந்திருக்குமே!"

அவர் பேச்சில் சற்று ஏளனம் தொனித்தது.

நான் சாந்தமாகச் சொன்னேன்: "ஆமாம், மினிஸ்டரிடமிருந்து போன் வந்தது."

நடிகர்: "நான் முதல்ல மினிஸ்டர் வரைக்கும் போகவேண்டாம்னுதான் நெனச்சேன். நீங்க அநியாயத்துக்கு அதிகமா CUTS கொடுத்திட்டீங்க.

எனக்கு வேற வழியில்லாம போயிடுச்சி... சாரி சார், அப்போ நான் சென்சார் கட் எதுவுமில்லாம படத்தை கொண்டு போகலாமில்லையா?"

அந்த நடிகர் இவ்வளவு விவரமில்லாமல் இருப்பார் என்று நான் எதிர்பார்க்கவேயில்லை. அவருக்காக அமைச்சர் ஒருவர் போன் செய்வாராம். சென்சார் அதிகாரியாக நான் கொடுத்த CUTகளை மறுபேச்சு பேசாமல் எல்லாவற்றையும் வாபஸ் பெற்றுவிட வேண்டுமாம்!

நான் நிதானமாகச் சொன்னேன்: "சாரி சார்! மினிஸ்டர் போனுக்குப் பிறகும் சென்சார் CUTS விஷயத்தில் எந்த ஒரு மாற்றமும் இல்லை.''

மனிதர் ஆடிப்போய்விட்டார். அந்தப் படுகவர்ச்சி SHOT இல்லாமல் போனால் அவர் படம் பாக்ஸ் ஆபீஸில் தோற்றுப்போகும் என்று அவர் உறுதியாக நம்பினார். அமைச்சரின் சிபாரிசு தோற்றுப்போனதை அறிந்தவுடன் வேறொரு யுக்தியை என்னிடம் பிரயோகித்தார்.

நடிகர்: "I HELP YOU, YOU HELP ME!"

நான்: ''நன்றி. உங்கள் HELP எனக்கு வேண்டாம். உங்கள் படத்தில் சென்சார் ஆட்சேபணை செய்தவற்றை எல்லாம் நீக்கிவிட்டு சர்டிபிகேட்டை வாங்கிச்செல்கிற வழியைப் பாருங்கள்!" என்று சொல்லி அனுப்பி வைத்தேன்.

சிலர் நினைக்கிறார்கள், 'எல்லா அதிகாரிகளுக்கும் ஒரு விலை இருக்கிறது' என்று. 'என்னை வாங்க முடியாது' என்று ஒருவர் உறுதியாக நிற்கும்போது, அந்த நேர்மை அவருக்கு எப்படிப்பட்ட மனநிம்மதியையும் மகிழ்ச்சியையும் அளிக்கிறது என்பதை அவர்கள் உணர்வதேயில்லை.

மகாகவி தாகூர் தனது 'கீதாஞ்சலி'யில் இவ்வாறு பிரார்த்தனை செய்வார்:

'இறைவா, என்னைவிட பலவீனமாக இருக்கும் ஒருவன் முன்பு நான் மண்டியிடுகிற இழிநிலை எனக்கு ஏற்படக் கூடாது' என்று.

'பணம் கொடுத்து என்னிடம் காரியம் செய்து முடித்துக்கொள்ள வருபவன் பலவீனமான பேர்வழி' என்றே நான் கருதுகிறேன். அவனிடம் ஒரு காசைப் பெறுவது என்பது, அவனுக்கு முன் நான் மண்டியிடுவதற்கு ஒப்பாகும். அதை என் வாழ்க்கையில் என்றைக்கும் செய்ய மாட்டேன். என் நேர்மையின் சித்தாந்தம் இதுதான்.

சென்சார் அதிகாரியாக, விதிமுறைப்படி திரைப்படங்களை சென்சார் செய்வதோடு நான் நின்றுவிடவில்லை. திரைப்படத்துறையின்

பிரச்னைகளை அறிந்தவன் என்கிற முறையில் தயாரிப்பாளர்கள் படங்களைக் குறிப்பிட்ட நாளில் ரிலீஸ் செய்வதற்கு ஏதுவாக சென்சார் நடைமுறைகளைப் பூர்த்தியாக்குவதில் மிகுந்த கவனம் செலுத்தினேன்.

இந்தி திரைப்படத் துறையில் சென்சார் ஆகி பல மாதங்கள் கழித்து ரிலீஸ் செய்வதை வழக்கமாக வைத்திருக்கிறார்கள். சென்சார் செய்த பிறகுதான், 'படத்தை எப்படி ரிலீஸ் செய்வது?' என்கிற வியூகத்தை அவர்கள் வகுக்கிறார்கள்.

ஆனால், தமிழ் சினிமாவில் அப்படி இல்லை. சென்சாரானால் உடனே ரிலீஸ் செய்தாக வேண்டும். அப்படி ரிலீஸ் ஆகாமல் போனால் மிகப்பெரிய பொருளாதார நஷ்டத்தை அவர்கள் சந்திக்க நேரிடும். அதே சமயம், குறிப்பிட்ட ரிலீஸ் தேதிக்கு ஓரிரு நாட்களுக்கு முன்னர்தான் சென்சாருக்கு திரைப்படங்களின் முதல் பிரதியை தயார் செய்வது இங்கே வாடிக்கையாக இருந்து வருகிறது.

தீபாவளி தமிழ்சினிமாவின் திருவிழாவாகக் கருதப்படுகிறது. ஆறிலிருந்து எட்டு திரைப்படங்கள் வரை தீபாவளியன்று ரிலீஸ் ஆகும். முன்பு சொன்னதைப்போல தீபாவளிக்கு ஓரிரு நாட்களுக்கு முன்புதான் படங்களின் தொழில்நுட்ப வேலைகள் பூர்த்தியாகி சென்சாருக்கு வரும்.

ஒரு தீபாவளிக்கு எட்டு படங்கள் வெளியாவதாக அறிவித்திருந் தார்கள். அதில் நான்கு படங்கள் முன்னரே சென்சார் ஆகிவிட்டிருந்தன. மீதமுள்ள நான்கு படங்கள் மட்டும் தீபாவளிக்கு முந்தைய தினம்தான் தயாராயின. அதன் தயாரிப்பாளர்கள் என்னிடம் வந்து, "சார், எப்படியாவது இந்த நான்கு படங்களை சென்சார் செய்து தாருங்கள். எங்களால் படத்தை தீபாவளி போன பிறகு ரிலீஸ் செய்யமுடியாது. தாங்க முடியாத நஷ்டம் ஏற்படும்" என்று கோரிக்கை வைத்தார்கள். அந்தக் கோரிக்கையை ஏற்று நான்கு படங்களை தீபாவளிக்கு முந்தைய நாள் 8 மணிக்குத் துவங்கி இரவு 12 வரை சென்சார் செய்தோம். சென்சார் மெம்பர்களும், சென்சார் அலுவலக ஊழியர்களும் மிகுந்த ஒத்துழைப்பைத் தந்தார்கள்.

நான்கு படங்களின் சென்சார் நடைமுறைகள் அனைத்தையும் முடித்து என் ஆபீஸில் சான்றிதழ்களைத் தயாரிப்பாளர்களிடம் நான் கொடுத்தபோது நள்ளிரவு ஒரு மணி. விடிந்தால் தீபாவளி!

தயாரிப்பாளர்கள் நா தழுதழுக்க எனக்கு நன்றி கூறினார்கள்:

"சார், எங்கே எங்கள் படம் நாளை ரிலீஸ் ஆகாமல் ஏகப்பட்ட நஷ்டத்துக்கு ஆளாகி விடுவோமோ என்று பயந்துகிட்டிருந்தோம்.

தெய்வம் மாதிரி எங்க படங்களை சென்சார் பண்ணி சர்டிபிகேட்டையும் தந்துட்டீங்க. ரொம்ப ரொம்ப நன்றி சார்!” என்று சொல்லிவிட்டு படத்தை ரிலீஸ் செய்ய ஓடினார்கள்.

சென்சார் அலுவலர்கள் அனைவரையும் அனுப்பிவிட்டு நானும் வீட்டுக்குப் புறப்பட்டேன். ஆபீஸ் வராந்தாவில் நான்கு சினிமா கம்பெனி சம்பந்தப்பட்டவர்கள் பத்துக்கும் மேற்பட்டோர் நின்றிருந்தனர்.

‘படத்தை ரிலீஸ் செய்வதற்குத் தயாரிப்பாளர்களோடு போகாமல் இங்கே எதற்கு இவர்கள் நிற்கிறார்கள்?’ என்று யோசித்தபடி நான் லிஃப்ட்டை நோக்கி நடந்தேன்.

அவர்களில் வயதில் முதிர்ந்த ஒருவர் என்னருகே வந்து தயங்கியபடி நின்றார். “என்ன விஷயம்?” என்று கேட்டேன்.

அவர் சொன்னார்: ‘‘எங்களுக்குத் தெரிந்து ஒரே நாளில் நான்கு படங்களைப் பார்த்து சென்சார் சர்டிபிகேட் தந்தவங்க யாருமில்லை. நீங்க எதையும் எதிர்பார்த்துச் செய்றவர் இல்லன்னு எங்களுக்குத் தெரியும். ஆனாலும் உங்களுக்கு எதையாவது செஞ்சாதான் நாங்க நிம்மதியா தூங்க முடியும்னு நாலு PRODUCERகளும் எங்களை இங்கேயே விட்டுட்டுப் போயிருக்காங்க!”

நான் சொன்னேன்:

“சினிமா மேல இருக்கிற மரியாதையாலதான் இதையெல்லாம் செய்கிறேன். உங்க PRODUCERSகளுக்கு மட்டும் நிம்மதியா தூக்கம் வர செய்துட்டு எனக்குத் தூக்கம் இல்லாம பண்றதுக்கு வழி சொல்றீங்களே, இது நியாயம்தானா?’’

அவர் சிரித்துவிட்டார்.

நான் லிஃப்ட்டில் இறங்கி ஆபீஸை விட்டு வெளியே வந்தபோது, விடியற்காலை இரண்டு மணி!

11

கேள்வியும் நானே, பதிலும் நானே!

சிவில் சர்வீஸ் தேர்வு எழுதியபோது எனக்கு முதலில் வருவாய்த் துறை (IRS)தான் கிடைத்தது. சென்னையில் வருமான வரித்துறை அதிகாரியாக சில மாதங்கள் பணிபுரிந்தேன்.

எனக்கு அடுத்த அறையில் வருமான வரித்துறை அதிகாரி ஒருவர் இருந்தார். 50 வயதிருக்கும். மனிதர் இந்திய வருமான வரிச்சட்டத்தைக் கரைத்துக் குடித்திருந்தார். அதுமட்டுமல்ல. வருமான வரி சம்பந்தமான உயர்நீதிமன்ற, உச்சநீதிமன்ற தீர்ப்புகளை UPTODATE ஆக வாசிக்கிறவர் அவர். வருமான வரி சம்பந்தப்பட்ட விஷயங்களில் மேலதிகாரியாக இருந்த பலரும் அவரிடம்தான் தங்களது சந்தேகங்களைக் கேட்டுத் தெளிவு பெறுவார்கள் என்றால் அவரது விஷய ஞானம் எப்படி இருந்தது என்பதை நீங்கள் உணர்ந்துகொள்ள முடியும்.

வருமான வரித்துறையில் அதிகாரிகள் செய்கிற முதன்மையான பணி இன்கம்டாக்ஸ் செலுத்துபவர்களின் வருட வருமானத்தை ASSESS செய்வதுதான்.

ஒரு தனி நபரோ அல்லது வியாபார ஸ்தாபனமோ தங்களது வருட வருமானம் இவ்வளவு என்று இன்கம்டாக்ஸ் துறைக்குச் சமர்ப்பிக்கும்போது அதைப் பரிசீலிக்கும் வருமான வரித்துறை அதிகாரி சட்டப்பிரகாரம் பல கேள்விகளை எழுப்பலாம். அதற்கு ASSESSEE பதிலளித்தாக வேண்டும். பதில்கள் ஏற்புடையதாக இருந்தால் அவர் தன்னுடைய வருமானம் எவ்வளவு என்று சமர்ப்பித்திருந்தாரோ அதையே வருமான வரித்துறை ஏற்று அவரது ASSESSMENTஐப் பூர்த்தி செய்துவிடும்.

ஆனால், வருமான வரித்துறை அதிகாரி எழுப்பும் கேள்விகளுக்குப் பதில் கிடைக்காவிட்டால் அந்தக் கேள்விகளின் அடிப்படையில் அதிக வருமானம் சுமத்தி ASSESSMENT பூர்த்தியாக்கப்படும். இதன் விளைவு?

ASSESSEE அதிக வரி கட்ட வேண்டிய நிலை உருவாகும். அரசாங்கத்துக்கு வருமானமும் அதிகரிக்கும். எனது அடுத்த அறை அதிகாரியின் சிறப்பே அதுதான். ஒவ்வொரு ASSESSMENT கேஸிலும் அவர் எழுப்பும் கொக்கிப்பிடி கேள்விகள் அவரது வரிச்சட்டப் புலமையை வெளிப்படுத்துவதோடு மட்டும் நிற்பதில்லை.

அந்தக் கேள்விகளுக்குப் பதில் சொல்ல முடியாமல் ASSESSEEகள் திணறுவார்கள். இறுதியில் அவர்களின் வருமானம் அதிகமாக ASSESS செய்யப்பட்டு அரசாங்கத்துக்கு அதிகமாக வரிசெலுத்த வேண்டிய நிர்ப்பந்தத்துக்கு உள்ளாவார்கள்.

அடுத்த அறை அதிகாரியின் இந்த அணுகுமுறையைப் பாராட்டாதவர்களே இல்லை. மேலதிகாரிகள் யாவரும் அவரைப் புகழ்ந்து தள்ளினார்கள். மரியாதையும் அளித்தார்கள். அதிகாரி என்றால் இப்படித்தான் அரசாங்கத்துக்கு நேர்மையாக இருக்க வேண்டும். நேர்மை என்றால் சாதாரண நேர்மையல்ல. தனது அறிவையும் ஆற்றலையும் உபயோகித்து அரசாங்கத்தின் வருமானத்தை அதிகரிக்கப் பயன்படுத்துகிற நேர்மை வெகு அபூர்வமில்லையா? நேர்மையின் சின்னமாகவே அவர் கருதப்பட்டார்.

மேலும், அவர்முன் ஆஜரான ஆடிட்டர்கள் (CAக்கள்) சில கேஸ்களில் அவர் எழுப்புகிற கேள்விகளைப் பற்றிக் கதை கதையாகச் சொல்வார்கள். அவரது கேள்விகள் LATEST CASE LAWS அடிப்படையில் எழுப்பப்படுவதால் பதிலளிப்பது மிகமிகக் கடினமாக இருப்பதாகவும் பேசாமல் பதில் ஒன்றும் சொல்லாமல் அவரது கேள்விகளை ஏற்றுக்கொண்டு அதிக வருமான வரியைச் செலுத்துவதுதான் சுலபமான வழி என்றும் சொன்னார்கள்.

எனக்கு, இரண்டாவது முறை தேர்வு எழுதியதில் ஐஏஎஸ் கிடைத்தது.

நான் வருமான வரித்துறையிலிருந்து விலகிச் சென்றுவிட்டேன். ஆனாலும், என் அடுத்த அறை அதிகாரியை மட்டும் என்னால் மறக்கவே இயலவில்லை.

நீண்ட நாட்களுக்குப்பிறகு ஐஏஎஸ்ஸில் சென்னையில் நான் பணிபுரிகிற வாய்ப்புக் கிடைத்தது. ஒருநாள் எனது வருமான வரித்துறை நண்பர்களைச் சந்தித்து அளவளாவிக்கொண்டிருந்தேன். அப்போது, எனது அடுத்த அறை அதிகாரியைப் பற்றி விசாரித்தேன். அவர் ரிடையர் ஆகிவிட்டதாகச் சொன்னார்கள்.

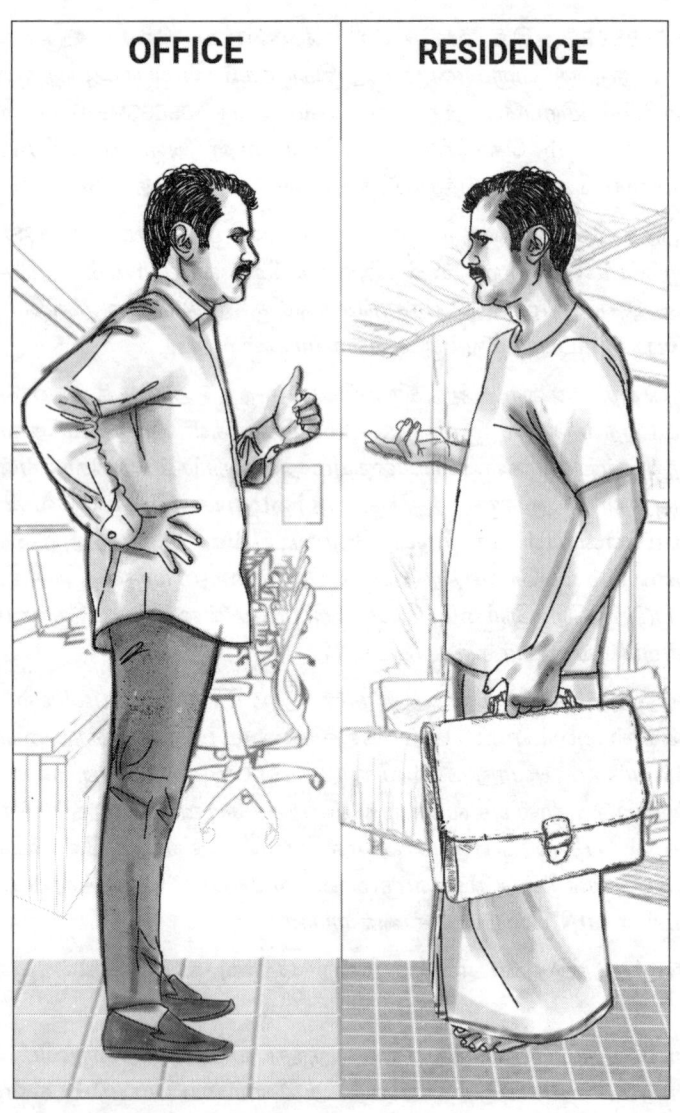

"நான் வருமான வரித்துறையில் இருந்தபோது அவரது நேர்மையைப் பற்றிப் பேசாதவர்கள் யாருமில்லை" என்றேன் நான்.

தற்போது கமிஷனர் ஆக இருக்கும் எனது நண்பர் சொன்னார்:

"ஆமாம், அவர் பேரோடும் புகழோடும்தான் ரிடையர் ஆனார். ஆனால்..."

"என்ன ஆனால்?"

"அவரது ரிடையர்மென்ட்டுக்குப் பிறகுதான் அவர் தனது வருமானத்துக்கு அதிகமாகச் சொத்து சேர்த்த விவரம் விஜிலன்ஸுக்குக் கிடைத்தது. இப்போது கேஸ் நடந்துகொண்டிருக்கிறது!"

நான் அதிர்ச்சிக்குள்ளானேன்.

"அவர் அரசாங்கத்துக்கு அனுகூலமாக ஒவ்வொரு கேஸிலும் கேள்விகள் கேட்பார். அதற்கு ஆடிட்டர்களே பதிலளிக்க முடியாமல் அவதிப்பட்டார்கள். அதன் விளைவாக அதிகமான வரி அரசாங்கத்துக்கு கிடைத்தது என்றல்லவா அவரைப் பாராட்டிக்கொண்டிருந்தார்கள்?" என்று கேட்டு, நான் மேற்கொண்டு அறிய துடித்தேன்.

கமிஷனர் தொடர்ந்தார்:

"அதெல்லாம் உண்மைதான். ஒவ்வொரு கேஸிலும் பதில் சொல்ல முடியாத கேள்விகள் கேட்பார். அந்தக் கேஸின் ஆடிட்டர் அவரிடம் போய்ப் பதிலளிக்கமுடியாமல் நிற்பார்.

அப்போது அவர், 'ஒரு கவலையும் வேண்டாம். என் வீட்டுக்கு வாங்க. நானே உங்களுக்கு என் கேள்விகளுக்கான பதில்களை எழுதித்தருகிறேன். அதற்கு நான் சார்ஜ் செய்வேன். அதைக் கொடுத்தால் போதும்' என்பாராம்.

சிறிய கேஸ்களில் கேள்விகளை எழுப்பி அரசாங்கத்துக்கு சிறிய அளவில் வருமானத்தை அதிகப்படுத்துவது போல் பாசாங்கு செய்திருக்கிறார். ஆனால், பெரிய கேஸ்களில் ஆபீஸில் கேள்விகளை எழுப்பிவிட்டு, வீட்டுக்குச் சென்று அவரே பதில்களை எழுதித் தந்து அதிக வரியிலிருந்து ASSESSEEஐக் காப்பாற்றி அதற்கு கணிசமான தொகையைப் பெறுவதுதான் அவரது யுக்தி (MODUS OPERANDI). நேர்மையாளன் என்று ஆபீஸில் பெயரெடுத்துவிட்டு வீட்டில் லட்சக் கணக்கில் சம்பாதித்திருக்கிறார் அந்தக் கில்லாடிப் பேர்வழி!"

இந்தப் பதிலைக் கேட்ட பிறகு, நான் சாதாரண நிலைக்கு வருவதற்கு நீண்ட நேரம் பிடித்தது.

நேர்மையின் பெயரில் இப்படியும் ஒரு மோசடியா?

12

அடித்துச் சொன்ன வில்லேஜ் ஆபீஸர்!
ஆமோதித்த இந்தியப் பிரதமர்!

ஐஏஎஸ் பயிற்சிக் காலத்தில், பயிற்சியின் அங்கமாக நாங்கள் வில்லேஜ் ஆபீஸராக ஒருமாதம் செயல்பட வேண்டும். 'இந்தியாவில் உள்ள நிலங்களை நிர்வாகம் செய்வதன் மூலமாகவே இந்தியாவை ஆள முடியும்' என்று ஆங்கிலேயர்கள் நம்பினார்கள். நிலங்களின் நிர்வாகம் சம்பந்தமான அனைத்து ஆவணங்களையும் பாதுகாத்து வைத்திருக்கிற அலுவலகம்தான் வில்லேஜ் ஆபீஸ்.

கிராமத்திலிருக்கும் அனைத்து நிலங்களின் சர்வே எண்கள், உடைமையாளர்களின் பெயர்கள், பொதுஇடங்கள், அருவி, ஆறு முதலானவை பற்றிய விவரங்கள் அனைத்தும் பதிவுசெய்யப்பட்ட ஆவணங்களின் பொறுப்பாளர்தான் வில்லேஜ் ஆபீஸர்.

ஒரு மாவட்டத்தின் LAND RECORDS அனைத்துக்கும் பொறுப்பாளராக மாவட்ட ஆட்சியர் இருப்பதாலும், 1793ஆம் ஆண்டு முதல் மாவட்டத்தின் அதிகார மையம் மாவட்ட ஆட்சியர் என்பதாலும், மாவட்டத்தின் சிறு அங்கமான வில்லேஜ் ஆபீஸும் கிராமத்தைப் பொறுத்தவரை ஒரு அதிகார மையமாக ஆகிவிட்டது. வில்லேஜ் ஆபீஸரின் ஆளுமைக்கும் தன்னம்பிக்கைக்கும் இதுவே ஒரு காரணமாக இருக்கும் என்று நான் நம்புகிறேன்.

அரசு எந்திரத்தின் உயர்ந்த தட்டுகளில் இருக்கும் சீனியர் அதிகாரிகள் கூட உண்மையைச் சொல்வதில் பல சமயங்கள் தயங்குவார்கள். எனக்குத் தெரிந்த முதன்மைச் செயலாளர் அந்தஸ்தில் இருந்த அதிகாரியிடம் ஒரு பிரச்னையின் உண்மை நிலையை அமைச்சரிடம் சொல்லிவிடும்படி நான் மன்றாடியபோது அவர் சொன்னார்:

“அப்படி எல்லாம் உண்மையைப் போட்டு உடைத்துவிட முடியாது. அமைச்சர் இந்த விஷயத்தில் என்ன கருத்து வைத்திருக்கிறார் என்று முதலில் தெரிந்து கொண்டு, அதற்குத் தகுந்தபடிதான் நாம் சொல்லவேண்டும்” என்றார். இதற்கு என்ன அர்த்தம்? ‘அமைச்சர் விரும்புகிறபடி பொய்யைச் சொல்லவும் உன்னதப் பதவியில் இருக்கிற அதிகாரிகள் தயாராக இருப்பார்கள்’ என்பதுதான்.

ஆனால், அரசு நிர்வாகத்தின் கடைசித்தட்டில் இருக்கும் வில்லேஜ் ஆபீஸரின் தன்னம்பிக்கையையும், உண்மையை அப்படியே முகத்துக்கு நேரே போட்டுடைக்கும் தைரியத்தையும் கண்டு நான் அசந்து போனேன். வில்லேஜ் ஆபீஸில் தினமும் ஆட்கள் பல காரணங்களுக்காக வருகிறார்கள். பெரும்பாலும் பென்ஷன், வருமானம் மற்றும் ஜாதி சான்றிதழ் ஆகிய இவற்றை வாங்க வருபவர்கள்தான் கேரளாவில் அதிகம். ஒவ்வொருவர் வந்ததும் வில்லேஜ் ஆபீஸர் ரெஜிஸ்டரை பார்க்கிறார். பென்ஷன் கிடைக்கும், கிடைக்காது என்று அவர்களின் முகத்துக்கு நேராகவே பதில் சொல்கிறார். அதைப்போலவே நிலம் சம்பந்தப்பட்ட கேஸ்களிலும் கறாராகப் பதில் சொல்வதைக்கண்டு நான் வியந்துபோனேன்.

நான் வில்லேஜ் பயிற்சியில் இருந்தபோது இந்தியப் பிரதமர் ராஜீவ் காந்தி அவர்கள் கேரளாவில் சுற்றுப்பயணம் மேற்கொண்டார். ஆலப்புழை, திருச்சூர், பாலக்காடு முதலான மாவட்டங்களில் நடந்த நிகழ்ச்சிகளில் பங்கேற்றார். பிரதமர் வருகை என்பது VVIP வருகை என்பதால் அந்தச் சமயத்தில் மேற்கொள்ளப்படவேண்டிய பாதுகாப்பு முன் எச்சரிக்கைகளை நேரில் கண்டு அறிவதற்காக, பயிற்சியில் இருக்கும் என்னைப் போன்ற ஐஏஎஸ் அதிகாரிகளையும் பிரதமருடன் செல்லும் வாகனங்களில் அழைத்துச் சென்றனர். பிரதமர் முதலில் ஆலப்புழையில் உரையாற்றினார். அதற்குப் பின்னர் கார் பயணமாக திருச்சூரில் நடந்த நிகழ்ச்சியில் பங்கேற்றார். அதன் பிறகு விருந்தினர் மாளிகைக்கு வந்து உணவருந்திவிட்டு ஓய்வெடுத்துக்கொண்டிருந்தார்.

அப்போதுதான் அங்கே ஒரு பிரச்னை தலையெடுத்தது. பிரதமருடன் வந்த உயர்ந்த அதிகாரிகளின் கைவசமிருந்த நிகழ்ச்சி நிரலில், ‘பிரதமர் உணவருந்திவிட்டு சிறிதுநேரம் ஓய்வெடுத்தபின் திருச்சூர் அருகே உள்ள கிராமத்திலிருக்கும் திப்பு சுல்தான்

கோட்டையை (TIPU'S FORT) 3 மணிக்கு சுற்றிப்பார்த்துவிட்டு அங்கிருந்து 3.30க்கு பாலக்காடு செல்வார்' என்று எழுதப்பட்டிருந்தது.

ஆனால், திருச்சூர் கலெக்டருக்கு அனுப்பப்பட்டிருந்த நிகழ்ச்சி நிரலில் திருச்சூரில் உணவருந்திவிட்டு ஓய்வெடுத்தபின் 3 மணிக்கு நேராக பாலக்காடு செல்வதாகத்தான் குறிப்பிடப்பட்டிருந்தது. பிரபலமான திப்பு சுல்தான் கோட்டை பாலக்காட்டில் இருப்பது

எல்லோருக்கும் தெரியும். பாலக்காட்டில் இருப்பதை திருச்சூரில் இருப்பதாகத் தவறாகக் குறிப்பிட்டுவிட்டார்களோ? கலெக்டர் இதுபற்றி பிரதமருடன் வந்த உன்னதப் பாதுகாப்பு அதிகாரிகளுடன் பேசினார்.

பிரதமரைப் போன்ற VVIP வருகையின்போது இப்படிப்பட்ட குளறுபடிகள் நடப்பதற்கு சாத்தியமே இல்லை. அப்படி நடந்தால், அது பிரதமரின் பாதுகாப்புக்கு விடப்பட்ட மிகப்பெரிய சவாலாகவே கருதப்படும். பிரதமரோடு வந்த மூத்த போலீஸ் அதிகாரிகள், ''நிகழ்ச்சி நிரல்படி திருச்சூரில் இருக்கும் திப்பு சுல்தான் கோட்டைக்கு பிரதமரை அழைத்துச் சென்றாக வேண்டும்'' என்று அடம்பிடித்தார்கள். 'கடைசி நேரத்தில் நிகழ்ச்சி நிரலை மாற்றுவது SECURITY LAPSE ஆகக் கருதப்படும்' என்றார்கள். கேரள போலீஸ் அதிகாரிகளும், தலைமைச் செயலரும், ''எங்களுக்குக் கிடைத்த நிகழ்ச்சி நிரலில் திருச்சூரில் அப்படி ஒரு திப்பு சுல்தான் கோட்டை நிகழ்ச்சி இல்லை'' என்று வாதிட்டார்கள். வாதமும் பிரதிவாதமும் தொடர்ந்து நடந்துகொண்டிருந்தது.

அப்போது திருச்சூர் மாவட்ட ஆட்சியராக இருந்தவர் டெல்லியைச் சேர்ந்தவர். அவர் சில மாதங்களுக்கு முன்னர்தான் திருச்சூர் கலெக்டராக வந்திருப்பதால் திப்பு சுல்தான் கோட்டையைப் பற்றி அவர் அறிந்திருக்க வாய்ப்பில்லை.

எனவே, ''குறிப்பிட்ட அந்த கிராமத்தில் திப்பு சுல்தான் கோட்டை என்று ஒன்று இருக்கிறதா?'' என்று கலெக்டர், தாசில்தாரிடம் விசாரித்தார். தாசில்தார் சொன்னார்: "எனக்குத் தெரிந்து அப்படி ஒரு கோட்டை இல்லை. ஆனாலும் அந்தக் கிராமத்து வில்லேஜ் ஆபீஸரைக் கேட்டால்தான் விவரம் தெரியும்" என்று சற்றுத் தொலைவில் இருந்த வில்லேஜ் ஆபீஸரை அழைத்துவந்தார். அவர் TYPICAL கேரளா வில்லேஜ் ஆபீஸராக இருந்தார். சுமார் 50 வயதுக்கும் மேலிருக்கும்.வேட்டி கட்டியிருந்தார். எப்போது வேண்டுமானாலும் மழை வரும் என்பதற்காக நீளமாக மடக்கிவைத்த குடையை கையில் வைத்திருந்தார்.

கலெக்டர் அவரிடம் திப்புசுல்தான் கோட்டையைப் பற்றி விசாரித்தார். "அப்படி ஒரு கோட்டை எங்கள் கிராமத்தில் இல்லை" என்று அவர் சொல்லிக்கொண்டிருந்தார்.

இதெல்லாம் விருந்தினர் மாளிகைக்கு எதிரில் உள்ள மைதானத்தில் நடந்துகொண்டிருந்தது.

அப்போது, சற்றும் எதிர்பாராதவிதமாக பிரதமர் ராஜீவ் காந்தி ஓய்வெடுத்து முடித்துவிட்டு வராந்தாவில் வந்து நின்றார். ஆபீஸர்கள் பலர் குழுவாக நின்று சப்தம் எழுப்பியபடி விவாதித்துக்கொண்டிருப்பதைக் கண்டார்; கலெக்டரை அழைத்தார்.

கலெக்டர் ஓடோடிச்சென்று பிரதமர் அருகில் நின்றார்.

பிரதமர்: ''இங்கே என்ன பிரச்னை?''

கலெக்டர்: ''சார், தங்களது நிகழ்ச்சி நிரலில், நீங்கள் அடுத்ததாகப் பார்க்கச் செல்வது இங்கே உள்ள திப்பு சுல்தான் கோட்டை என்றிருக்கிறது. உண்மையில் அப்படியொரு கோட்டை இங்கே இல்லை! அதைத்தான்...''

பிரதமர்: ''அப்படி ஒரு கோட்டை இல்லாமலிருந்தால், அது எப்படி என் நிகழ்ச்சி நிரலில் வரும்?''

கலெக்டர்: ''அந்த வில்லேஜ் ஆபீஸரிடம் விசாரித்துவிட்டேன். அப்படியொரு கோட்டை இங்கே இல்லையாம்...''

பிரதமர்: ''அப்படியா? அந்த வில்லேஜ் ஆபீஸரைக் கூப்பிடுங்க, நானே விசாரிக்கிறேன்!''

இப்படி அவர் திடீரென்று கேட்பார் என்று யாரும் எதிர்பார்க்க வில்லை. வில்லேஜ் ஆபீஸர் எதையாவது உளறிக் கொட்டி புதிய பிரச்னைக்கு வழி செய்துவிடுவாரோ என்கிற பயம் எல்லோருக்கும் இருந்தது. பிரதமரே கேட்கும்போது அதற்கு மறுப்பா சொல்ல முடியும்? முன்பே தெரிந்திருந்தால் பிரதமரிடம் எப்படிப் பதில் சொல்லவேண்டும் என்று வில்லேஜ் ஆபீஸருக்குப் பயிற்சி கொடுத்திருக்கலாம் என்று மனதுக்குள் அங்கலாய்க்கிறார்கள், அங்கிருக்கும் வருவாய்த்துறை அதிகாரிகள்.

கலெக்டர் வில்லேஜ் ஆபீஸரை வரச் சொல்கிறார். அந்த வில்லேஜ் ஆபீஸர் யாதொரு பதற்றமுமில்லாமல் கையில் குடையை எடுத்துக் கொண்டு பிரதமரிடம் விரைகிறார்.

இந்திய நிர்வாகத்தின் உன்னத ஸ்தானத்தில் இருக்கும் பிரதம மந்திரியின் முன்பு, இந்திய நிர்வாகத்தின் கடைசி ஸ்தானத்தில் இருக்கும் வில்லேஜ் ஆபீஸர் எதிரில் போய் நிற்கிறார். இது ஒரு அரிதான காட்சிதான்!

பிரதமரின் முன் வந்து நின்ற வில்லேஜ் ஆபீஸரிடம் பதற்றமோ பயமோ ஒன்றும் காணப்படவில்லை.

பிரதமர் கேட்கிறார்:

"YOU ARE THE VILLAGE OFFICER, TELL ME, IS THERE ANY TIPU'S FORT IN YOUR VILLAGE?"

வில்லேஜ் ஆபீஸர் யோசனை ஒன்றும் செய்யவில்லை. யாதொரு படபடப்புமின்றி குடையை அக்குளில் வைத்தபடி சாவகாசமாகச் சொல்கிறார்:

"சார், ஐ ஹியர் டொன்ட்டி இயர்ஸ். நோ திப்பூஸ் போர்ட்!"

பிரதமர் சிரித்துக்கொண்டே வில்லேஜ் ஆபீஸரிடம் கைகுலுக்குகிறார்.

பிரதமர் தன்னோடு வந்த அதிகாரிகளிடம் சொல்கிறார்:

"வில்லேஜ் ஆபீஸர் நமது பிரச்னையைத் தீர்த்து வைத்துவிட்டார். பாலக்காடு புறப்படுவோம்!"

13

'சுத்தமான தங்கமும், ஆபரணத் தங்கமும்'

கேரளாவில் இரண்டுமுறை முதலமைச்சராகப் பதவியில் இருந்த திரு.உம்மன் சாண்டி அவர்கள் அமரராகிவிட்டார். எப்போதும் பரபரப்பாக கேரளா முழுவதும் ஓடிச்சென்று மக்கள் சேவையில் மிகுந்த ஈடுபாடு காட்டிய 'ஜன நாயகன்' அவர்.

அவரிடம் பலவருடங்கள் நான் பணிபுரிந்திருக்கிறேன். ஆறு மாதங்களுக்கு முன்னர் திருச்சூர் சென்றிருந்தபோது அங்கே உள்ள கெஸ்ட் ஹவுஸில் அவரைச் சந்தித்தேன். கான்சர் நோயின் தாக்கத்தினால் அவரது குரல் சன்னமாகியிருந்தாலும் உற்சாகமாக என்னை வரவேற்று அணைத்துக்கொண்டார்.

"ராஜசேகரன், உங்களைப் பார்த்து நீண்ட நாட்கள் ஆகிவிட்டதே! புதிதாக என்ன படம் செய்கிறீர்கள்?" என்று மிகுந்த வாஞ்சையோடு விசாரித்தார்.

நான் கண் கலங்கி நின்றேன்.

அவர்தான், ஐஏஎஸ்ஸிலிருந்து VRS எடுத்திருந்த என்னை, அவர் தொகுதியில் தொடங்கவிருந்த கேரள அரசின் கே.ஆர்.நாராயணன் பிலிம் இன்ஸ்டிட்யூட்டுக்கு முதல் இயக்குநராக நியமித்தார். சினிமா துறையில் அனுபவம் பெற்ற ஐஏஎஸ் அதிகாரி என்பதால் VRS எடுத்திருந்தாலும் என்னை மீண்டும் அரசாங்கப் பணியில் சேர்த்து இயக்குநராக அமர்த்தினார்.

அமரர் உம்மன் சாண்டி அவர்களுக்கு என் ஆழ்ந்த அஞ்சலிகள்.

கேரள அரசியல்வாதிகளில் அதிகாரம் மிக்க பதவிகளில் பணிபுரியும் போதும் நேர்மையாளர்களாகத் திகழ்பவர்கள் பலர் இருக்கிறார்கள். தமிழ்நாட்டில் நிலவுகின்ற அரசியல் சூழ்நிலையை வைத்துப் பார்க்கும்போது, அவர்கள் கற்பனைக்கு எட்டாதவர்களாகவே காட்சி

அளிப்பார்கள். காங்கிரஸில் முதல்வராகப் பணிபுரிந்த நேர்மையாளர்கள் இருவரைப் பற்றி நான் பேச விரும்புகிறேன். ஒருவர் அமரர் உம்மன் சாண்டி அவர்கள்; இன்னொருவர் திரு. ஏ.கே.ஆண்டனி அவர்கள். இருவரும் கேரளாவில் நேர்மையாளர்கள் என்று பெயரெடுத்தவர்கள்.

ஆனால், இருவரும் நேர்மையின் வெவ்வேறு 'மாடல்கள்' என்றுதான் சொல்லவேண்டும். இருவரிடமும் நான் பணி புரிந்திருக் கிறேன். அதிகாரிகளை மிகமிக மரியாதையோடும் அன்போடும் நடத்துகிறவர்கள்.

இவர்களின் நேர்மையான செயல்பாடுகளை விவரித்தால் நீங்கள் ஆச்சரியப்பட்டுப் போவீர்கள்.

திரு. ஆண்டனி முதலமைச்சராக இருந்தபோதும், திரு. உம்மன் சாண்டி நிதியமைச்சராக இருந்தபோதும், வங்கியில் பணிபுரிகிற அவர்களது மனைவியர் இருவரும் தலைமைச் செயலகத்துக்கு எதிரே உள்ள பஸ் ஸ்டேண்டில் பஸ்ஸுக்காக தினசரி காத்திருந்தார்கள் என்பதை உங்களால் நம்ப முடிகிறதா?

திரு ஆண்டனியின் நேர்மை மிகவும் தீவிரத்தன்மை வாய்ந்தது. அவர் முதல்வராகப் பதவியேற்றபோது அந்த நிகழ்ச்சியில் அவரது குடும்பத்தார் பங்கேற்கவில்லை. அவர் தன் குடும்பத்தாரை வீட்டிலிருந்தே TVஇல் அந்த நிகழ்ச்சியைக் காணுமாறு சொல்லி விட்டதுதான் காரணம்.

அவர் முதலமைச்சராக இருந்தபோது ஒரு மதியவேளையில் போக்குவரத்துத்துறை சம்பந்தமாகப் பேசுவதற்காக என்னை அழைத் திருந்தார். நாங்கள் உரையாடிக்கொண்டிருந்தபோது தலைமைச் செயலகக் கேண்டீனிலிருந்து உணவு வந்தது. அவர் பேசுவதை உடனே நிறுத்திவிட்டு, அந்தக் கேண்டீன் ஊழியரிடம் உணவுக்கான பணத்தை எழுந்து நின்று கொடுத்துவிட்ட பிறகுதான் முன்போல் அமர்ந்து தனது பேச்சைத் தொடர்ந்தார்.

திரு ஆண்டனி அவர்கள் எதற்காகவும் யாருக்காகவும் சிபாரிசு செய்யமாட்டார். சிபாரிசு என்பதே அவரது அகராதியில் கிடையாது. இதை மாநிலத்திலுள்ள உள்ள அனைவரும் நன்றாக அறிவார்கள். கேரளாவில் யார் முதலமைச்சராக இருந்தாலும் முதலமைச்சரின் சேம்பர் இருக்கிற தளத்தில் சிபாரிசுக்காக வருகிறவர்களின் கூட்டம் அலைமோதிக்கொண்டிருக்கும். நடந்து செல்வதற்கே இடமிருக்காது. ஆனால் திரு. ஆண்டனி முதல்வராக இருக்கும்போது அந்தத்

தளத்தை நீங்கள் பார்க்க வேண்டுமே! சிபாரிசுக்காக வருகிற ஆட்கள் ஒருத்தர்கூட இல்லாமல் வெறிச்சோடிக் காணப்படும். அவருக்கு மக்கள்மீது வெறுப்பு ஒன்றும் கிடையாது. சிபாரிசு என்ற பெயரில் நேர்மையற்ற அழுத்தம் கொடுப்பதில் அவருக்கு விருப்பமில்லை என்பதுதான் உண்மை. அதிகாரிகளும் அரசாங்க அமைப்பும் சட்டப்படி நடக்க சிபாரிசுகள் தடைக்கல்லாக அமைந்துவிடக் கூடாது என்பதில் நம்பிக்கையுடையவராக அவர் இருந்தார்.

திரு. ஆண்டனி அவர்கள் டெல்லியில் காபினெட் அமைச்சராகப் பணிபுரிந்த போது நடந்த ஒரு சம்பவம்: அவர் அப்போது சிவில் சப்ளைஸ் அமைச்சர். பொதுவாக டெல்லிக்கு அமைச்சராகச் செல்பவர்கள் தங்கள் மாநிலத்தில் தன்கீழ் பணி செய்த நன்கு பரிச்சயமுள்ள திறமையான

அதிகாரிகளை டெல்லியில் உதவியாளர்களாகப் பணிபுரிய அழைத்துச் செல்வது வழக்கம். அவ்வாறு அழைத்துச் செல்லப்பட்ட அதிகாரி ஒருவர் குடும்பத்தோடு டெல்லியில் குடியமர்ந்துவிட்டார். அவருக்கு ரேஷன் கார்டின் அவசியம் ஏற்பட்டது. அவரது கைவசம் இருந்த ரேஷன் கார்டு கேரளாவில் வழங்கப்பட்டதாக இருந்ததால், அது டெல்லியில் செல்லாது என்று சொல்லிவிட்டார்கள்.

அதிகாரி 'தாம் சிவில் சப்ளை அமைச்சரின் கீழ் ASSISTANT PRIVATE SECRETARY ஆக பணிபுரிவதாக' அறிமுகம் செய்துகொண்ட பிறகு அந்த ரேஷன் கார்ட் விநியோக பொறுப்பாளர் சொன்னார்: "ஒரு பிரச்னையும் இல்லை சார். உங்க மினிஸ்டர் ஆபீஸிலிருந்து ஒரு வார்த்தை சொல்லச் சொல்லுங்க. புதுசா ஒரு கார்டு தந்துவிடுகிறோம்.''

கேரள அதிகாரிக்கு மிகுந்த மகிழ்ச்சி.

டெல்லியில் புதிய ரேஷன் கார்டு கிடைப்பதற்கு செய்யவேண்டிய தெல்லாம் மினிஸ்டர் ஆபீஸிலிருந்து ஒரே ஒரு போன்கால். அவ்வளவுதான்.

ஆனால், அமைச்சர் ஆண்டனி சாரைப் பற்றி நன்றாகத் தெரிந்திருப்பதால் அவரிடம் அனுமதி வாங்கிவிட்டு போன் செய்வதுதான் சரியாக இருக்கும் என்று தீர்மானம் செய்தார். அமைச்சரிடம் போய் விஷயத்தையும் சொன்னார்.

அமைச்சர்: ''சட்டப்படி புதிய கார்டு வாங்குவதற்கு என்ன செய்யவேண்டும்?''

அதிகாரி: "நான் திருவனந்தபுரம் சென்று அங்குள்ள ஆபீஸில் என்னிடமுள்ள கேரளா கார்டை கேன்சல் செய்துவிட்டு, அந்த ரசீதை டெல்லியில் வந்து சமர்ப்பித்தால்தான் புதிய கார்டை பதிவுசெய்து கொடுப்பார்கள். கேரளா போய்வர ஆறு நாட்களாவது எடுக்கும்...''

அமைச்சர் ஆண்டனி: "உங்களுக்கு ஆறு நாட்கள் லீவு தருகிறேன். நீங்க கேரளா போயி, உங்க ரேஷன் கார்டை கேன்சல் பண்ணிட்டே வந்துடுங்க. மினிஸ்டர் ஆபீஸிலிருந்து சிபாரிசு செய்வது ஒன்றும் வேண்டாம்!''

இதுதான் ஏ.கே. ஆண்டனி சார். முறையற்ற சிபாரிசைவிட, 5820 கிலோமீட்டர்கள் பயணம் செய்து முறையாக விதிகளைப் பின்பற்றுவதே சரி என்று கருதும் நேர்மையாளர்!

நான் அரசு செயலாளராக பணிபுரிந்தபோது ஒரு சாதாரண மனுதாரர் திரு.ஏ.கே. ஆண்டனியைப் பற்றிச் சொன்னது என் நினைவுக்கு

ஞான ராஜசேகரன் | 85

வருகிறது. "ஆமா, ஆண்டனி சார் அப்பழுக்கற்ற நேர்மையானவர்தான். அதனால அவருக்கு நல்ல பேரு. சொக்கத் தங்கமா இருந்தா மட்டும் போதுமா சார்? ஆபரணம் செய்ய அது பயன்பட வேண்டாமா?"

அமரர் உம்மன் சாண்டியும், திரு ஏ.கே.ஆண்டனியும் உயிர் நண்பர்கள். ஆனால், உம்மன் சாண்டியின் நேர்மையின் மாடல் சற்று வித்தியாசமானது. அவரைச் சுற்றி எப்போதும் மனுதாரர்கள் சூழ்ந்திருப்பார்கள்.

ஒருமுறை, நான் அவர் வீட்டுக்குச் சென்றபோது வீட்டுக்கு வெளியே மட்டுமல்ல. வரவேற்பறை முதல் சமையலறை வரை மக்கள் நிறைந்திருந்ததைக் கண்டு வியப்படைந்தேன். ஒவ்வொரு மனு தாரரிடமும் பிரச்னையைக் கேட்டறிந்து சலிப்படையாமல் சம்பந்தப் பட்ட அதிகாரியை போனில் அழைத்துப் பேசுவது அவர் வழக்கம். அவரது சிபாரிசில் நிர்ப்பந்தம் ஒன்றுமிருக்காது. நான் கலெக்டராக இருந்தபோது என்னை அவர் போனில் அழைத்துப் பேசியது இன்றும் நினைவில் இருக்கிறது.

"மனுதாரர் ஒருவரை உங்களிடம் அனுப்பி வைக்கிறேன். நியாயப் படி என்ன செய்யமுடியுமோ அதைச் செய்யுங்கள்!"

இப்படி ஒரு சிபாரிசு வந்தால் அதிகாரிகளுக்கு அவர் மேல் மரியாதையும், அவர் அனுப்பி வைத்த மனுதாரருக்கு தம்மால் ஆனதைச் செய்யவேண்டும் என்கிற உணர்வும் ஏற்படுவது இயல்பானது அல்லவா?

இந்த அணுகுமுறைதான் அமரர் உம்மன் சாண்டி அவர்களுக்கு அதிகாரிகள் மத்தியிலும் மக்கள் மத்தியிலும் மிகுந்த செல்வாக்கு ஏற்பட்டதன் காரணம். அது மட்டுமல்ல, நேர்மை தருகிற தைரியத்தில் மக்கள் நலம் சார்ந்த விஷயங்களில் உடனுக்குடன் முடிவுகள் எடுப்பதிலும் வல்லவர் அவர்.

இந்திய அரசியலில் அமரர் உம்மன் சாண்டியின் நேர்மை மாடல் தான் மிகவும் பலனளிக்கும் என்பது என் கணிப்பு.

திரு ஏ.கே.ஆண்டனி சார் தூய்மையான தங்கம் என்றால், அமரர் உம்மன் சாண்டி ஓர் ஆபரணத் தங்கம்!

14

ரத்தம் வந்தாலும் கப்சிப்: அரசியல் வன்முறையின் இன்னொரு முகம்!

மேற்கு வங்கத்தில் அண்மையில் நடந்த பஞ்சாயத்து தேர்தலின் போது நடந்த வன்முறை கலவரங்களையும், மனித உயிரிழப்பையும் அறியும்போது நமக்கு வேதனைதான் மிஞ்சுகிறது.

சுமார் 20 வருடங்களுக்கு முன்னர் கல்கத்தாவில் நடந்த மாநில தேர்தலின்போது நான் பார்வையாளராக (OBSERVER) சென்றிருந்தேன். கல்கத்தா நகரத்தில் மூன்று தொகுதிகளைக் கண்காணிக்கும் பொறுப்பு எனக்கு வழங்கப்பட்டிருந்தது. தேர்தல் அதிகாரியாகப் பலமுறை கேரளாவில் நான் பணிபுரிந்திருப்பதால் தேர்தல் சம்பந்தப்பட்ட விதிமுறைகள் எனக்கு நன்கு பரிச்சயமாகி இருந்தன.

கேரளாவில் அரசியல்வாதிகளும், அதிகாரிகளும், பாமரமக்களும் தேர்தல் விதிமுறைகளைப்பற்றி அறிந்திருப்பதைப்போல் வேறு எந்த மாநிலத்திலாவது அறிந்திருப்பார்களா என்பது சந்தேகமே. இதற்கு முக்கிய காரணம், முன்பெல்லாம் கேரளாவில் மந்திரி சபை அடிக்கடி கலைக்கப்பட்டு தேர்தல்கள் நடத்தப்பட்டதால் ஏற்பட்ட அனுபவம் தான் என்று சொல்லப்படுவதுண்டு.

பொதுவாக, கேரளாவில் அரசாங்க ஊழியர்களுக்கு அதிகமான வேலைகளைக் கொடுக்கும்போது முணுமுணுப்புகளைத் தவிர்க்க முடியாது. ஆனால், தேர்தல் வேலைகளை எவ்வளவு அதிகமாகக் கொடுத்தாலும் அவர்கள் உற்சாகமாகச் செய்வதைக் கண்டு நான் அதிசயப்பட்டிருக்கிறேன். தேர்தல் காலத்தில் காலை 7 மணி முதல் நள்ளிரவு வரை திருவிழா மனநிலையில் அவர்கள் பணிசெய்வதைக் கண்டு பிரமித்திருக்கிறேன். நான் ஆர்வ மிகுதியில் ஒருநாள், அலுவலர் ஒருவரிடம் இதுபற்றிக் கேட்டுவிட்டேன். மனதில் உள்ளதைச் சிறப்பாக வெளிப்படுத்துவதில் மலையாளிகளுக்கு இணை வேறு யாருமில்லை.

அவர் சொன்னார்: "அரசியல்வாதிகள் பதவியில் அமர்ந்தவுடன் இல்லாத ஆட்டம் ஆடறாங்க. அவங்க தோற்கறாங்களா ஜெயிக்கறாங்களான்னு தீர்மானிக்கிற விளையாட்டு இது. இதுல ரெப்ரீயா இருந்து பார்க்கற சுகமே தனி சார்!"

வாக்குச்சாவடி தலைமை அதிகாரிகளுக்கு நடத்துகிற பயிற்சி வகுப்புக்கு நீங்கள் சென்று பார்க்கவேண்டும். இவர்களில் பெரும்பாலோர் தலைமை ஆசிரியர்களாக இருப்பார்கள். சுமார் 200 பக்கங்களுக்கு மேலிருக்கிற நமது ELECTION MANUALஐ கரைத்துக் குடித்துவிட்டு அவர்கள் வந்திருப்பார்கள். உலகத்திலேயே இவ்வளவு விளக்கமாக எழுதப்பட்ட ELECTION MANUAL வேறெங்கும் இல்லை என்று நான் கேள்விப்பட்டிருக்கிறேன். ஆனாலும், பயிற்சி வகுப்பில் ஆயிரம் சந்தேகங்களை அவர்கள் கேட்பார்கள்.

ஒரு உதாரணம்:

வாக்காளர், வாக்கு செலுத்தியவுடன் அவருடைய இடது கை சுட்டு விரலில் அழியாத மையை இட வேண்டும். ஒருவருக்கு சுட்டு விரல் இல்லாமலிருந்தால் நடுவிரலில் இடலாம் என்று விதி இருக்கிறது.

பயிற்சி வகுப்பில் ஒரு தலைமை ஆசிரியரின் கேள்வி: "கையே இல்லாதவருக்கு மை எங்கே இடவேண்டும்?" இதுபோன்ற பல திணற வைக்கும் அவர்களின் கேள்விகளுக்கு டெல்லியிலுள்ள ELECTION COMMISSION இடம் கேட்டுத்தான் பதில் சொல்ல வேண்டியிருக்கும்.

கேரளாவில் ஜனநாயகத்துக்குப் பெருமை அளிக்கும் விஷயங்கள் பல உண்டு. பெரும்பாலான மலையாளிகள் தங்களுக்கு அளிக்கப் பட்டிருக்கும் வாக்குரிமையை மிகவும் பெருமையாகக் கருதுகிறார்கள். வாக்குகளுக்குப் பணம் வாங்குகிற சீரழிவு அங்கில்லை. நான் மாவட்ட ஆட்சியராக இருந்தபோது தேர்தல் நாளன்று எனது டிரைவர் 50 கிலோமீட்டர் தொலைவிலுள்ள தனது கிராமத்துக்குச் சென்று வாக்களித்துவிட்டு, திரும்ப வந்து தனது டூட்டியில் தொடர்ந்தார் என்றால் அவர் தனது வாக்குரிமையை எவ்வளவு மதிக்கிறார் என்பது புரிகிறதல்லவா?

மேற்கு வங்க சட்டமன்றத் தேர்தலுக்கு வருவோம். கேரளாவைப் போல் அங்கே மிகுந்த உற்சாகத்தை தேர்தல் பணியாளர்கள் காட்டா விட்டாலும், தேர்தலுக்கான முன்னேற்பாடுகளை நன்றாகவே செய்தனர். போலீஸின் பாதுகாப்பு நடவடிக்கைகளும் குற்றமற்றவையாகவே இருந்தன.

தேர்தல் நாள். வாக்குப்பதிவு தொடங்கி சீராகச் சென்று கொண்டிருந்தது. திடீரென்று ஒரு குறிப்பிட்ட வாக்குச் சாவடியில் ஆளும் கட்சியின் பிரதிநிதி ஒருவர் தேர்தல் அதிகாரியைத் தாக்கிவிட்டார் என்ற தகவல் போலீஸ் ஒயர்லெஸ் மூலம் எனக்கு வந்தது. நான் உடனே போலீஸ் அதிகாரியுடன் அதிரடியாக அந்த வாக்குச்சாவடிக்கு விரைந்தேன். அங்கே யாதொரு பதற்றமோ குழப்பமோ இல்லாமல் வாக்குப்பதிவு நடந்து

கொண்டிருந்தது. நான் எனது உதவியாளருடன் வாக்குச் சாவடிக்குள் நுழைந்தேன். தேர்தல் அதிகாரி (PRESIDING OFFICER) என்னைக் கண்டவுடன் மரியாதையோடு எழுந்து நின்றார்.

நான்: ''இங்கு ஏதோ அசாதாரண சம்பவம் நடந்ததாகக் கேள்விப்பட்டு ஓடி வந்திருக்கிறேன்.''

அதிகாரி பலகீனமான குரலில் பதில் சொன்னார்.

அதிகாரி: ''சார், இங்கு அப்படி ஒன்றும் நடக்கவில்லை. வாக்குப்பதிவு இயல்பாகத்தான் நடந்துகொண்டிருக்கிறது.''

அவர் இப்படிச் சொல்லும்போது, அவரது முகம் என் பக்கமாகத் திரும்பியது. அவரது முகத்தைப் பார்த்ததும் எனக்கு அதிர்ச்சி. அவரது கன்னத்திலிருந்து ரத்தம் வழிந்துகொண்டிருந்தது.

நான்:(பதறி) நீங்கள் யாருக்கும் பயப்பட வேண்டாம். உண்மையைச் சொல்லுங்கள். யார் உங்களைத் தாக்கியது? அவர்கள் இங்கே இருக்கிறார்களா? யாராக இருந்தாலும் கடுமையான நடவடிக்கையை எடுக்க என்னால் முடியும்!

அரசியல் கட்சிகளின் பிரதிநிதிகளைப் பார்த்தேன். ஆளுங்கட்சி எதிர்கட்சி பிரமுகர்கள் அனைவரும், ஒன்றுமே அங்கே நடக்கவில்லை என்பதை உறுதி செய்வதுபோல காட்சி அளித்தார்கள். அதிகாரி தனது கைக்குட்டையை எடுத்து முகத்தில் வழிகின்ற ரத்தத்தைத் துடைத்தபடி இருந்தார்.

நான் பரிவோடு அதிகாரியைப் பார்த்துக் கேட்டேன்.

நான்: ''ஒன்றும் நடக்கவில்லை என்றால் உங்கள் முகத்திலிருந்து ஏன் ரத்தம் இப்படி வழிகிறது? யாரோ உங்களை கடுமையாக முகத்தில் தாக்கியிருப்பது உண்மைதானே!?''

அந்த அதிகாரி அருகிலிருக்கும் சுவர் அருகில் சென்று நின்றபடி என்னைப் பார்த்துச் சொல்கிறார்.

அதிகாரி: ''சார். நடந்தது இதுதான். நான் தவறுதலாக இந்தச் சுவரில் இடித்துக்கொண்டேன். இதோ பாருங்கள், சுவரில்கூட ரத்தம் தெறித்திருக்கிறது.''

ஏதோ பயத்தில்தான் அவர் இவ்வாறு பொய் சொல்கிறார் என்று எனக்குப் புரிந்தது. அவரைத் தாக்கியவன் அவர் முகத்தைக் குரூரமாக சுவரில் இடித்து காயத்தை ஏற்படுத்தியிருக்கிறான்.

ஆனால், பாதிக்கப்பட்டவரே குற்றவாளியைக் காப்பாற்ற இப்படி ஒரு பொய்யான நாடகம் நடத்தும்போது நாம் என்ன செய்யமுடியும்? நான் பரிதவித்துப் போனேன்.

ஆளும் கட்சியைச் சேர்ந்தவர்தான் இப்படிப்பட்ட கொடுமையைச் செய்ய முடியும் என்று முடிவுசெய்து, எதிர்கட்சிப் பிரதிநிதிகளைத் தனித்தனியாக அழைத்துச் சென்று என் உதவியாளர் உதவியுடன் கேட்டுப்பார்த்தேன். ஆளுங்கட்சிக்காரரையும் கேட்டேன். அவர்கள் அனைவரும் 'அசம்பாவிதம் எதுவும் நடக்கவில்லை' என்று சொன்னதோடு நிற்காமல் அதிகாரி தாமே சுவரில் இடித்துக்கொண்டார் என்கிற பச்சைப் பொய்யை உறுதிப்படுத்தினர். வாக்களிக்க வந்தவர்கள், பிற தேர்தல் அலுவலர்கள் யாராவது சாட்சி அளிப்பார்களா என்று முயன்று பார்த்தேன். யாரும் சாட்சி சொல்ல வரவில்லை. கிரைம் நடந்த பிறகு அது நடக்கவே இல்லை என்று நிரூபிக்கும் 'திருஷ்யம்' சினிமாவைப் போன்ற நாடகம் நடந்தால் என்ன செய்ய முடியும்? என் கையறு நிலையைக் கண்டு நான் வருந்தினேன்.

முகத்தில் ரத்தம் வழிகின்ற அதிகாரிக்கு உடனுக்குடன் வைத்தியம் மட்டும்தான் என்னால் செய்யமுடிந்தது.

இந்த சம்பவத்தைப் பற்றி மாநில தேர்தல் அதிகாரிக்கு; புகார் செய்துவிட்டு அங்கிருந்து புறப்பட்டேன்.

போகிற வழியில் என் ஆற்றாமையை என் உதவியாளரிடம் சொல்லிக்கொண்டே வந்தேன்.

"தன்னைத் தாக்கியவன் எதிரிலேயே அமர்ந்திருக்கிறான். நாம் இவ்வளவு சப்போர்ட் தந்தும்கூட நடந்ததைச் சொல்ல அந்த அதிகாரிக்குத் தைரியம் வரவில்லையே!" என்றேன்.

எனக்குக் காவலாக என்னுடன் பயணம் செய்த போலீஸ்காரர் பேசினார்: "சார்! அந்த அதிகாரிக்குத் தெரியும். தன்னை அடிச்சவனை காட்டிக்கொடுத்தா என்னாகும்னு. இந்த போலீஸ் பாதுகாப்பு எல்லாம் இன்னைக்கு ஒருநாள்தானே சார்! அதுக்கப்புறம் அவர் உயிருக்கு உத்திரவாதம் யார் தரப் போகிறார்கள்? அரசியல்வாதிகளுக்குத் தண்டனை வாங்கிக் கொடுத்தவங்க பலபேரை இங்கே கொன்னிருக்காங்க. அதுல இந்தக்கட்சி அந்தக்கட்சின்னு வித்தியாசம் ஒன்னும் கிடையாது. அதனாலதான் ரத்தம் வந்தாலும் கர்சிப்ல துடைச்சிக்கிட்டு பொய் சொல்றாரு!"

எனக்கு என்ன பதில் சொல்வதென்றே தெரியவில்லை!

15

சட்டம் மட்டும் போதாது; சாதுர்யமும் வேண்டும்!

சப்கலெக்டராக இருந்த காலம் அது.

வைக்கம் டவுனில் பஜார் பகுதி ஒன்றிருந்தது. எல்லா இடங்களிலும் இருப்பதுபோல பஜார் சாலையின் இருமருங்கிலும் இருந்த கடைக் காரர்கள் கடைக்கு முன் கூரையைக்கட்டி ரோட்டின் கால் பகுதியை ஆக்கிரமித்திருந்தனர். இதனால் மக்கள் நடப்பதற்கு இடமில்லாமலும் வண்டிகள் செல்வதற்கு மிகுந்த நெரிசலாகவும் இருந்து வந்தது. பொதுப்பணித்துறையைச் சேர்ந்த அதிகாரிகள் எவ்வளவோ முயற்சி செய்தும் ஆக்கிரமிப்புகளை அகற்ற முடியவில்லை. போலீஸின் உதவியை நாடினார்கள். ஆனால், போலீஸை எப்போதும் ‘மகிழ்ச்சியாக’ கடைக்காரர்கள் வைத்திருந்ததால் அவர்களுக்கு எதிராகச் செயல்படுவதற்கு போலீஸ்காரர்கள் உற்சாகம் காட்டவில்லை. ஏதோ ஒரு குருட்டுத் தைரியத்தில் பொதுப்பணித்துறை தாமே முன்வந்து ஒருமுறை ஆக்கிரமிப்புகளை அகற்றத் துணிந்தபோது அமைச்சரின் தலையீட்டால் பின்வாங்க வேண்டி வந்தது.

இதற்கிடையில், கடைக்காரர்கள் கோர்ட்டுக்குச் சென்று ஒரு தடை உத்தரவை வாங்கி வந்துவிட்டார்கள். பொதுப்பணித்துறை, அரசாங்க வக்கீலை வைத்து நீண்ட காலம் போராடி ஒரு வழியாக ‘பொது நலம் கருதி இந்த ஆக்கிரமிப்புகள் நீக்கம் செய்யப்பட வேண்டியவைதான்’ என்று கோர்ட்டும் PWDக்கு அனுகூலமாக தீர்ப்பை வழங்கிவிட்டது. அதற்குப் பின்னரும் ஆக்கிரமிப்புகளுக்கு எதிராக நடவடிக்கைகள் ஒன்றையும் எடுக்கமுடியவில்லை. அரசியல்வாதிகளும் மேலதிகாரிகளும் அதற்குத் தடையாக இருந்து வந்தனர்.

இந்த நிலையில்தான் புதிதாக நான் சப்கலெக்டராகப் பொறுப் பேற்றேன். பழைய அதிகாரி இருந்த காலத்தில் மனு கொடுத்து பல காரணங்களால் REJECT ஆன விஷயங்கள் எல்லாம், புதிய

மனுவாக புதிய அதிகாரியிடம் மீண்டும் கொடுப்பது ஒரு வழக்கமாக இருந்து வந்தது. புதிய அதிகாரியாவது அனுகூலமாக எதையாவது செய்துதந்துவிடுவாரா என்கிற நம்பிக்கை அவர்களிடம் இருந்தது.

இதைப்போன்ற நம்பிக்கையுடன்தான் வைக்கம் பொதுப்பணித்துறை *AEE* (ASSISTANT EXECUTIVE ENGINEER) என்னை வந்து சந்தித்தார். வைக்கம் பஜாரில் ஆக்கிரமிப்புகள் நீக்கப்படாமல் இருப்பதைக் குறித்தும், நீதிமன்றம் ஆக்கிரமிப்புகளை அகற்றலாம் என்று தீர்ப்பு வழங்கிய பிறகும் அரசியல்வாதிகள், மேலதிகாரிகள் முதலானவர்களின் குறுக் கீட்டினால் அகற்றமுடியாமல் இருப்பதையும் விரிவாகச் சொன்னார்.

AEE: ''நீங்கள் ஒரு ஐஏஎஸ் அதிகாரியாக இருப்பதால் இவர்கள் எதிர்ப்பைப் பொருட்படுத்தாமல் ஜனங்களுடைய நன்மைக்காக இந்த ஆக்கிரமிப்புகளை அகற்ற நடவடிக்கை எடுக்கவேண்டும்."

நானே முன்நின்று ஆக்கிரமிப்புகளை அகற்றித் தர சம்மதித்தேன். முதன்முதலில் இதுபோன்ற காரியத்தில் ஈடுபடுவதால் நாம் எடுக்கும் நடவடிக்கை தோல்வியில் முடிந்துவிடாவண்ணம் ஜாக்கிரதையாகத் திட்டமிட வேண்டும் என்று நான் எனக்குள் சொல்லிக்கொண்டேன்.

முதலில் ஆக்கிரமிப்புகளை அகற்ற ஆட்களைத் தயார் செய்ய பொதுப்பணித்துறைக்குச் சொன்னேன். என்றைக்கு OPERATION என்பதை மட்டும் ரகசியமாக வைத்துக்கொண்டேன். ஒரு ஞாயிற்றுக்கிழமை காலை ஏழுமணிக்கு ஆக்கிரமிப்புகளை அகற்ற முடிவு செய்து, PWD எஞ்சினியரையும் பிறரையும் பஜார் சாலைக்கு வரவழைத்தேன். ஞாயிற்றுக்கிழமையைத் தேர்ந்தெடுத்ததன் காரணம், அன்று கடைகள் எல்லாம் மூடப்பட்டு பெரிதாக ஜன நடமாட்டம் இல்லாமல் இருக்கும்; சட்டம் ஒழுங்கு குலையாமல் PWDகாரர்களால் ஆக்கிரமிப்புகளை அகற்ற முடியும் என்பதால்.

அன்று, என் தலைமையில் OPERATION ஆரம்பிக்கப்பட்டது. 7 மணிக்குத்தான் போலீஸை வரச்செய்து பாதுகாப்பு தரச்சொன்னேன். ஆனால், எதிர்பாராதவிதமாக கடைக்காரர்களுக்கு இந்தச் செய்தி எப்படியோ பரவி 50க்கும் மேற்பட்டோர் அங்கே வந்து குழுமி விட்டார்கள். எங்கள் நடவடிக்கையை எதிர்ப்பதோடு நிற்காமல் கோஷமும் போடத் தொடங்கிவிட்டார்கள். இதனால் ஆக்கிரமிப்பை அகற்றும் வேலை ஸ்தம்பித்து நின்றுவிட்டது.

எனக்கொரு யோசனை தோன்றியது. கோஷமிடும் கடைக்காரர் களிடம் சொன்னேன்:

"பொதுமக்களுக்கு இடையூறு செய்யும் விதத்தில் சட்டத்துக்கு புறம்பாக ஆக்கிரமிப்பு செய்திருக்கிறீர்கள். நீங்கள் செய்திருக்கிற இந்த காரியம், சட்டத்துக்குப் புறம்பானது இல்லை என்று செல்வதற்கு

உங்கள் பக்கம் நியாயம் ஏதாவது இருந்தால் சொல்லுங்கள். அதைக் கேட்க நான் தயாராக இருக்கிறேன்" என்று நான் சொன்னவுடனே அவர்கள் மிகுந்த உற்சாகத்துடன், "எங்கள் பக்கம் நியாயம் இருக்கிறது. நாங்கள் விவாதிக்க தயார்" என்று அனைவரும் ஒருமித்த குரலில் சொன்னார்கள்.

"அப்படியானால், நான் அருகில் இருக்கும் தாசில்தார் ஆபீஸில் இருக்கிறேன். 15 நிமிடத்துக்குள் நீங்கள் உங்களிடமிருக்கும் சான்றுகளுடன் ஆஜர் ஆகுங்கள்" என்று சொல்லிவிட்டு தாசில்தார் ஆபீஸில் சென்றமர்ந்துவிட்டேன்.

அங்கு சென்றதும் நான் செய்த முதல் வேலை தாசில்தார் ஆபீஸில் இருந்த போனை DISCONNECT செய்ததுதான்.

அப்போது LAND PHONE மட்டுமே இருந்த காலம்.

கடைக்காரர்களுக்கு 15 நிமிட அனுமதி கிடைத்ததும் 'அவர்கள் அரசியல்வாதிகள் முதல் மேலதிகாரிகள் வரை தொடர்பு கொண்டு எங்கள் நடவடிக்கையை நிறுத்தப் பார்ப்பார்கள்' என்று எனக்கு நன்றாகத் தெரியும். அதனால்தான், அவர்கள் யாரும் என்னைத் தொடர்பு கொள்ளமுடியாதபடி என்னை ஆக்கிக்கொண்டேன். மேலும் கடைக்காரர்கள் வேறு வழியின்றி சப்கலெக்டரை கன்வின்ஸ் செய்தாக வேண்டிய நிலைக்குத் தள்ளப்படுவார்கள் இல்லையா?

கடைக்காரர்கள் நினைத்தபடி அரசியல்வாதிகளோ மேலதிகாரிகளோ தலையிட்டு சப்கலெக்டரைக் கட்டுப்படுத்த முடியவில்லை. அவர்கள் மிகுந்த பதற்றத்தோடும் சோர்வோடும் என் முன்னால் வந்து நின்றார்கள். அவர்கள் அனைவரையும் இருக்கையில் அமரச்செய்து சிற்றுண்டி ஏற்பாடு செய்தேன். நிதானமாக ஒவ்வொருவரும் தங்களது வாதத்தை என் முன்வைத்தார்கள். அவர்கள் முன்வைத்த வாதங்கள் அனைத்தும் எப்படிச் சட்டப்படி தவறானவை என்று உடனுக்குடன் நான் விளக்கிச் சொல்லிக்கொண்டே வந்தேன். அவர்களின் முகங்கள் வியர்க்கத் தொடங்கின. எல்லோரும் பேசிமுடிக்கும்போது நேரம் 12 மணியைக் கடந்துவிட்டது. அவர்கள் செய்த ஆக்கிரமிப்பை அவர்களால் நியாயப்படுத்த முடியாமல் போனதால், அவர்கள் தற்போது கெஞ்ச ஆரம்பித்துவிட்டார்கள்.

"சார், கொஞ்சம் நாட்கள் கொடுத்தால் நாங்களே ஆக்கிரமிப்பை அகற்றி விடுகிறோம். இன்று ஒன்றும் செய்துவிடாதீர்கள்!"

அப்போது AEE அங்கே வந்தார். அவரிடம் நான் "என்ன?" என்று கேட்டேன்.

"பஜாரிலிருந்த எல்லா ஆக்கிரமிப்பையும் முழுக்கமுழுக்க அகற்றிவிட்டோம் சார்!" என்று மகிழ்ச்சியுடன் சொன்னார்.

கடைக்காரர்கள் அதிர்ச்சி அடைந்து ஸ்தம்பித்து நின்றார்கள்.

நான் கடைக்காரர்களிடம் சொன்னேன்:

"இந்த விஷயத்தில் உங்கள் பக்கம் நியாயம் இல்லை என்று எனக்கு நன்றாகத் தெரியும். கோர்ட்டே தீர்ப்பு சொல்லிவிட்ட கேஸ் இல்லையா இது? நான் உங்க விவாதங்களைக் கேட்கிறதாச் சொல்லி நேரத்தைக் கடத்தத்தான் உங்களை இங்கே வரவழைத்தேன். இந்த நேரத்துல DISTURBANCE எதுவுமில்லாம ENCROACHMENTS எல்லாத்தையும் REMOVE பண்ணிடுங்கன்னு PWD காரங்களுக்கு DIRECTION கொடுத்துட்டுத்தான் இங்க வந்தேன். எங்க ஆபரேஷன் சக்சஸ் ஆகறதுக்கு நீங்க தந்த ஒத்துழைப்புக்கு ரொம்ப நன்றி!" கடைக்காரர்கள் முகத்தில் ஈயாடவில்லை!

பின்குறிப்பு: ஈரோட்டில் பெரியார் அவர்கள் நகரசபை சேர்மனாக இருந்தபோது பஜாரில் ரோடின் இருபுறமும் இருந்த ஆக்கிரமிப்புகளை அகற்றினார் என்றும், அவரே ஒரு வியாபாரியாக இருந்தும் பிற வியாபாரிகளுக்கு எதிரான இந்தக் காரியத்தைச் சாதுர்யமாக செய்து முடித்ததாகவும் அவர் வாழ்க்கை வரலாற்றிலிருந்து ஒரு தகவல் கிடைத்தது. 'பெரியார்' திரைப்படத்தின் திரைக்கதையில், இதை ஒரு காட்சியாக அமைக்க விரும்பிய நான், அரசுப் பணியில் எனக்கேற்பட்ட மேற்கூறிய அனுபவத்தைப் பயன்படுத்திக்கொண்டேன்.

16

கடன்பட்டார் நெஞ்சம் வேண்டாம்!

நான் கேரளம் சென்றபோது நான் ஆச்சரியப்பட்ட ஒரு விஷயம் உண்டு. பெரும்பாலான மலையாளிகள் கடன் வாங்கினால் அதைத் திருப்பி அடைக்க முனைப்பாக இருப்பார்கள் என்பதுதான் அது. நில அடமான பேங்க், கூட்டுறவு பேங்க் ஆகியவற்றில் எல்லாம் கடன் வசூலாகும் RECOVERY RATE 95 சதவீதத்துக்கும் மேல் இருந்தது. கடனாளியாக இருப்பது யாருக்குமே பிடிக்காதுதான். ஆனால், கேரளாவில் இருப்பவர்களுக்கு 'கடனை உடனடியாக அடைத்துவிட்டுத் தான் மறுவேலை' என்கிற மனப்பாங்கு இருப்பதுதான் விசேஷமான ஒன்று!

பல வருடங்களுக்கு முன்னர் திருவனந்தபுரத்தில் ஓர் அரசாங்க நிகழ்ச்சி நடைபெற்றது. அதைத் தொடர்ந்து இரவு உணவும் வழங்கப்பட்டது. அதில் அமைச்சர்களுடன் மூத்த அதிகாரிகள் நாங்கள் பலரும் கலந்துகொண்டோம். எங்களுடன் உணவருந்திக்கொண்டே நீண்ட நேரம் உரையாடிக்கொண்டிருந்தவர்களில் ஒருவர் திருவனந்தபுரம் சிட்டி போலீஸ் கமிஷ்னர். நாங்கள் பிரிந்து சென்றபோது இரவு மணி 11 ஆகிவிட்டது.

அடுத்தநாள் காலை. 'சிட்டி போலீஸ் கமிஷ்னர் விடியற்காலை தற்கொலை செய்துகொண்டார்!' என்று செய்தி வந்தபோது அதிர்ச்சியின் எல்லைக்கே நாங்கள் சென்றுவிட்டோம். தற்கொலைக்கான காரணம் என்று போலீஸ் தரப்பில் கிடைத்த விவரம் இன்னும் பெரிய ஆச்சரியத்தைத் தந்தது. கமிஷ்னர் ஏதோ கடன் வாங்கியிருந்ததாகவும், அதை உடனே கட்டச் சொல்லி நோட்டீஸ் வந்திருந்ததாகவும், அதை, விருந்து முடிந்து வீட்டுக்குச் சென்ற கமிஷ்னர் கண்டு விரக்தி யடைந்து தற்கொலை செய்துகொண்டதாகவும் சொல்லப்பட்டது. இது எவ்வளவு தூரம் உண்மை என்று தெரியவில்லை. ஆனால், இத்தகைய ஒரு மனப்பான்மை இங்கு பலரிடமும் இருப்பதை நான் கண்டிருக்கிறேன்.

இல்லை என்றால் கடனைத் திருப்பிச் செலுத்துவதில் இந்தியாவிலேயே முன்னணியில் இருக்கும் மாநிலமாக கேரளா இருக்க முடியுமா? தொழில்துறையில் மிகவும் பின் தங்கியிருக்கும் ஒரு மாநிலத்தில் இந்தியாவின் முன்னணி வங்கிகள் தங்கள் கிளைகளை மாநிலமெங்கும் திறக்க போட்டி போடுவதும் இக்காரணங்கள் கொண்டுதான்.

நான் பாலா சப்கலெக்டராக இருக்கும்போது ஒரு கூட்டுறவு வங்கியின் கிளை அலுவலகத்தைத் திறக்கப் போயிருந்தேன். அப்போதுக் அந்த கூட்டுறவு வங்கியின் லோன் RECOVERY RATE 99.5% சதவீதம் என்று சொன்னதைக்கேட்டு நான் எனது உரையில் அந்தக் கூட்டுறவு வங்கியின் உறுப்பினர்களை மனமகிழ்ந்து பாராட்டித் தள்ளிவிட்டேன். என் உரையை முடித்துவிட்டு அமரும்போது அந்த வங்கியின் தலைமை நிர்வாகத்திலிருந்த பிரமுகர் சொன்னார்: “நீங்க நாங்க குடுக்கிற லோன் எல்லாம் திரும்ப வட்டியோடு வர்றதைப் பத்திப் பெருமையா சொன்னீங்க. ரொம்ப சந்தோஷம். சாருக்கு அதனுடைய உண்மையான காரணம் தெரிய வாய்ப்பே இல்லை. தடுக்கி விழுந்தா பிரைவேட் பாங்க் இருக்கிற ஏரியா இது. அநியாய வட்டி வாங்கறதால அவங்களுக்கு பிளேடு கம்பெனின்னு தான் பேரு. எங்க ஆளுங்க புத்திசாலிங்க. ரப்பர் விவசாயத்தைக் காட்டி குறைஞ்ச வட்டிக்கு எங்க கூட்டுறவு பேங்கிலிருந்து லோன் வாங்கி, பிளேடு கம்பெனிக்கு அதிக வட்டிக்கு டெப்பாஸிட்டா கொடுத்துடுவாங்க. அதே சமயம் எங்க பேங்கில தவணைத் தொகையை ஒழுங்காகவும் கட்டிடுவாங்க. இங்கே நல்ல கஸ்டமர்னு பேருக்குப் பேரு. அங்கே பிளேடு கம்பெனியிலிருந்து வருமானத்துக்கு வருமானம்!”

நான் அப்போது தொழில் வகுப்பில் GENERAL MANAGER, DISTRICT INDUSTRIES CENTRE ஆக இருந்தேன். எங்களுடைய கொல்லம் மாவட்டத்தில் அப்போது இந்திய அரசின் வறுமை ஒழிப்புத் திட்டமான IRDP (INTEGRATED RURAL DEVELOPMENT PROGRAMME) அமலில் இருந்தது. கிராமப்புற வேலையில்லாத இளைஞர்களுக்குச் சிறுதொழில் அல்லது வருமான மார்க்கம் உருவாக்கித் தருவதுதான் அரசாங்கத்தின் நோக்கம். அதற்காக வங்கிகளில் இருந்து குறைந்த வட்டிக்குக் கடனும், அரசாங்கத்திடமிருந்து மானியமும் வழங்கப்பட்டன. இந்திய அளவில் ஒரு சிலர் இதைப் பயன்படுத்திக்கொண்டு முன்னேறியது உண்மைதான் என்றாலும் பெரும்பாலானவர்கள் அரசாங்கத்தை ஏமாற்றி வங்கிகளில் வாராக்கடன்களை அதிகரித்ததுதான் உண்மை. மேலும், ஒரே ஒரு பசுவைக் காட்டி பலர் லோன் எடுத்ததும், ஒப்புக்காக வியாபாரங்களை

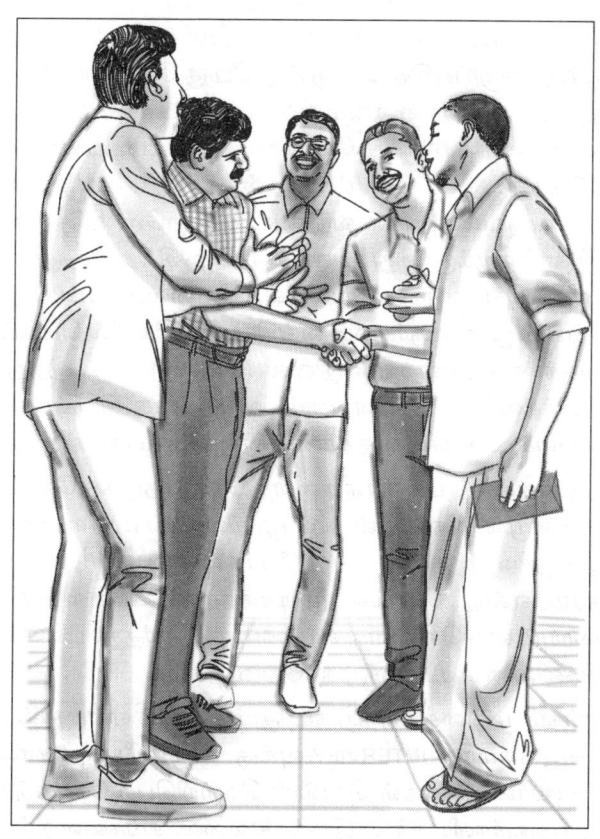

ஆரம்பித்துவிட்டு நடத்தமுடியாமல் மூடிவிட்டதும் இந்தியாவில் IRDP திட்டத்தின் தோல்வியாகக் கருதப்பட்டது.

கேரளாவில் இந்தத் திட்டம் வெற்றி என்று சொல்ல முடியா விட்டாலும் நான் முன்பு சொன்ன கேரள மக்களின் கடனைப் பற்றிய மனநிலை காரணமாக வங்கிகளில் வாராக்கடன் அதிகரிக்கவில்லை. எனவே, வங்கி மேனஜர்களிடம் பிற மாநிலங்களில் இருந்ததுபோல IRDPயைக் குறித்த வெறுப்பு மனநிலை இங்கே இல்லை.

ஆனாலும், கடன் என்பது வசதி படைத்தவர்களுக்கும், கடனுக்கான சொத்து முதலான கியாரண்டி தருபவர்களுக்கும்தான் தரப்படவேண்டும் என்று அதுவரை கருதிக்கொண்டிருந்த வங்கி அதிகாரிகளின் மனப்பாங்கை ஓரளவுக்கு IRDP மாற்றியது என்றுகூட சொல்லாம். முதல் முறையாக ஏழைகளும் கியாரண்டி எதுவும் இல்லாமல் வங்கியில் கடன் வாங்கலாம் என்கிற நிலை உருவாகியது சாதாரண விஷயமல்ல.

எங்கள் மாவட்டத்தில் IRDP பயனாளிகளைத் தேர்ந்தெடுத்து வங்கிகளுக்கு அனுப்புகிற பொறுப்பு பொதுமேலாளருக்கு வழங்கப் பட்டிருந்தது. என் தலைமையில் மாவட்டத்திலுள்ள பிரதான வங்கிகளின் அதிகாரிகள் கொண்ட கமிட்டி பயனாளிகளைத் தேர்ந்தெடுத்தது. என் மாவட்டத்தில் அரசியல் கட்சிகளிலிருந்து சிபாரிசுகள் வருவதை நான் வந்தவுடன் அறவே தடுத்துவிட்டேன். வங்கி அதிகாரிகளுக்கு இது மிகவும் மகிழ்ச்சி அளித்தது. என்னைப் பாராட்டவும் செய்தார்கள். ஆனால், வேலைவாய்ப்பு இல்லாமல் இருக்கிற ஏழை இளைஞர்களை வங்கி அதிகாரிகளில் பெரும்பாலோர் கேவலமாகக் கருதுகின்ற மனநிலை (CONTEMPT) இருந்தது. IRDPக்கு விண்ணப்பித்தவர்கள் அனைவரும் அவர்களாக இருப்பதால் வங்கி அதிகாரிகளைக் கையாளுவதுதான் எனக்குச் சவாலாக இருந்தது.

ஆயிரக்கணக்கில் பயனாளிகளைத் தேர்ந்தெடுக்க வேண்டியிருந்த தால் IRDP நேர்முகத்தேர்வுகள் நாள் முழுவதும் பல நாட்கள் நடந்தன. ஒவ்வொரு நாளும் சுமார் 100 பேர்களை INTERVIEW செய்தோம். எந்த நேரம் என்று சொல்ல முடியாததால் காலை 11 மணிக்கு எல்லோரையும் வரச்சொல்வது வழக்கமாக இருந்தது. பல சமயங்களில் இரவு 8 மணிவரைகூட நேர்முகத்தேர்வு நீளும்.

அரசாங்கம் முன்கை எடுத்து நடத்தும் திட்டம் என்பதால் இளைஞர் களுக்கு வழக்கமான INTERVIEWவுக்கு வரும்போது காணப்படும் பயமோ, சரியான பதில்கள் சொல்லி வெற்றிபெற வேண்டும் என்கிற சிந்தையோ அவர்களிடத்தில் இருந்ததில்லை. தங்களை நல்லவிதமாக PRESENT செய்துகொள்ள வேண்டும் என்கிற எண்ணம்கூட அவர்களிடம் இல்லை. சிலர் தலையைச் சரியாக வாராமல் வருவார்கள். சிலர் சட்டைக்குப் பதில் T SHIRT அணிந்திருப்பார்கள். சிலர் சட்டையில் முதல் இரு பட்டன்களைத் திறந்தபடி வந்திருப்பார்கள். INTERVIEW BOARD இல் வந்திருக்கும் வங்கி அதிகாரிகளோ இளைஞர்கள் கொஞ்சம் கூட மரியாதை இல்லாமல் வந்திருப்பதாகவே கருதினார்கள்.

அதனால், அந்த இளைஞர்களின் அறியாமையை வெளிப்படுத்த பல கேள்விகளைக் கேட்டார்கள். சில இளைஞர்கள் காட்டமாக அதற்குப் பதிலையும் சொன்னார்கள். ''என்ன தொழில் செய்ய விரும்புகிறாய்?''

''நான் செய்ய விரும்புகிற தொழிலுக்கு லட்சம் ரூபாய் லோன் வேண்டும், நீங்கள் தரத் தயாரா?'' என்று குதர்க்கமாக ஒரு இளைஞன் கேட்டான்.

பெரும்பாலான இளைஞர்கள் பேக்கரி, பலசரக்குக் கடை அல்லது பசு வளர்த்தல் இவற்றையே செய்ய விரும்புவதாகச் சொன்னார்கள்.

அந்தத் தொழிலின் வரவு-செலவு பற்றிக் கேட்டபோது பல இளைஞர்களால் பதில் சொல்ல முடியவில்லை.

வங்கி அதிகாரிகள் ஒவ்வொரு இளைஞனின் கேஸையும் REJECT செய்யத் துடித்தார்கள். நான் எப்படியாவது ஒவ்வொரு கேஸிலும் இருக்கிற POSITIVE அம்சங்களை எடுத்துச்சொல்லி லோனை SANCTION ஆக்க முயன்றேன்.

ஒரு வங்கி அதிகாரி என்னிடம் கேட்டார்: "அரசியல் சிபாரிசை நீங்கள் நிராகரித்துவிட்டீர்கள். மகிழ்ச்சியாக இருந்தது. ஆனால் இங்கே வருகிற இளைஞர்கள் நம் மேல் மரியாதை இல்லாமலும் ROUGH ஆகவும் நடந்துகொள்ளும்போது எரிச்சல் அடையாமல் கரிசனம் காட்டுகிறீர்களே எதனால்? THEY DON'T DESERVE THIS SIR!"

நான் சொன்னேன்: "அதிர்ஷ்ட வசமாக நாம் படித்து முடித்ததும் நமக்கு வேலை கிடைத்துவிட்டது. படித்துவிட்டு வேலை கிடைக்காமல் இந்திய கிராமங்களில் அலைவது போன்ற கொடுமை உலகத்தில் எதுவும் கிடையாது. பெற்றவர்கள் முதல் ஊர்க்காரர்கள் வரை ஏசியும் பேசியும் வேலை இல்லாதவர்களை அவமானம் செய்வதை நீங்கள் கண்டிருக்கிறீர்களா? இவர்களில் பலருக்கும் தொழில்முனைவோர் 'ENTREPRENEUR' ஆக வேண்டும் என்கிற ஆசை இல்லை. அவர்களுக்கு EMPLOYEE ஆகத்தான் விருப்பம். ஆனால், அரசாங்கம் அவர்களை வலுக்கட்டாயமாக தொழிலதிபர் ஆகணும்னு சொன்னா அது என்ன அவ்வளவு சுலபமா? எனவேதான் நான் ஆதரவாக அவர்களைப் பார்க்கிறேன்!"

வங்கி அதிகாரிகளுக்கு என்ன தோன்றியதோ தெரியவில்லை அதற்குப் பின்னர் வந்தவர்களை அவர்களும் கரிசனத்தோடு நடத்தினார்கள். லோன் SANCTIONகளும் சற்று வேகமாக நடக்கத் தொடங்கின.

சில இளைஞர்களின் நடத்தை மோசமானதாகத்தான் இருந்தது. அவர்களுக்கு லோன் தருவது எந்தவிதத்திலும் பயனளிக்காது என்று நாங்கள் தீர்மானித்தோம்.

அப்படிப்பட்ட இளைஞர்களை INTERVIEW செய்து முடித்தவுடன் வங்கி அதிகாரிகள் என்னை அனுதாபத்தோடு பார்த்தார்கள். "இவர்களுக்கா நீங்கள் இவ்வளவு வக்காலத்து வாங்குகிறீர்கள்?" என்று என்னைப் பார்த்துக் கேட்பது போன்றிருந்தது.

இரவு 7 மணியாகிவிட்டது. இன்று அழைத்தவர்களில் INTERVIEW செய்யப்பட வேண்டியவர்கள் இன்னும் நாலைந்துபேர் மட்டும்தான் மீதமிருந்தனர்.

ஓர் இளைஞன் வந்தான். வழக்கம்போல வங்கி அதிகாரிகள் அவனைக் கேள்விகள் கேட்டனர்.

"நீ எதை வைக்க விரும்புகிறாய்? பேக்கரி, பலசரக்கு அல்லது பசு வளர்த்தல்?"

அந்த இளைஞன் பதில் ஒன்றும் சொல்லாமல் ஒரு கவரை என் முன் நீட்டினான்.

நான் அதைத் திறந்து பார்த்தேன். அதிலிருந்த கடிதத்தைப் படித்தேன். அதிர்ச்சிக்குள்ளானேன்.

நான்: "இதைக்காட்டவா காலையிலிருந்து காத்திருக்கிறாய்?"

இளைஞன்: "ஆமாம் சார். வேலை இல்லாதிருந்தபோது இந்த லோனுக்காக அப்ளை செய்திருந்தேன். எனக்கு அரசாங்க உத்யோகம் கிடைத்துவிட்டது. அந்த ஆர்டரை உங்களிடம் காட்டிவிட்டு எனக்கு இந்த லோன் வேண்டாம் என்று சொல்லிட்டுப் போகத்தான் வந்தேன், சார்!"

அவன் கள்ளங்கபடமில்லாமல் பேசுவது நன்றாகத் தெரிந்தது.

காலையிலிருந்து பார்த்துவந்த இளைஞர்கள் மத்தியில் இப்படி ஓர் இளைஞனா? என்னைவிட வங்கி அதிகாரிகள் இன்ப அதிர்ச்சி அடைந்ததை என்னால் காணமுடிந்தது.

நான்: "தம்பீ! நீ எங்கிருந்து வருகிறாய்?"

அந்த இளைஞன் சொன்ன இடம் ஒரு மலைப்பகுதி. பழங்குடியினர் வாழும் பிரதேசம். 'சமவெளியில் வாழும் சிலரைப்போல கள்ள குணம் மலைவாழ் மக்களுக்குக் கிடையாது' என்று யாரோ எப்போதோ சொன்னது என் நினைவுக்கு வந்தது.

அந்த இளைஞனைப் பாராட்டியபடி, நான் எழுந்துநின்று அவனது கைகளைக் குலுக்கி விடையளித்தேன். வங்கி அதிகாரிகள் அனைவரும் தானாகவே எழுந்து நின்று கரவொலி எழுப்பினார்கள்!

17

சும்மா இருப்பதே சுகம்!

சுமார் 30 வருடங்களுக்கு முன்பு, நான் கேரளாவின் விளையாட்டு மற்றும் இளைஞர் நலத்துறையின் இயக்குநராக இருந்தேன்.

அப்போது இந்திய அரசின் சார்பாக ஓர் இளைஞர் குழுவை ஜப்பானுக்கு அனுப்பினார்கள். அந்த இளைஞர் குழுவின் லீடர் பொறுப்புக்கு என்னை நியமித்தார்கள்.

நாடுகளுக்கிடையிலான EXCHANGE PROGRAMME ஆனதால், எங்களது செலவுகள் அனைத்தையும் ஜப்பான் அரசே ஏற்றுக்கொண்டது. மூன்று வாரங்கள் ஜப்பானில் தங்கி, ஜப்பான் நாடு முழுவதையும் சுற்றிக் காட்டுகிற ஓர் அற்புதமான சுற்றுலாத் திட்டம். அதுமட்டுமல்ல; குழுவில் உள்ளவர் ஒவ்வொருவரும் 7 நாட்கள் வெவ்வேறு ஜப்பான் குடும்பங்களில் விருந்தினராகத் தங்கவேண்டும். இந்தத் திட்டத்தில் பாகிஸ்தான், பங்களாதேஷ், ஸ்ரீலங்கா, பூட்டான், நேபாளம் முதலான நாட்டுக் குழுக்களும் பங்கேற்றன. எங்கள் குழுவில் தமிழ்நாடு, கர்நாடகா, குஜராத், பஞ்சாப், பீஹார், ஹரியானா, மத்தியப் பிரதேசம், உத்தரப் பிரதேசம் முதலான மாநிலங்களின் பிரதிநிதிகள் இருந்தனர். பெரும்பாலானவர்கள் கல்லூரியில் படிக்கும் இளம் வயதினர். குஜராத், கர்நாடகாவில் இருந்து இளைஞர் காங்கிரஸைச் சேர்ந்தவர்கள் இருவர் வந்திருந்தனர்.

ஜப்பான் நாடு எங்களுக்குப் பல ஆச்சர்யங்களைத் தந்தது. தொழில் துறையில் அதன் வளர்ச்சி எங்களுக்குப் பிரமிப்பை அளித்தது. நடக்கின்ற எல்லா காரியங்களையும் முன்னரே திட்டமிட்டு அதன்படி ஒழுங்காக அமல் படுத்துகிற ஒரு நாடாக ஜப்பான் எனக்குத் தெரிந்தது. முதல் நாள் எங்களை வரவேற்றுப் பேச ஜப்பானின் வெளியுறவு அமைச்சர் வருவதாகச் சொன்னார்கள். அதற்கு முன்னால், அவர் பேசும்போது எங்கெல்லாம் நாங்கள் கை தட்ட வேண்டும் என்று

எங்களுக்கு ஒத்திகை அளிக்கப்பட்டது. சர்வாதிகார நாடுகளில்தான் இப்படி இருக்கும் என்று கேள்விப்பட்டிருக்கிறேன்.

ஜப்பானிலுமா? இதெல்லாம் எனக்கு மகிழ்ச்சி அளிக்க வில்லை. ஆனால் எங்களுடன் EXCHANGE PROGRAMMEஇல் வந்த யாருக்கும் இதுபற்றி யாதொரு புகாரும் இல்லை. அவர்கள் சொன்னார்கள்: "விமானத்தின் முதல்வகுப்பில் அழைத்து வந்து, ஐந்து நட்சத்திர ஹோட்டலில் தங்கவைத்து கைச்

செலவுக்காக நிறைய பணத்தையும் தந்திருக்கிறார்கள். அவர்கள் சொல்கிற இடத்தில் கைதட்டுவதில் என்ன பிரச்னை?” என்று என்னைத் திருப்பிக் கேட்டார்கள். ‘ஆசிய சமூகமே இப்படித்தான் போலிருக்கிறது’ என்று நான் என் மனதுக்குள் நினைத்துக்கொண்டேன்.

புல்லட் ரயில், டோக்கியோ டவர் என்று எங்களுக்குக் காட்டாத இடங்களில்லை. ஷாப்பிங் புது அனுபவமாக இருந்தது. பெரிய கடைகளாக இருந்தாலும் கவுன்டரில் இருக்கும் ஒரு ஆளோடு சரி. ஜப்பானில் திருட்டுக்குற்றங்களே இல்லை என்று சொன்னார்கள். நான் ஒரு கடையில் விலைமிக்க நிக்கோன் கேமராவை வாங்கிவிட்டு எனது குழுவினருடன் நடந்துவந்து கொண்டிருந்தேன். நிக்கோன் கடையிலிருந்து 500 மீட்டர்கள் தொலைவு வந்து விட்டோம். அப்போது நிக்கோன் கடைக்காரர் கத்திக்கொண்டு எங்களை நோக்கி ஓடி வருவதைக் கண்டேன். எனக்கு அச்சம் ஏற்பட்டது. நம் குழுவைச் சேர்ந்தவர் யாராவது அந்தக் கடையிலிருந்து எதையாவது திருடி வந்து விட்டார்களோ என்று. கடைக்காரர் எங்களிடம் ஒன்றும் சொல்லாமல் கடைக்கு மீண்டும் எங்களை அழைத்துச் சென்றார். பின்னர் சொன்னார்: “நீங்கள் வாங்கிய கேமராவின் ஷட்டரில் ஒரு DEFECT இருக்கிறது அதைத் தெரியாமல் விற்றுவிட்டோம். எனது உதவியாளர் சொன்னவுடன்தான் எனக்குத் தெரிந்தது. அப்படியே நீங்கள் கொண்டு போயிருந்தால் எங்களுக்கு அவமானம் ஆகியிருக்கும்? அதனால்தான் மாற்றிக்கொடுக்க வந்தேன். WE ARE VERY SORRY!” என்று பலமுறை எங்களிடம் மன்னிப்புக் கோரியபடி வேறொரு கேமராவை என்னிடம் அளித்தார். அவர்களிடம் இருந்த வியாபார நேர்மையைக் கண்டு நான் அசந்து போனேன். அதே சமயம், தரமற்ற ஒரு பொருள் வெளிநாட்டினருக்கு விற்கப்பட்டு விடக்கூடாது என்பதில் மிகமிகக் கவனமாக அவர்கள் இருந்தனர். நமது நாட்டில் வெளிநாட்டினர் கிடைத்தால் எப்படியாவது ஏமாற்றிப் பணம் பறிக்கலாம் என்கிற எண்ணம் பரவலாக இருப்பது என் நினைவுக்கு வந்தது.

டோக்கியோ பல்கலைக்கழகத்துக்குச் சென்றிருந்தோம். நவீன தொழில்நுட்பத்துக்கு முதலிடம் கொடுத்து ஏராளமான பாடத் திட்டங்கள், கோர்ஸ்கள் வைத்திருந்தார்கள். அனைத்தும் ஜப்பானிய மொழியில்தான். இலக்கியத்துறைக்கும் சென்றோம். அதனுடைய துறைத் தலைவர் என்னிடம் சொன்னார்: “எங்கள் துணைவேந்தர் தினமும் சொல்கிறார். இலக்கியம் படிப்பதால் காலணா நன்மை கிடையாது. அவர் எங்கள் DEPARTMENTஐ மூடிவிட்டு ஒரு புதிய

தொழில்நுட்பத்துறையை இங்கே தொடங்கத் துடிக்கிறார். இந்தியாவிலிருந்து வருகிற நீங்களாவது கலை இலக்கியங்களின் முக்கியத்துவத்தைச் சொல்லி எங்களைக் காப்பாற்றுங்கள்!" என்று வேண்டினார்.

எங்கள் குழுவின் முன்பு துணைவேந்தர் பேசும்போது இந்தியாவின் தத்துவ மரபைப் பற்றியும், கலைப் பண்பாட்டுத்துறை பற்றியும் விரிவாகப் பாராட்டிப் பேசி வரவேற்றார்.

நான் நன்றியுரையில் சொன்னேன்:

"தொழில் நுட்பம், பொருளாதார வளர்ச்சி என்று ஏராளமான விஷயங்களை இந்தியா உங்களிடமிருந்து கற்க வேண்டி இருக்கிறது. துணைவேந்தர் இந்தியாவின் சிறப்புகளைப் பற்றிப் பெருமையாகப் பேசினார். இந்தியாவில் நாங்கள் பாரம்பரிய கலை இலக்கியங்களை அதிகமாக போற்றுவது உண்மை. வயலின் வாசிப்பதில் என்ன பொருளாதார லாபம் என்று நாங்கள் கேட்பதில்லை!"

என்று சொன்னபோது கைதட்டல் ஒன்று பலமாகக் கேட்டது. அதைச் செய்தவர் இலக்கியத்துறை தலைவர்தான். அவர் மட்டும்தான் கைதட்டியது எனக்கு வருத்தத்தை அளித்தது.

ஜப்பான் பாராளுமன்றத்தை (DIET) எங்களுக்குச் சுற்றிக் காண்பித் தார்கள். நாங்கள் சென்றபோது ஜப்பான் பிரதமர் டயட்டில் உரையாற்றிக்கொண்டிருந்தார். எங்களுடன் வந்த எஸ்கார்ட் பெண் மணிக்கு பிரதமரை அடையாளம் காட்டமுடிந்தது. ஆனால், பிரதமரின் பெயர் உடனே அவருக்கு ஞாபகம் வரவில்லை. அதே பெண்மணி மிட்ஷுபிஷி கம்பெனி போர்டில் உள்ள டைரக்டர்கள் அனைவரது பெயரை மட்டுமல்ல, அவர்களது பின்னணி அனைத்தையும் கடகட வென்று ஒப்பித்தார் எங்களிடம்! அதுதான் ஜப்பான்.

டோக்கியோவில் தடுக்கி விழுந்தால் வீடியோ கடைகள் ஏராளமாக அப்போது இருந்தன. என்னை மிகவும் கவர்ந்த ஜப்பான் இயக்குநரான அகீரா குரோசேவா திரைப்படங்களின் ஓரிஜினல் வீடியோ கேசட்டுகளை வாங்க வேண்டும் என்கிற வெறியில் நான் டோக்கியோ முழுவதும் கடை கடையாகத் தேடி அலைந்தேன். அகீராவின் கேசட்டுகள் ஒன்றுகூட கிடைக்கவில்லை என்பது மட்டுமல்ல. ஒவ்வொரு கடையிலும் என்னை அவர்கள் திருப்பிக்கேட்டார்கள்: "யாரந்த அகீரா குரோசேவா?"

ஜப்பானில் டோக்கியோ, ஒசாகா, கியோட்டோ, ஹிரோஷிமா, நாகசாகி முதலான முக்கியமான நகரங்கள் அனைத்தையும் கண்டோம்.

புதிதாக ஒரு நகரத்தை BULLET TRAIN மூலம் சென்றடைந்து ஹோட்டல்களில் நுழைந்து நமக்கு ஒதுக்கப்பட்டிருந்த அறைக்குள் சென்றால் அங்கே நமது லக்கேஜ் காத்துக்கொண்டிருக்கும். ஜப்பானியரின் துல்லியமான திட்டமிடுதலுக்கும், செயல்பாட்டுக்கும் இது ஓர் உதாரணம். எங்கள் குழுவிலிருந்த கர்நாடகாவைச் சேர்ந்த இளைஞரை நான் எனது அறை நண்பராக எப்போதும் வைத்துக்கொண்டேன். அவருக்குக் கன்னடத்தைத் தவிர வேறு எந்த மொழியிலும் உரையாட முடியாது. தமிழ் மட்டும் சிறிது புரியும். இளைஞர் காங்கிரஸில் அடிமட்ட தொண்டராக இருந்தவராம். அவர் ஓர் அப்பாவி. அவரை எங்கள் குழுவில் அனுப்பிவைத்திருந்தார்கள்.

ஒரு நாள், இந்தியாவில் பொதுத்தேர்தலுக்கான தேதியை அறிவித்துவிட்டார்கள் என்ற செய்தியை நான் அவரிடம் CASUAL ஆகச் சொன்னபோது அவர் தேம்பித்தேம்பி அழ ஆரம்பித்துவிட்டார். நான் பதறிப்போய் என்ன ஏதுவென்று விசாரித்தபோது, அழுகைக்கிடையில் அவர் சொன்னது: ''சார், எலக்ஷன் சமயத்தில்தான் நாலுகாசு எங்களுக்குக் கிடைக்கும். அதுக்கும் வழியில்லாம போயிடுச்சே!" அரசியல் தலைவர்கள் என்றாலே அவர்களின் ஊழலைப் பற்றி நாம் பேசுகிறோம். ஆனால் அரசியல் தொண்டர்கள் தங்கள் வாழ்க்கையைத் தொலைத்துவிட்டு அரசியல் தலைவர்களின் பின்னால் அவர்கள் வீசி எறிகிற காசுகளுக்காக அலைகின்ற அவலத்தைப் பற்றி நாம் சிந்திப்பதே இல்லை.

ஒரு நகரத்துக்கு வந்ததும் அங்குள்ள இடங்களைச் சுற்றிப்பார்க்க LUXURY BUS களை ஏற்பாடு செய்திருந்தனர். நான்கு பஸ்கள் ஒன்றின்பின் ஒன்றாக இயக்கப்பட்டன. இந்தியாவும் பங்களா தேஷும் ஒரு பஸ்ஸில் என்றால் எங்கள் இருநாடுகளின் ESCORTகள் எங்களுடன் பிரயாணம் செய்வார்கள். அடுத்த நகரத்துக்குப் போகும்போது எங்களுடன் பாகிஸ்தானோ அல்லது வேறு ஒரு நாடோ எங்களோடு பயணிக்கும். எல்லாரும் எல்லாரோடும் பழகவே இந்த ஏற்பாடு. இது குழு மெம்பர்களிடையே நட்புக்கும் நல்ல உறவுக்கும் வழியமைத்துத் தந்தது.

ஒருமுறை இவ்வாறு நாங்கள் பிரயாணம் செய்துகொண்டிருந்தபோது இந்தியாவைச் சேர்ந்த வினோத் திடீரென்று எங்களுடைய எஸ்கார்ட்டிடம் சென்று, "எனது பாஸ்போர்ட் தொலைந்து போய்விட்டது. எங்கே தொலைந்துபோனது என்று தெரியவில்லை" என்று சொல்லிவிட்டு அழத்தொடங்கிவிட்டான். ஜப்பானில் நாங்கள் இறங்கும்போதே எங்களுக்குச் சொல்லப்பட்ட முதல் எச்சரிக்கை:

"எப்போதும் உங்கள் பாக்கெட்டில் பாஸ்போர்ட் இருக்கவேண்டும். எந்தக் காரணம் கொண்டும் தொலைக்கக் கூடாது. பாஸ்போர்ட் இல்லாத ஒருவரை போலீஸ் உடனே கைது செய்துவிடும், ஜாக்கிரதை!" எஸ்கார்ட் பெண்ணிடம் சென்று வினோத் அழுததற்கான காரணம், தன்னைப் போலீஸ் கைது செய்துவிடுமோ என்கிற பயத்தில்தான்.

ஜப்பானியர்கள் முன்பே திட்டமிட்டபடி காரியங்கள் நடந்து கொண்டிருந்தால் உற்சாகமாகப் பணிபுரிந்துகொண்டிருப்பார்கள்.சற்றும் எதிர்பாராமல் ஏதாவது ஒரு சம்பவம் நடந்துவிட்டால் அவ்வளவுதான். பீதியடைந்து வெலவெலத்துப் போய்விடுவார்கள். அதுதான் அப்போது நடந்தது. என் வண்டியிலிருந்த எஸ்கார்ட் எமர்ஜென்சி என்றுகூறி நெடுஞ்சாலையில் ஓடிக்கொண்டிருந்த வண்டியை ஓரமாக நிறுத்தினார். எமர்ஜென்சி என்று சிவப்பு விளக்கு காட்டப்பட்டதால் முன்னாலும் பின்னாலும் சென்று கொண்டிருந்த மூன்று வண்டிகளும் நிறுத்தப்பட்டுவிட்டன. வண்டிகளில் இருந்த ஆறு எஸ்கார்ட்டுகளும் உதவியாளர்களும் அருகிலிருந்த ஒரு ரெஸ்டாரண்டில் சென்றமர்ந்து வினோதின் பாஸ்போர்ட் பிரச்னை குறித்து விவாதிக்கத் தொடங்கினர். பஸ்ஸில் வினோத் தேம்பித்தேம்பி அழுதுகொண்டிருந்தான். 'நீ இதை என்னிடம் சொல்லாமல் ஏன் அவர்களிடம் சொன்னாய்?' என்று நான் அவனிடம் அன்பாகக் கடிந்துகொண்டு வினோத்தைத் தேற்றினேன்.

'ஒன்றும் பயப்படாதே நானிருக்கிறேன்' என்று சொல்லி தைரியம் கொடுத்ததும் சாதாரண நிலைக்கு அவன் திரும்பிவிட்டான்.

ரெஸ்டாரண்டில் எஸ்கார்ட்டுகளுக்கு இடையிலான சர்ச்சை உச்ச கட்டத்தில் நடந்துகொண்டிருந்தது.

அரைமணி நேரத்துக்கும் மேலாக ஆகிவிட்டதால், ஒரு குரூப் லீடர் என்கிற முறையில் அவர்கள் இருந்த ரெஸ்டாரெண்ட்டுக்கு நான் சென்றேன். அவர்கள் என்னை வரவேற்று அமரச் சொன்னார்கள். 'மேலிடத்துக்குச் செய்தி அனுப்பியிருக்கிறோம். அங்கிருந்து வரவேண்டிய பதிலுக்காகக் காத்திருக்கிறோம்' என்று அவர்கள் சொன்னார்கள்.

நான் அவர்களிடம் சொன்னேன்: "வினோத்தின் பாஸ்போர்ட் தொலைந்துவிட்டது. நீங்கள் இங்கே எவ்வளவு நேரம் காத்திருந்தாலும் அது கிடைக்கப்போவதில்லை. வினோத் உங்களுடைய பாதுகாப்பில் இருப்பதால் போலீஸ் கைது செய்யவும் வாய்ப்பில்லை. நாம் செய்ய வேண்டியது இதுதான். இந்தியன் எம்பஸிக்கு நடந்ததை விவரித்து ஒரு மெசேஜ் அனுப்பினால் புதிய பாஸ்போர்ட் இந்தியாவிலிருந்து வரும்வரை ஒரு டூப்ளிகேட் பாஸ்போர்ட்டைத் தருவார்கள். அப்படியே

இந்தியாவிலிருந்து பாஸ்போர்ட் வருவதற்குத் தாமதமானால் எங்களை விட அதிகமான நாட்கள் வினோத் ஜப்பானில் தங்கவேண்டி இருக்கும். உங்கள் நாட்டில் அதிகமான நாட்கள் தங்குவதில் அவனுக்கு மகிழ்ச்சி தானே தவிர வேறொன்றும் இருக்கப்போவதில்லை. IF THERE IS DELAY IT WILL BE A BLESSING FOR HIM! எனவே, நாம் இந்த விஷயத்தைப் பற்றிக் கவலைப்படாமல் நம் பயணத்தைத் தொடரலாம், இல்லையா?"

நான் சாதாரணமாகச் சொன்னதை அவர்கள் ஏதோ தேவ தூதனின் வாக்குகளைப் போல் கேட்டார்கள். இந்த ரீதியில் சிந்திக்காத அவர்களுக்குப் பிரச்னையே திடீரென்று இல்லாமல் போய்விட்டதுபோல் தோன்றியது.

'நீங்கள் சொல்வது சரிதான்' என்று ஆமோதித்தபடி உடனே, அவர்கள் அவரவர் வண்டிகளில் ஏறினார்கள். எங்கள் பயணம் தொடர்ந்தது.

வேடிக்கை என்னவென்றால், பிரிவு உபசார நாளில் சிறந்த குரூப் லீடராக நான் தேர்ந்தெடுக்கப்பட்டேன். வினோத் விஷயத்தில் நான் தந்த ஆலோசனைக்காகத்தான் என்பது எனக்கு நன்றாகவே தெரியும்.

இதற்காகவா சிறந்த குரூப் லீடர் அங்கீகாரம் என்று நினைத்தபோது எனக்கு வெட்கமாக இருந்தது.

'ஒன்னும் செய்யாமலேயே நல்லது நடக்கும்னா, சும்மா இருக்கறதே சுகம்'னு சிந்திக்கிறது இந்தியாவில் பெரிய விஷயமில்லை என்று ஜப்பான்காரர்கள் அறிவார்களா?

18

தப்புத் தாளங்கள்!

கேரளாவின் இயற்கையோடு இயைந்த அழகை வர்ணிக்க 'கடவுளின் சொந்த நாடு' என்று சொல்வதுண்டு. ஆனால், கேரளாவின் சமூக வாழ்வியல் பல ஆச்சர்யங்களையும் அதே சமயம் அதிர்ச்சிகளையும் ஒருசேர எனக்குத் தந்திருக்கிறது.

கேரளா, ஆச்சர்யங்கள் நிறைந்த நாடு என்பதில் சந்தேகம் இல்லை. இந்தியாவின் பிற மாநிலங்களில் தேவர்(DEVAS)களை வழிபடுவது தான் வழக்கமாக இருக்க, மகாபலி என்கிற அசுரனை(ASURA) கேரளா வழிபடுவது ஆச்சர்யமான ஒன்று. அரசியலில் கேரள மக்கள் நிகழ்த்திய அதிசயம் வேறொன்று உண்டு. அது, உலகத்திலேயே முதல்முதலாக பொதுத்தேர்தல் மூலம் வாக்களித்து கம்யூனிஸ்டு அரசை ஆட்சிப்பீடத்தில் அமர்த்தியதுதான்!

இப்படி, பல ஆச்சர்யங்களைச் சொல்லிக்கொண்டே போகலாம்.

அதே சமயம், அதிர்ச்சிகளுக்கும் அங்கே குறைவில்லை.

நான் கலெக்டராக இருந்தபோது, ஒரு பிரபல எழுத்தாளரை நேரில் வரவழைத்து அவரிடமிருந்து அவரைப் பற்றிய வாழ்க்கைக் குறிப்புகளை வாங்கி அரசாங்கத்துக்கு அனுப்ப வேண்டியிருந்தது. அது சம்பந்தமாக அவரது தந்தையார் பெயர் என்ன என்று நான் கேட்டேன். அவர் என்னைத் திருப்பி கேட்டார்: ''என் OFFICIAL அப்பா பெயர் வேண்டுமா?அல்லது உண்மையான அப்பா பெயர் வேண்டுமா?'' நான் அரண்டு போனேன். ஆனால் அவர் நிதானமாகவே சொன்னார்.

அவர்: "எனது தந்தை ஒரு நாயர் என்றாலும் உண்மையில் எனக்கு ஜென்மம் கொடுத்தது நம்பூதிரி ஒருவர்தான். இதை என் அம்மாதான் எனக்குச் சொன்னார். யதார்த்தமாகச் சொன்னால் நான் ஒழுக்கமின்றி பிறந்தவன் என்றாலும், எழுத்தாளன் என்ற முறையில் என் உண்மையான தந்தை நம்பூதிரி என்பதில் எனக்குப் பெருமைதான்!"

'CULTURAL SHOCK' என்று சொல்வார்களே, அதைப்போல நான் அதிர்ச்சிக்குள்ளான தருணம் அது. 'சம்பந்தம்' என்று சொல்லப்பட்ட இந்த சம்பிரதாயம் பண்டைய கேரளாவில் புழக்கத்தில் இருந்தது உண்மைதான். 1892இல் சுவாமி விவேகானந்தர் கேரளாவுக்கு வருகை தந்தபோது அவரால் கடுமையாக விமர்சனம் செய்யப்பட்ட சம்பிரதாயம் இது. வழக்கொழிந்து போன அந்தச் சம்பிரதாயத்தை ஒரு முற்போக்கான எழுத்தாளர் பெருமையாகப் பேசியபோது நான் அதிர்ச்சி அடையாமல், வேறென்ன செய்வது!?

ஸ்ரீ நாராயண குரு, அய்யா வைகுந்தர், அய்யன் காளி போன்றோரின் சமூக சீர்திருத்த செயல்பாடுகளும், வைக்கம் சத்தியாகிரகம், கம்யூனிசம், யுக்திவாதம் போன்ற இயக்கங்களும் கேரளாவின் சமூக வாழ்க்கையில் மிகப்பெரிய தாக்கங்களை ஏற்படுத்தியிருப்பது உண்மை. ஆனால் ஜாதீய சிந்தனை இங்கே ஒழிந்துவிடவில்லை. பிற மாநிலங்களைப் போல ஜாதிச் சண்டைகளை இங்கே பார்க்கமுடியாது. ஆனால் ஜாதி PREJUDICES இங்கு மிக அதிகம். அதை யாரும் வெளிக்காட்டிக் கொள்வதில்லை. ஒவ்வொரு ஜாதியும் தங்களுக்கென்று சொசைட்டிகளை அமைத்துக் கொண்டு கல்வி, மருத்துவம் முதலான துறைகளில் அரசாங்கத்தைப் போல இயங்குவதைப் பார்க்கலாம். நாயர் சர்வீஸ் சொசைட்டி (NSS), ஸ்ரீ நாராயணா தர்ம பரிபாலன யோகம் (SNDP)முதலானவற்றுக்கு ஒவ்வொரு ஊரிலும் கிளை அமைப்புகள் வரை உண்டு.

நான் சப்கலெக்டராக இருந்தபோது ஒரு சம்பவம் நிகழ்ந்தது. விடியற்காலை. தலையோலப் பறம்பு என்கிற கிராமத்திலிருந்து என் வீட்டுக்கு ஒரு போன் வந்தது. எதிர்முனையில் இருப்பவர் மிகப்பெரிய அபாயத்தில் இருக்கிறார் என்பது அவரது குரலிலேயே வெளிப்பட்டது.

அவர் சொன்னார்: " நான் ஒரு எக்ஸ்சர்வீஸ்மேன். வடமாநிலங்களில் மிலிட்டரியில் இருந்துவிட்டு ஒரு மாதத்துக்கு முன்னால்தான் ரிடையர் ஆகி சொந்த ஊருக்கு வந்தேன். ஒரு வாரத்துக்கு முன்னால் எங்களூர் இளைஞர்கள் சிலர் என்னை வந்து சந்தித்து எங்கள் ஜாதி சர்வீஸ் சொசைட்டியில் மெம்பராகச் சேரச் சொன்னார்கள்.

இந்தியா முழுவதும் சுற்றி வந்தவன் நான். ஜாதி இந்திய சமூகத்தில் செய்திருக்கிற தீமைகளைக் கண்கூடாகக் கண்டவன். மேலும் ஜாதியினால் ஒரு பலனும் இல்லை என்று அனுபவபூர்வமாக உணர்ந்தவன் நான். ஜாதி அமைப்புகளில் சேர எனக்கு சிறிதும் விருப்பமில்லை. எனவே ஜாதி சங்கத்தில் சேர அழைத்தவர்களுக்கு நான் அறிவுரை கூறினேன். ஜாதிய சிந்தனைகளை விட்டுவிட்டு வேறு ஏதேனும் நல்ல காரியங்களில் கவனம் செலுத்தும்படிச் சொன்னேன். அவர்கள் அன்று கோபப்படாமல் அமைதியாகச் சென்றுவிட்டார்கள். ஆனால், நேற்று நான் உறக்கத்தில் இருக்கும்போது எனக்குத் தெரியாமல் வீட்டைச் சுற்றி மண் சுவர் எழுப்பியிருக்கிறார்கள். இப்போது என்னால் வீட்டை விட்டு வெளிவர முடியவில்லை. என்னை உடனே வந்து காப்பாற்றுங்கள்!"

நான் போலீஸ்படையுடன் விரைந்து சென்று அவரை மீட்டேன். மண் சுவர் எழுப்பினவர்கள் மீது கிரிமினல் நடவடிக்கையையும் எடுத்தேன்.

பாலா நகரில் பிரபலமான நகைக்கடை ஒன்றிருந்தது. அதன் உரிமையாளர் லண்டனில் படித்துவிட்டு தனது குடும்ப வியாபாரத்தில் ஈடுபட்டிருப்பவர். அவர் என்னுடன் எப்போதும் ஆங்கிலத்தில்தான் பேசுவது வழக்கம். ஒருநாள் டெலிபோனில் என்னை அழைத்து ஒரு சீரியஸான புகார் ஒன்றை அளித்தார்.

அவர்: "சார், என் கடைக்கு வெளியே ஒரு கான்ஸ்டபிளைப் போஸ்ட் செய்திருக்கிறார்கள். அந்தக் கான்ஸ்டபிள் எங்கள் கடைக்கு வருகிற பெண்களுடன் தகாத முறையில் பாலியல் அத்துமீறல்களைச் செய்துகொண்டிருக்கிறார். நீங்கள் அவரை இங்கிருந்து வேறு இடத்துக்கு மாற்றச் சொல்லுங்கள்!"

வழக்கமாக போலீஸில் இப்படி ஒரு புகாரைக் கொடுக்கச் சென்றால் நடவடிக்கை எடுக்க எழுத்துமூலம் எழுதித்தரச் சொல்வார்கள். அதைத் தவிர்க்க அவர் நேரடியாக சப்கலெக்டருக்குப் புகார் கொடுக்கிறாரோ என்று நான் நினைத்தேன். பிரச்னை சீரியஸாக இருப்பதால் FORMALITYஐப் பற்றிக் கவலைப்படுவதில் அர்த்தமில்லை. நாம் உடனே இந்த புகாரில் முகாந்திரம் (PRIMA FACIE) இருக்கிறதா என்றறிய வேண்டும். பின்னர், நாமே போலீஸ் மூலம் நடவடிக்கை எடுக்கலாம். புகார், போலீஸ்காரனுக்கு எதிராக இருப்பதால் போலீஸில் சொல்லி பிரயோஜனமும் இல்லை. ஏதாவது சால்ஜாப்புகள் சொல்லி நடவடிக்கை எடுக்காமல் தவிர்த்துவிடுவார்கள். எனவே, நாமே முதலில் ஒரு ரெவினியூ இன்ஸ்பெக்டர்(RI) மூலம் விசாரணை நடத்தி புகாருக்கு ஏதாவது முகாந்திரம் இருக்கிறதா என்று பார்ப்போம் என்று முடிவெடுத்து உடனே ஒரு RIயை அனுப்பினேன். 24 மணி நேரத்துக்குள் விசாரித்து என்னிடம் விளக்கம் அளிக்கச் சொன்னேன்.

நான் சொன்னபடி, அடுத்த நாளே RI என்னிடம் வந்தார்.

RI: "சார்! நான் எல்லாவற்றையும் தீர விசாரித்தேன். பெண்களிடம் அந்தப் போலீஸ்காரன் எப்படி BEHAVE செய்கிறான் என்றும் கண்காணித்தேன். பாவம் சார், அவன்! அந்தப் போலீஸ்காரன் ஒரு தவறும் செய்யவில்லை." முகத்தில் சிறு புன்னகையுடன், RI தொடர்ந்தார்.

RI: "நான் நகைக்கடை முதலாளியிடம் போய் கேட்டேன். தவறு ஏதும் செய்யாத போலீஸ்காரனுக்கு எதிராக ஏன் புகார் கொடுத்தீர்கள் என்று. அவர் என்னிடம் ரகசியமாகச் சொன்னார்: ஒரு லத்தீன்காரன் நம்ம கடை முன்னால் நிற்கிறது நல்லா இல்லை. அவ்வளவுதான். அவன் தப்பு ஒன்னும் பண்ணலை என்று அவரும் சொன்னார்."

எனக்கு ஒன்றும் புரியவில்லை. RI மேலும் விளக்கினார்.

RI: "சார், தப்பா நினைக்கக் கூடாது. நானும் கடைக்காரரும் சிரியன் கத்தோலிக்கர் வகுப்பைச் சேர்ந்தவங்க. எங்க ஆட்களுக்கு நாங்கள் மிக உயர்ந்த ஜாதி என்று ஒரு நினைப்பு உண்டு. செயின்ட் தாமஸ், கேரளா வந்தபோது அவர் முதல் முதலா மதம் மாற்றியது 13 நம்பூதிரிமாரை என்றும், அவங்க வழி வந்தவங்கதான் சிரியன் கத்தோலிக்கராகிய நாங்கள் என்றும் ஒரு நம்பிக்கை இங்க இருக்கு. அதனால, கத்தோலிக்கராக இருந்தாலும் லத்தீன் கத்தோலிக்கரை கீழ் ஜாதின்னு எங்க ஆளுங்க நினைக்கறாங்க. கடை ஓனருக்கு கடைக்கு முன்னால லத்தீன்காரன் நிக்கறது பிடிக்கல. அவ்வளவுதான்!"

DYSPயிடம் சொல்லி, அந்த லத்தீன் கான்ஸ்டபிளை அந்த நகைக்கடை முன்பு நிரந்தரமாக போஸ்ட் செய்யச் சொன்னேன், அந்த நகைக்கடைக்காரன் நவீன சீர்திருத்த வாழ்க்கையின் அங்கமாக இந்தப் போஸ்டிங்கை ஏற்றுக்கொள்ளும் வரை!

19

கலாசார காவலர்களும், கங்கைக் கரை பாரதியும்!

நான் 'பாரதி' திரைப்படம் எடுத்துக்கொண்டிருந்த காலம். பாரதியின் வாழ்க்கையில் 'காசி' க்கு மிகப்பெரிய முக்கியத்துவம் உண்டு. பாரதி என் திரைப்படத்தில் சொல்வார்:

"நான், நான் ஆனது காசியில்தான்!" என்று. மேலும் பாரதி வாழ்ந்த வீடு இன்றும் காசியில் அப்படியே இருக்கிறது. பாரதியின் காசி வாழ்க்கையை அதன் யதார்த்தப் பின்னணியில் பதிவுசெய்வது அவசியம் என்று நான் கருதினேன்.

தயாரிப்பாளர் தரப்பில் ''காசிக்குப் போகாமலேயே CG போன்ற நவீன யுக்திகளைப் பயன்படுத்தி தமிழ்நாட்டில் படம்பிடிக்க முடியாதா?" என்று கேட்டார்கள். நான் காசியில் ஒரு வாரம் படப் பிடிப்பு நடத்துவதில் பிடிவாதமாக இருந்தேன்.

ஆனால், காசியில் படப்பிடிப்பு நடத்துவதில் சிக்கல்கள் இருப்பதாகச் சொன்னார்கள். அப்போது வெளியான சில படங்களில் காசியைப் பற்றித் தவறாக சித்தரிக்கப்பட்டுள்ளது என்று கருதி முற்போக்கான கருத்துள்ள படங்களின் படப்பிடிப்புகளை நடத்துவதற்கு காசியில் இருக்கும் சில பழமைவாத 'கண்காணிப்பு' (VIGILANTE) குழுக்கள் தடையாக உள்ளதாக அறிந்தேன்.

என் BATCH MATE மூலம் வாரணாசி (காசி) கலெக்டருக்கு 'தேசிய கவிஞரான பாரதியாரின் வாழ்க்கை வரலாற்றைப் படமாக்குகிற எங்கள் முயற்சிக்கு உதவுமாறு' கடிதம் அனுப்பினேன்.

பின்னர், நான் எங்களது படப்பிடிப்புக்குழுவுடன் காசிக்குச் சென்றேன்.

எல்லோரையும் ஹோட்டலில் தங்க வைத்துவிட்டு, நானும் ஒளிப்பதிவாளரும், ஆர்ட் டைரக்டரும் பாரதி வாழ்ந்த வீடு, கங்கைக் கரை முதலான இடங்களைச் சுற்றிப்பார்த்துவிட்டு, படப்பிடிப்புக்கான

இடங்களைத் தீர்மானித்தோம். அதற்குப்பிறகு அனுமதி முதலான ஏற்பாடுகளைச் செய்வதற்கு நான் வாரணாசி கலெக்டரைக் காண அவரது அலுவலகம் சென்றேன்.

"கலெக்டர் நேற்று லக்னோவில் ஒரு கான்பரன்சுக்குச் சென்றுவிட்டு நேற்று இரவுதான் வந்தார். இன்று முழுக்க வீட்டில் ஓய்வெடுக்கிறார். உங்கள் படப்பிடிப்பு விஷயமாக ADMக்கு சொல்லியிருக்கிறார். நீங்கள் வேண்டுமானால் கலெக்டரை வீட்டில் போய் சந்திக்கலாம்" என்று சொன்னார், கலெக்டரின் PA.

'நாம் ஏன் கலெக்டரைச் சந்தித்து அவரது ஓய்வைக் கெடுக்க வேண்டும்' என்று நினைத்து ADMஐக் கண்டால் போதும் என்று முடிவெடுத்து அவரது அறைக்குச் சென்றேன்.

ADM எல்லா துறை சார்ந்த அதிகாரிகளையும் வரவழைத்து ஒரு REVIEW MEETING நடத்திக்கொண்டிருப்பதாகச் சொன்னார்கள். அந்தக் கூட்டம் முடியும் வரை காத்திருக்கலாம் 'நமக்கு ஷூட்டிங் நாளை மறுதினம்தானே' என்று நினைத்து என் விசிட்டிங் கார்டை மட்டும் உள்ளே அனுப்பினேன். ADM மீட்டிங்கை அப்படியே நிறுத்திவிட்டு என்னை உள்ளே அழைத்துச்சென்று சோபாவில் உட்கார வைத்து சிற்றுண்டி தந்து உபசரித்தார்.

நான்: "எனக்கு ஒரு அவசரமும் இல்லை. நீங்கள் உங்கள் மீட்டிங்கை முடித்துவிட்டு நிதானமாக வாருங்கள்" என்று கூறி அவரது மீட்டிங்கைத் தொடரச்சொன்னேன்.

நான் அறையின் மூலையில் சிற்றுண்டியைச் சாப்பிட்டபடி இருந்தாலும், அடிப்படையில் நான் ஒரு அரசு அதிகாரி அல்லவா? அவர்களுடைய மாநிலத்தில் என்ன மாதிரியான வளர்ச்சிப் பணிகள் நடந்துகொண்டிருக்கின்றன என்று அறிவதில் ஆர்வம் கொண்டேன். அங்கே ADM நடத்திக்கொண்டிருந்த REVIEW MEETING இல் சற்று கவனம் செலுத்தத்தொடங்கினேன். இந்தி மொழி சிறிதுதான் தெரியும் என்றாலும், அரசாங்க நிர்வாகம் சம்பந்தமாக அவர்கள் பேசுவதை ஓரளவுக்குப் புரிந்துகொள்ள முடிந்தது.

மாவட்டத்திலுள்ள REVENUE, RURAL DEVELOPMENT, FOREST, CIVIL SUPPLIES, AGRICULTURE, HORTICULTURE, TOURISM முதலான துறைகளிலிருந்து அதிகாரிகள் வந்திருந்தார்கள். அந்த வாரக் கடைசியில் நடைபெற இருக்கும் நிகழ்வு ஒன்றுக்கு ஒவ்வொரு DEPARTMENTம் செய்ய வேண்டியது என்ன என்பது பற்றி விரிவாக அவர்கள் பேசிக்கொண்டிருப்பதாக நான் புரிந்துகொண்டேன். என்ன உணவு சமைக்க வேண்டும், என்ன பழவகைகளை வாங்கி வரவேண்டும், எந்த அறைகளில் தங்க வைக்க வேண்டும், என்ன சௌகரியங்கள் ஏற்படுத்தவேண்டும் என்றெல்லாம் விரிவாக அலசி அவர்கள் முடிவெடுத்தார்கள். இவற்றில் ஒரு சிறு தவறும் நடந்து விடக்கூடாது என்று ADM எச்சரிக்கை தொனியிலேயே அந்த MEETINGஐ நடத்திக்கொண்டிருந்தார்.

கூட்டம் முடிய ஒரு மணி நேரம் எடுத்தது. கூட்டம் முடிந்து அதிகாரிகள் எல்லாம் வெளியே செல்லத் தொடங்கினர்.

நான் சம்பிரதாயமாக ADM இடம் கேட்டேன்: "என்னங்க, இந்த வாரக்கடைசியில் பெரிய அரசாங்க விழா நடக்கிறதா? ELABORATE ARRANGEMENTS நடக்கிறது போலிருக்கு!"

ADM (இயல்பாக): "அப்படி எல்லாம் ஒன்றுமில்லை சார்! இந்த வீக் எண்ட் கலெக்டர் தன்னோட குடும்பத்தோடு ஒரு பிக்னிக் போறார். அவரது சொந்தக்காரங்க வேற டெல்லியிலிருந்து வர்றாங்க, அதுக்குத் தான், இந்த ஏற்பாடெல்லாம்!"

அதிர்ச்சியில் நான் கதிகலங்கிப் போனேன். நேற்று கான்பரன்சுக்குச் சென்று திரும்பிய கலெக்டர் இன்று வீட்டில் ஓய்வெடுக்கிறார். வரப்போகிற அவரது குடும்ப பிக்னிக்காக மாவட்டத்திலுள்ள அதிகாரிகள் அனைவரும் அரை நாளைச் செலவழித்து திட்டமிடு கிறார்கள். இந்த வாரத்தின் மீதி நாட்கள், பிக்னிக் ஏற்பாடுகளைச் செய்யத்தான் போதுமானதாக இருக்கும். மாவட்டத்தின் ஆட்சி பீடம் மக்களின் சேவைக்காக இல்லை. அதிகாரிகளின் சொந்த நலனுக்காக அரசு எந்திரம் இயங்குவதைக் காணும்போது எனக்கு வேதனைதான் மிஞ்சியது.

வழக்கமாக தென்னிந்தியாவின் கலெக்டரேட்களில் காணப்படும் மக்கள் கூட்டம் அங்கே காணப்படவில்லை. தென்னகத்தில் எந்தப் பிரச்னை என்றாலும் கலெக்டரிடம் சென்று ஒரு மனுகொடுத்தால் ஏதாவது பரிகாரம் கிடைக்கும் என்கிற நம்பிக்கை மாவட்டத்திலுள்ள பாமர மக்களுக்கு இருக்கிறது.

அங்கே அப்படியொரு நெருக்கம், கலெக்டருக்கும் பாமர மக்களுக்கும் இடையில் இல்லையோ என்று எனக்குத் தோன்றியது.

மேலும் கலெக்டர் இங்கே DM (DISTRICT MAGISTERATE) என்றே பெரும்பாலும் அழைக்கப்படுகிறார். அதைப்போலவே சப்கலெக்டரையும் SDM (SUB DIVISIONAL MAGISTRATE) என்றுதான் அழைக்கிறார்கள். மாவட்டத்தில் கலவரங்களை ஒடுக்கவும் அமைதியை நிலை நாட்டவும் இருக்கிற அதிகாரிகள் இவர்கள் என்கிற இமேஜ்தான் இங்கே இருக்கிறது. தென்னிந்தியாவில் இருப்பது போல கலெக்டர் வளர்ச்சிப்பணிகளின் 'நிர்வாகத் தலைவன்' என்கிற இமேஜ் அங்கே இல்லை.

தென்னாட்டிலும், அரசு எந்திரத்தைச் சுயதேவைகளுக்காகப் பயன் படுத்துபவர்கள் இருக்கத்தான் செய்கிறார்கள். ஆனால், பகிரங்கமாக பயன்படுத்தத் தயங்குவார்கள் அல்லது, குற்ற உணர்வோடு வெளியில் தெரியாத விதத்தில் பயன்படுத்திக்கொள்வார்கள்.

'பாரதி' படப்பிடிப்புக்கு வருவோம். 'காசியில் உங்களுக்கு ஒரு பிரச்னையும் இருக்காது' என்று சொல்லி ADM, ஓர் அதிகாரியை என்னுடன் அனுப்பி வைத்தார். அவருக்கு நாங்கள் படப்பிடிப்பு நடத்த இருக்கும் கங்கைக் கரைப்பகுதியைச் சுற்றிக்காட்டினேன்.

அந்த அதிகாரி, "இங்கே படப்பிடிப்புக்கு வழக்கமாக எதிர்ப்பு தெரிவிக்கும் கூட்டத்தின் தலைவர் ஒருவர் இருக்கிறார். அவரிடம் பேசுங்கள். பிரச்னை ஒன்றும் வராது" என்று சொல்லி அங்கிருந்த லோக்கல் தலைவர் ஒருவரின் வீட்டுக்கு என்னை அழைத்துச் சென்றார். அவர் வீட்டில் ஆட்கள் நிறைந்திருந்தார்கள். நெற்றியில் குங்குமத்தோடும், வாய்நிறைய வெற்றிலையோடும் வெளியே நின்றிருந்த அவரிடம், அதிகாரி என்னை அறிமுகம் செய்தார். அவர் வீட்டிலிருந்து பார்க்கிற தொலைவில்தான் பாரதியாருக்கு மார்பளவு சிலை வைக்கப்பட்டிருந்தது.

அவர் என்னிடம் நன்றாகத்தான் பேசினார். "இந்தியக் கலாசாரம், பண்பாடு பாதிக்காமல் படம் எடுத்தால் எங்களுக்கு யாதொரு எதிர்ப்பும் இல்லை" என்று சொன்னார். என்னுடன் வந்த அதிகாரி 'அப்படி எல்லாம் ஒன்றும் இருக்காது' என்று என் சார்பாகச் சொல்ல, அவர் திருப்தி அடைந்துவிட்டார். நான், அவர் இன்னும் மகிழ்ச்சியடைவார் என்று நினைத்து அங்கிருந்த ரோடின் முனையைக்காட்டி, "இங்கே ஒரு சிலை இருக்கு இல்லையா? அவருடைய வாழ்க்கை வரலாற்றைத்தான் நாங்கள் படமாக எடுக்கிறோம்" என்று சற்று பெருமை பொங்க நான் சொன்னேன்.

அவர் சாதாரணமாகச் சொன்னார்:

"அப்படியா? ரொம்ப வருஷமா இங்க அந்தச் சிலை இருக்கு. ஆனா, யாரோட சிலைன்னு மட்டும் எனக்குத் தெரியாது!"

நான் ஸ்தம்பித்து நின்றேன்.

20

‘உண்மை’யே அரசியலில் முதல் பலி!

அண்டை மாநிலங்களுக்கிடையில் நதிநீர், எல்லைகள் குறித்த தகராறுகளைப்போல அரசியல்வாதிகளைச் சிக்கலுக்கு உள்ளாக்கும் விஷயம் வேறொன்றுமில்லை. மாநிலக் கட்சிகளைச் சேர்ந்தவர்கள் என்றால் நிலைமை எவ்வளவோ மேல். அவர்கள் தங்கள் மாநிலத் தேவைகளுக்கு மட்டும் குரல் கொடுத்தால் போதுமானது. ஆனால், தேசியக் கட்சிகளைச் சேர்ந்த அரசியல்வாதிகள் என்றால் அவர்கள் படும்பாடு இருக்கிறதே சொல்லி மாளாது!

தேசியக் கட்சியின் ஸ்டேட் யூனிட் சொல்லும், ‘நதிநீர் விஷயத்தில் மாநிலத்தின் நிலைப்பாடே எங்கள் நிலைப்பாடு’ என்று. எதிர் மாநிலத்தில் இருக்கும் அதே தேசிய கட்சியின் அங்குள்ள ஸ்டேட் யூனிட் சொல்லும், ‘அந்த மாநிலத்தின் உரிமைக்காக நாங்கள் இறக்கவும் தயார்’ என்று.

இதைப்போன்ற வினோதங்கள் இங்கே பல ஆண்டுகளாக நடந்துவருவதைக் காணலாம். ‘நியாயம் இந்தப் பக்கம்தான்’ என்று சொல்கிற தைரியம் தேசியத் தலைமைகளுக்கு இல்லாமல் போனதுதான் இதற்கு முக்கிய காரணம். மாநிலங்களுக்கு இடையில் பிரச்னை ஏற்படும்போது மத்தியஸ்தம் வகிக்கிற தகுதியை இந்திய அரசு இழந்து பல ஆண்டுகள் ஆகிவிட்டன.

எல்லா தர்க்கங்களுக்கும் நியாயம், சத்தியம் என்று ஒன்று இருக்கிறது. ஆனால், நீங்கள் ஒரு மாநிலத்தைச் சேர்ந்தவராக இருந்தால் அந்த மாநிலத்தின் கருத்தோட்டத்தைத்தான் நீங்கள் ஆதரிக்க வேண்டிவரும். தப்பித்தவறி எதிர்மாநிலம் சொல்வதில் நியாயம் இருக்கிறது என்று நீங்கள் உளறினால் தீர்ந்தது; நீங்கள் மாநிலத் துரோகி ஆகி விடுவீர்கள். போலீஸ் பாதுகாப்பு இன்றி உங்களால் வெளியே நடமாட முடியாது!

அரசியல்வாதிகளின் நிலைமை இது என்றால், அதிகாரிகளின் நிலை இன்னும் பரிதாபத்துக்குரியது. ஐஏஎஸ், ஐபிஎஸ் போன்று எதிர் எதிர் மாநில கேடர்களுக்குச் செல்லும் அதிகாரிகளின் நிலைமையை நினைத்துப் பாருங்கள். தமிழ்நாட்டைச் சேர்ந்த ஒருவர் கர்நாடகா அல்லது கேரளா கேடருக்குச் சென்று பணிபுரியும்போது இதுபோன்ற பிரச்னைகள் வரும். சிலர் தாங்கள் பணிபுரிகிற மாநிலத்துக்கு அதீத விஸ்வாசம் காட்டி அவஸ்தைப் படுவதுண்டு. சிலர் தமக்கென்று அபிப்பிராயமே இல்லாததுபோல் அபிநயம் செய்வதுண்டு. சிலர் தங்களது பணியை PROFESSIONALஆக எடுத்துக்கொண்டு தாம் பணிசெய்யும் மாநிலத்தின் கருத்துகளை ஒரு வழக்கறிஞரைப்போல் எடுத்துரைத்து வாதம் செய்வார்கள். சில சமயம், தாம் பிறந்து வளர்ந்த மாநிலத்துக்கு எதிராகவே வாதம் செய்யவேண்டிய அவசியம் ஏற்பட்டாலும் அதை இயல்பாக எதிர்கொள்வார்கள்.

கேரளாவில் நான் பணிபுரியும்போது இரண்டு முறை இத்தகைய சந்தர்ப்பங்கள் எனக்கு வந்தன. போக்குவரத்துத்துறையில் இருந்தபோது பஸ்களின் வழித்தடங்களைத் தீர்மானிக்கும் பிரச்னை தமிழ் நாட்டுக்கும் கேரளாவுக்கும் இடையே எழுந்தது. அது முழுக்க முழுக்க நிர்வாகம் சம்பந்தப்பட்டதாக இருந்ததால் உணர்ச்சிகளுக்கு அங்கே இடம் இல்லை. ஆனால், நான் மின்சார வாரியத்தலைவராகவும், பவர் செக்ரட்டரியாகவும் இருந்தபோது எதிர்கொண்ட பிரச்னை முல்லைப் பெரியார் அணை சம்பந்தப்பட்டது.

நதிநீர் பிரச்னைகளைப் பேசும்போது கர்நாடகா, கேரளா மாநிலங் களின் கண்ணோட்டத்தை இங்கே சொல்வது அவசியம். அவர்கள் என்ன நினைக்கிறார்கள் என்றால் பிரிட்டீஷ் அரசாங்கம் சென்னையை மையமாக வைத்து ஆண்டபோது, தங்களுக்குக் கீழ் இருந்த திருவிதாங்கூர், மைசூர் போன்றவற்றின் மகாராஜாக்களோடு செய்து கொண்ட நதி நீர் ஒப்பந்தங்கள் எல்லாம் மெட்ராஸ் பிரசிடென்சிக்கு அனுகூலமாகவே உண்டாக்கப்பட்டவை என்றும், மகாராஜாக்கள் முழு சம்மதத்தோடு அவற்றில் கையெழுத்திடவில்லை என்றும் அவர்கள் நம்புகிறார்கள். அதனால், சட்டப்படி நீதிமன்றங்களுக்குப் போனால் தமிழ்நாடு ஜெயிப்பதன் காரணம் அதுதான் என்று சொல்கிறார்கள். இதில் உண்மை இல்லை என்று சொல்லிவிடமுடியாது.

அதேசமயம், மெட்ராஸ் பிரசிடென்சி நான்கு மாநிலங்களாகப் பிரிக்கப்பட்ட பிறகு, நதிநீரைப் பொறுத்தவரை தமிழ்நாடு பிற

மாநிலங்களை எதிர்பார்த்து நிற்கும் நீர்க்குறைவு (நீர்ப் பற்றாக்குறை) மாநிலமாக ஆகிவிட்டதும் மற்றுமொரு மறுக்கமுடியாத உண்மை.

இதற்குத் தீர்வுதான் என்ன?

நான்கு மாநிலங்களின் பொது நன்மையைக் கருதி மேலை நாடுகளில் உள்ளதுபோல ஒரு நதிநீர் மேலாண்மை அமைத்து அதன் தலைவராக சுப்ரீம்கோர்ட் ஜட்ஜ் அந்தஸ்துள்ள ஒருவரை நியமிக்க வேண்டும். ஒவ்வொரு வருடமும் கிடைக்கின்ற மழை நீரைக் கணக்கெடுத்து மாநிலங்களின் அவசியத்துக்கேற்ப பகிர்ந்தளிக்க வேண்டும். இங்கே மழைநீர் வரவையும் குடிநீர், விவசாயத்

தேவைகளையும் மட்டுமே கருத்தில் கொண்டு செயல்பட வேண்டும். இதில் தவறு ஏதாவது ஏற்பட்டால், அந்தத் தலைவரைப் புறத்தாக்க (IMPEACHMENT) வேண்டும்.

இதை விட்டுவிட்டு நதி நீர் நிர்வாகத்தை இப்போதிருப்பதுபோல அரசியல்வாதிகளிடம் விட்டால் 'குரங்கும் அப்பமும்' கதையாகத்தான் மாறிப்போகும். அதுமட்டுமல்ல, நதிநீர் விஷயத்தில் மாநில உரிமைகளைக் காப்பதற்காக டெல்லியில் ஆபீஸ், உச்சநீதிமன்றத்தில் கேஸ் நடத்த மூத்த வழக்கறிஞர்களுக்கு ஆகும் செலவு இவை எல்லாம் கோடிகளில்தான் இருக்கும். தமிழ்நாடு கேரளாவை வெல்ல, கர்நாடகா தமிழ்நாட்டை வெல்ல நடத்தப்படும் இந்தச் சட்டப் போராட்டங்களில் தீர்ப்பு கிடைக்கிறதோ இல்லையோ, மூத்த வழக்கறிஞர்கள்தான் உண்மையான பயனாளிகள். அவர்கள் பிரைவேட் கேஸ்களை விட கோடிக்கணக்கில் சம்பாதிப்பது மாநிலங்களுக்கிடையிலுள்ள நதிநீர், எல்லை முதலான 'தாவா'க்களில்தான் என்பதை நீங்கள் அறிவீர்களா?

எனது அனுபவம் ஒன்றினை இங்கே குறிப்பிட்டாக வேண்டும்.

நான் அப்போது பவர் செக்ரட்டரியாக இருந்தேன். இதுபோன்ற கேஸ் ஒன்றில் அரசாங்கத்துக்கு எதிராக கேரள உயர்நீதிமன்றம் ஒரு தீர்ப்பைத் தந்தது. எங்கள் அமைச்சர் அரசியல் காரணங்களுக்காக, ''இதை நாம் எதிர்த்துப் போராடியதாகக் காட்டவேண்டும். உச்சநீதிமன்றத்தில் அப்பீல் போகவேண்டும்" என்று பிடிவாதம் பிடித்தார். ''நாம் உயர்நீதிமன்றத் தீர்ப்பை ஏற்றுக்கொள்வதால் நமக்கு ஒரு நஷ்டமும் இல்லை. வீணாக நாம் உச்சநீதிமன்றம் சென்று பணத்தை வீணடிக்க வேண்டாம்'' என்று நான் சொன்னேன். என் கருத்தை ஏற்காமல் முதலமைச்சர் வரை சென்று விவாதித்துவிட்டு அரசாங்கம் எடுத்தத் தீர்மானத்தை எனக்குச் சொன்னார்: "அதன்படி டெல்லி சென்று ஒரு முன்னணி வக்கீலை நான் நேரில் கன்சல்ட் செய்ய வேண்டும்; அவர் 'அப்பீல் செய்தால் பிரயோஜனம் கிடைக்காது' என்று ஆலோசனை தரும் பட்சத்தில் நாம் உச்சநீதிமன்றம் செல்லவேண்டாம்"

வேறு வழியின்றி நான் அடுத்த நாள் டெல்லி சென்று அந்த பிரபல வக்கீலைச் சந்தித்தேன். நான் அவரிடம், வழக்கு பற்றி சுமார் அரை மணிநேரம் விளக்கிவிட்டு இறுதியில் உயர்நீதிமன்றம் தந்த தீர்ப்பையும் சொல்லிவிட்டு நான் கேட்டேன்:

"அப்பீல் சென்றாலும் பலன் இருக்காது என்று நான் நினைக்கிறேன். உங்கள் கருத்தென்ன?"

அவர்சொன்னார்: "உங்கள் கருத்து சரிதான்!"

அவர் கைகுலுக்கி எனக்கு விடை கொடுத்தார். நான் அவர் அறையை விட்டு வெளியே வந்தேன். அவரது உதவியாளர் ஓடி வந்து ஒரு பில்லைத் தந்தார். திறந்து பார்த்தேன்.

அதிர்ந்தேன். நான் சொன்னதை வழி மொழிந்ததற்காக அவருக்கு ரூபாய் 5 லட்சம் பீஸ் எங்கள் அரசாங்கம் தரவேண்டும்! இது ஒரு சாம்பிள். அவ்வளவுதான்.

முல்லைப்பெரியார் பிரச்னை தமிழ்நாட்டுக்கும் கேரளாவுக்கும் இடையே கொழுந்துவிட்டு எரியும் பிரச்னை என்பது எல்லோருக்கும் தெரியும்.

கேரளாவின் வாதம், முல்லைப்பெரியார் அணை கட்டப்பட்டு 100 ஆண்டுகளுக்கு மேலாகிவிட்டது. அது இருக்கும் இடம் நில அதிர்வு பிரதேசமாக இருப்பதால் பாதுகாப்பானது இல்லை. மேலும், அந்த அணை உடையுமானால் அதன் கீழ் பிரதேசத்தில் வாழும் ஒரு கோடி மக்கள் உயிரிழக்கும் அபாயம் உள்ளது. எனவே 142 அடி உயரத்துக்கு அணைக்கட்டில் நீரைத் தேக்கக் கூடாது.

தமிழ்நாட்டின் நிலை:

முல்லைப்பெரியார் அணைக்கட்டு ஸ்திரமாக இருக்கிறது. பாதுகாப்பானது. உச்ச நீதிமன்றத்தின் அறிவுரைப்படி அதன் ஸ்திரத்தன்மையை மேலும் வலுப்படுத்த தமிழ்நாடு அரசு நடவடிக்கைகளை எடுத்து முடித்துவிட்டது. இதற்கென்று நியமிக்கப்பட்ட வல்லுனர் குழுவும் பரிசோதனைகளை நடத்தி 'அணைக்கட்டில் 142 அடி வரை நீரைத் தேக்கிக்கொள்ளலாம்' என்று தமிழக அரசுக்கு அனுமதியைத் தந்திருக்கிறது.

ஆனால், கேரள அரசும், சமூக அளவில் அரசியல் சார்பு இல்லாத பல குழுக்களும், அந்தப் பிரதேச மக்களும், தமிழ்நாடு 142 அடி உயரத்துக்கு நீரை தேக்குவதற்கு எதிர்ப்புத் தெரிவித்து வருகிறார்கள்.

முல்லைப்பெரியார் அணைக்கட்டின் நிர்வாகம் தமிழக அரசின் கட்டுப்பாட்டில் இருப்பதால் கேரள அரசின் அதிகாரிகளோ, அமைச்சர்களோ அணைக்கட்டைப் பரிசோதிக்க வரும்போது அவர்களின் அனுமதி பெற்றே வரவேண்டும். முல்லைப்பெரியார் அணையின் பாதுகாப்பு குறித்து மக்களிடையே பீதி படர்ந்திருக்கும் நிலையில் உண்மை நிலையை ஆராய முதலமைச்சர் தலைமையில் நீர்ப்பாசனத்துறை, மின்சாரத்துறை அமைச்சர்கள், அதிகாரிகள் கொண்ட குழு ஒன்று அணைக்கட்டைப் பரிசோதிக்கச் சென்றது.

மின்சார வாரியத் தலைவரான நானும் சென்றேன். மீடியாவைச் சேர்ந்தவர்களும் எங்களுடன் வந்தனர்.

அணைக்கட்டின் எல்லாப் பகுதிகளையும் எங்கள் குழு சுற்றிப் பார்த்தது. கேரளா எஞ்சினியர்கள், அணை நன்றாக MAINTAIN செய்யப் பட்டிருப்பதாக முதல்வரிடமும் அமைச்சரிடமும் சொன்னார்கள். இதற்கிடையில் மீடியாவைச் சேர்ந்த சிலர், 'அணைக்கட்டின் சுவர்களிலிருந்து நீர் ஆங்காங்கே பெரிய அளவில் கசிகிறது!' என்று பதைபதைக்க வந்து சொன்னார்கள்.

அணை ஆபத்தில் இருக்கிறது என்பதற்கு இதைவிட சான்றுகள் வேறென்ன வேண்டும் என்பது போலிருந்தது அவர்களின் பேச்சு. இதைக் கேட்டு அதிர்ச்சியடைந்து அதிகாரிகளாகிய நாங்கள் அங்கே ஓடிச் சென்றோம்.

அணையின் சுவர் பகுதியில் ஆங்காங்கே நீர் வெளிவந்து கொண்டிருந்து. அதைக் கண்ட எங்கள் அமைச்சர் "சுவர்களில் நீர் கசிகின்றதே, ஏன் கசிகிறது? இது ஆபத்தின் அறிகுறியா? தமிழ்நாட்டு எஞ்சினியர்களை வரவழைத்து நீங்கள் உடனே கேளுங்கள்" என்று என்னிடம் சொன்னார். அத்தோடு அவர் நிற்கவில்லை. "உங்க ஸ்டேட்டுக்கு எதிரான உண்மையை நீங்களே கண்டுபிடிக்க வேண்டிய நிலைமை. உங்களுக்குக் கஷ்டமாதான் இருக்கும். ஐயாம், சாரி!" என்று புன்னகைத்தார்.

"உண்மை பொதுவானதுதானே, சார்!" என்று பதிலுக்குப் புன்னகைத்துவிட்டு மேற்கொண்டு நடக்கவேண்டியதை நான் கவனித்தேன்.

யோசித்துப் பார்த்தபோது தமிழ்நாட்டு எஞ்சினியர்களை அழைத்து விளக்கம் கேட்பது பலனளிக்காது என்று உணர்ந்தேன். தமிழ் நாட்டின் எஞ்சினியர்கள் என்ன சொன்னாலும் கேரளா சார்பாக இருப்ப வர்கள் நம்பப்போவதில்லை. இப்போது இருக்கிற சூழ்நிலையில் சந்தேகம் அதிகமாகுமே தவிர குறையப் போவதில்லை. அதனால் அணைகளைப் பற்றி நன்கறிந்த கேரளாவைச் சேர்ந்த இரிகேஷன் சீப் எஞ்சினியரின் அபிப்பிராயம் கேட்பதுதான் நல்லது என்று முடிவெடுத்து நான் கேரள எஞ்சினியரை மீடியாகாரர்கள் சொன்ன இடத்துக்கு அழைத்துக்கொண்டு போனேன்.

அங்கே மீடியாவைச் சேர்ந்தவர்கள் அனைவரும் குழுமியிருந்தனர். அணையின் சுவர்களில் ஆங்காங்கே நீர் கசிந்து வந்துகொண்டிருப்பதைப்

படம்பிடித்தபடி இருந்தார்கள். அணைக்கட்டு ஆபத்தில் இருப்பதை நிரூபிக்க இந்தப் படங்களை வைத்து நாளை ஒரு தலைப்புச்செய்தி போட்டுவிடவேண்டும் என்கிற பதைபதைப்பு அவர்களிடம் காணப்பட்டது.

சீப் எஞ்சினியர் அங்கே வந்தார். அணைக்கட்டின் சுவரை முற்றிலும் நிதானமாக நோட்டம் விட்டார். ஒன்றும் புரியாதவரைப்போல் என்னைப் பார்த்துக் கேட்டார்:

"சார்! அணைக்கட்டு நன்றாகத்தானே இருக்கிறது. எதற்காக என்னை அழைத்து வந்தீர்கள்?"

அருகிலிருந்த மீடியாக்காரர்களுக்கு பயங்கரக் கோபம் வந்து விட்டது.

ஒருவர்: "என்ன மிஸ்டர் எஞ்சினியர்? கோடிக்கணக்கான மக்கள் அணை உடைந்துவிடுமோ என்று மரண பீதியில் கீழ் பிரதேசத்தில் இருக்கிறார்கள். அணையில் ஓட்டை ஏற்பட்டு ஏராளமான இடங்களில் நீர் கசிந்துகொண்டிருப்பது உங்கள் கண்களுக்குத் தெரியவில்லையா?"

சீப் எஞ்சினியர்: "ஓ அதுவா? நீரை மிகச் சிறிய அளவில் இப்படி வெளியேவிட்டால்தான் அணைக்கட்டுக்குள்ளே PRESSURE கட்டுப்படுத்தப்பட்டு அணைக்கட்டு பாதுகாப்பா இருக்கும். இதுல பயப்படறதுக்கு ஒன்றுமில்லை!"

என்று வெகு சாதாரணமாகச் சொன்னார்.

எனக்குப் பின்னால் இருந்த பத்திரிகைக்காரர் ஒருவர் அடுத்தவரிடம் பேசுவது என் காதில் நன்றாகக் கேட்டது:

"பிரதர், நமக்கு ஒரு ஸ்கூப் நியூஸ் கைவிட்டுப் போயிடுச்சி இல்லையா?"

21

பாட்னாவில் ஒரு மொழிப் பேராசிரியர்!

ஐஏஎஸ் பயிற்சிக் காலத்தில் எங்களைப் பல குழுக்களாகப் பிரித்து இந்தியாவைச் சுற்றிவர ஏற்பாடு செய்வது வழக்கம். அதற்கு 'பாரத் தர்ஷன்' என்று பெயர்.

வட மாநிலங்களைப் பிரதானமாகச் சுற்றிவர அமைக்கப்பட்ட குழுவுக்கு என்னைக் குழுத்தலைவராக நியமித்திருந்தார்கள். எங்கள் குழு போகின்ற இடங்களில் எல்லாம் தங்குகின்ற இடம், விஜயம் செய்யப்போகும் ஸ்தாபனம் முதலானவற்றின் ஏற்பாடுகளைக் கவனிப்பதுதான் என் பிரதான வேலை.

நான் தமிழ்நாட்டுக்காரன் என்பதால் போகும் இடங்களில் எல்லாம் நான் வினோதமாகவும் ஆச்சரியமாகவும் பார்க்கப்பட்டேன். அதன் முக்கிய காரணம் 'ஹிந்தி மொழி' சுத்தமாகத் தெரியாத ஓர் இந்தியக்குடிமகனாக நான் இருந்ததுதான். (மும்பையில் நான்கு வருடம் வாழ்ந்திருந்தாலும் ஹிந்தி கற்றுக்கொள்ளவில்லை. மராட்டி மொழியை ஓரளவு கற்றுக்கொண்டேன் நாடகங்களை ரசிப்பதற்காக!)

ஹிந்தி தெரியாமல் ஆங்கிலத்தில் மட்டுமே பேசி ஏற்பாடுகள் அனைத்தையும் செய்துகொண்டிருந்தேன். ஆனால், ஒரு இடத்தில்கூட யாரும் என்னை மரியாதைக் குறைவாக நடத்தவில்லை. உளவியல் ரீதியாக இந்தியாவில் உள்ள மக்கள் அனைவருக்கும் 'ஆங்கிலம் அறிந்தவர்கள் அறிவாளிகள்' என்கிற எண்ணம் எல்லோருடைய சிந்தனையிலும் பதிந்து இருப்பதுதான் காரணமோ என்னவோ?

எதிர்பாராதவிதமாக உத்தரப்பிரதேசத்தில் ஓய்வுபெற்ற ஒரு ஐஏஎஸ் அதிகாரியைச் சந்திக்க நேர்ந்தது. அவர் ஜோன்பூரைச் சேர்ந்தவர். தமிழ்நாடு கேடரில் தனது சர்வீஸ் முழுவதையும் தமிழ்நாட்டில் செலவழித்தவர். கலெக்டரைக் காண வந்த அவர், என்னிடம் சரளமாகத் தமிழில் பேச ஆரம்பித்துவிட்டார்.

"ஐஏஎஸ்ஸில் எனக்குத் தமிழ்நாடு கிடைத்தபோது நான் அடைந்த துக்கத்துக்கு அளவே இல்லை. ஹிந்தியைக் கற்றுக்கொள்ள மறுக்கிற தமிழ்வெறி பிடித்து அலைகிற மக்கள் வாழ்கிற மாநிலத்துக்கு என்னை அனுப்புகிறார்களே என்கிற கவலைதான் எனக்கு.

தமிழ்நாட்டுக்கு வந்ததும் சில நாட்கள் நான் ஒரு படிப்பறிவு இல்லாதவனைப் (ILLITERATE) போன்று உணர்ந்தேன். நாளாக ஆகத்தான் எனக்குப் புரிந்தது. நான் வளர்ச்சியடைந்த பிரதேசத்துக்கு வந்திருக்கிறேன் என்பது. நாகரிகத்தில் முன்னேறிய சமுதாயம் அங்கே இருப்பதைக் கண்டேன். தமிழைப்போன்ற பாரம்பரிய மொழி யாரிடம் இருந்தாலும் அது தன்னம்பிக்கையையும் கர்வத்தையும் தரத்தான் செய்யும். இந்தியாவில் இருக்கிற எல்லா மாநிலக்காரர்களும் ஏதோ ஒருவிதத்தில் ஹிந்தியை ஏற்றுக்கொண்டுவிட நீங்கள் மட்டும் ஏற்றுக்கொள்ளாமல் நிற்பதுதான் உங்கள் வளர்ச்சிக்குக் காரணம் என்பது எனது மதிப்பீடு" என்றெல்லாம் அவர் தமிழ்நாட்டைப் புகழ்ந்து பேசிக்கொண்டே இருந்தார்.

மொழிப் பிரச்னையில் நம்மூர் அரசியல்வாதிகள் அதீதமாக (OVER DO) செயல்படுகிறார்களோ என்று சில சமயம் நான் எண்ணியதுண்டு. எனது எண்ணத்தைச் சுக்குநூறாக உடைத்துப் போட்டுவிட்டார், ஹிந்தியை தாய்மொழியாகக் கொண்ட அந்த ஐஏஎஸ் அதிகாரி.

உத்தரப்பிரதேசம், பீஹார் மாநிலங்களில் சுற்றுப்பயணம் செய்தோம். அரசாங்க ஸ்தாபனங்கள் தென்னகத்தில் செயல்படுகிற விதத்தைப்பற்றி நமக்கு விமர்சனங்களுண்டு. ஆனால், உ. பி., பீஹார் மாநிலங்களில் சில பள்ளிகளில் ஆசிரியர் வாரத்துக்கு ஒருநாள்தான் பாடம் நடத்த வருவார் என்றறிந்தபோது அதிர்ச்சியாக இருந்தது. எங்கள் குழுவில் ஒருவருக்கு சிறுவிபத்தில் காயம் ஏற்பட, அரசாங்க ஆஸ்பத்திரிக்கு அவரைக் கொண்டு சென்றோம். ஆபீஸ் நேரமாக இருந்தும் அங்கே டாக்டர் ஒருவருமில்லை. 'காயம் ஏற்பட்டது ஐஏஎஸ் அதிகாரிக்கு' என்று அறிந்ததும், உடனே ஐந்துக்கும் மேற்பட்ட டாக்டர்கள் எங்கிருந்தோ ஓடிவந்தது, எங்களுக்குச் சிறிதும் மகிழ்ச்சி அளிக்கவில்லை. நாற்பது வருடங்களுக்கு முன்பிருந்த நிலை இது. இப்போது எப்படியோ?

பாட்னாவில் சப்கலெக்டர் வீட்டில் எங்களுக்கு விருந்து ஒன்றைத் தந்தார்கள். வீட்டில் இருந்தவர்கள் மிக நன்றாக எங்களை உபசரித்தார்கள்.

தட்டில் உணவை ஏந்தி சாப்பிட்ட வண்ணம் எங்கள் குழுவினர் எல்லோரும் சப்கலெக்டர் வீட்டாருடன் பேசிக்கொண்டிருந்தார்கள். நான் மட்டும் அதிகம் பேசாமல் உணவில் கவனம் செலுத்திக் கொண்டிருந்தேன். ஹிந்தி தெரியாததுதான் நான் பேசாமல் இருப்பதற்குக் காரணம் என்றறிந்த சப்கலெக்டரின் சித்தப்பா ஒருவர், ஊனமுற்ற ஒருவரிடம் கருணை காட்டுவதுபோல் என்னருகில் வந்தார்.

ஹிந்தியில் மரியாதையோடு கேட்டார்: "நீங்கள் தமிழ்நாட்டைச் சேர்ந்தவரா?" அன்போடு விசாரிப்பவராகத்தான் அவர் தெரிந்தார்.

நான் தலையை ஆட்டி 'ஆமாம்' என்று சொன்னேன். அவர் ஹிந்தியில் பேச, நான் ஆங்கிலத்தில் பதில் சொல்ல எங்கள் உரையாடல்

ஞான ராஜசேகரன் | 129

தொடர்ந்தது. அன்றைய விருந்தில் கலந்துகொண்ட எங்கள் குழுவில் ஒருவர்கூட தென்னகத்தைச் சேர்ந்தவரில்லை; எல்லோருமே வட மாநிலங்களைச் சேர்ந்தவர்கள்.

சித்தப்பாவின் அடுத்த கேள்வி சற்று நேரடியாகவே என்னைக் குற்ற வாளிக்கூண்டில் நிறுத்திக் கேட்பது போன்றிருந்தது.

சித்தப்பா: "நீங்கள் ஒரு ஐஏஎஸ் அதிகாரி. நீங்களே சொல்லுங்கள். ஹிந்தியை எல்லா மாநிலங்களும் ஏற்றுக்கொண்ட பிறகு தமிழ்நாடு மட்டும் எதிர்ப்பது ஏன்?"

சற்று உரக்கவே இந்தக் கேள்வியைக் கேட்டுவிட்டார். உணவருந்திக் கொண்டிருந்தவர்கள் அனைவரும் என்னைத் திரும்பிப் பார்த்தார்கள். எல்லோரும் என் பதிலைக் கேட்க காத்திருப்பதுபோல ஒரு உணர்வு.

எனக்கோ சிவாஜிகணேசனின் 'வீரபாண்டிய கட்டபொம்மன்' திரைப்படத்தின் கடைசிக் காட்சி நினைவில் ஓடி மறைந்தது.

பானர்மென்: "எல்லா பாளையக்காரர்களும் பணிந்துவிட்டார்கள். பலன் பெறுகிறார்கள். நீ ஒருவன் மட்டும் பணியாதது அது உனக்கு லாபமா?"

சிவாஜி: "எல்லோரும் பணிந்தபிறகு நான் ஒருவன் மட்டும் பணியாதது, அது உனக்கு நஷ்டமா?"

நான் உணர்ச்சிவசப்படாமல் முகத்தில் ஒரு புன்னகையுடன் நிதானமாகப் பேசினேன்:

"சார், ஹிந்தி படிக்காத நாங்கள் ஏங்குகிற மாதிரி, ஹிந்தி பேசுகிற பிரதேசங்கள் கல்வி, தொழில்துறை, சமூக சிந்தனை இதில் எதிலாவது உயர்ந்து நிற்கிறதா? பள்ளி, கல்லூரிப் படிப்பை முறையாகப் படித்து எத்தனை பேர் வெளியில் வருகிறீர்கள்? உங்கள் தாய்மொழியான ஹிந்தியை மட்டும் படித்தும்கூட படிப்பறிவில் தேசத்திலேயே மிகமிக பின்தங்கிய நிலையில்தான் நீங்கள் இருக்கிறீர்கள். வேலை வாய்ப்புகள் அளிப்பதில்கூட முன்னணியில் நீங்கள் இல்லாதபோது நாங்கள் எதற்காக ஹிந்தியைக் கட்டாயமாகக் கற்க வேண்டும், தயவுசெய்து சொல்லுங்கள்!"

யாரிடமிருந்தும் பதிலில்லை. அங்கே நிலவிய இறுக்கமான சூழ்நிலையை மாற்றுகிற எண்ணத்தில் வேறொருவர் பேசினார்:

"தமிழ்நாட்டில் அப்படி ஒன்றும் ஹிந்திக்கு எதிர்ப்பு இல்லை. ஹிந்திப்படமான 'ஆராதனா' சென்னையில் வெள்ளி விழா கொண்டாட வில்லையா?"

சப்கலெக்டரின் இன்னொரு உறவினர், தமிழ்நாட்டின் 'இட்லி மசால்தோசை' முதலானவற்றைப் புகழ்ந்துபேசி அங்கே ஒரு சமாதான சூழ்நிலையை நிறுவிவிட்டார்.

ஒரு வழியாக விருந்து முடிவுக்கு வந்தது. பிளேட்டை வைத்துவிட்டு கைகளைக் கழுவ வாஷ்பேசின் அருகே சென்றேன். அங்கே சித்தப்பா தனது கைகளைக் கழுவிவிட்டு எனக்காகக் குடுவையில் நீரை முகந்து என்னிடம் தந்தார்.

நான் மரியாதை நிமித்தமாக ஆங்கிலத்தில் அவரிடம் கேட்டேன்:

"தாங்கள் என்ன செய்கிறீர்கள்?"

அவர் ஹிந்தியில் பதிலளித்தார்:

"பாட்னா யூனிவர்சிட்டியில் பேராசிரியராக இருக்கிறேன்..."

நான் ஆங்கிலத்தில்: "என்ன சப்ஜெக்ட்?"

சித்தப்பா: ''அங்கரேஜி!''

(இந்தியில் 'அங்கரேஜி' என்றால் 'ஆங்கிலம்' என்று பொருள்)

22

"அதுக்குள்ளாற, ஒரு லாரியை விட்டுட்டேனே!"

நான் பத்தாவது வகுப்பு படித்துக்கொண்டிருந்த காலம். சென்னை பெங்களூரு தேசிய நெடுஞ்சாலையில் உள்ளதுதான் எங்களூர்: பள்ளிகொண்டா. போலீஸ் நிலையமும் நெடுஞ்சாலையிலேயே இருந்தது. தேசிய நெடுஞ்சாலையில் செல்கிற லாரிகள் எல்லாம் எங்கள் போலீஸ் நிலையத்தைக் கடந்து போகும்போது அவற்றின் வேகம் குறைக்கப்பட்டு அங்கே நின்றிருக்கும் போலீஸ்காரரிடம் 'மாமூல்' என்கிற பெயரில் ஒரு தொகையை அளித்துவிட்டுப் போகும் வழக்கம் நீண்ட நாட்களாக எங்களூரில் இருந்து வந்தது.

பஞ்சாப், உத்திரப் பிரதேசம் போன்ற வட மாநிலங்களிலிருந்து வருகிற லாரிகள்கூட ஏதோ சொல்லிவைத்ததுபோல பள்ளிகொண்டா போலீஸ் நிலையத்தைக் கடந்து செல்லும்போது மாமூலைக் கட்டாயம் கொடுத்துவிட்டுச் செல்வதுதான் வழக்கமாக இருந்தது.

இது சட்டப்பிரகாரம் நடக்கும் நடவடிக்கை இல்லை என்பது எல்லோருக்கும் தெரியும். லாரிகளை ஓட்டி வருபவர்கள் இதை எதிர்க்கப் போவதில்லை. போலீஸ்காரன் வண்டியை நிறுத்தி இது சரியில்லை அதுசரியில்லை என்று தவறுகள் கண்டுபிடித்துத் தொல்லை தருவதைவிட வண்டி போகிற போக்கில் வேகத்தை மட்டும் சற்று குறைத்து, சில ரூபாய்களை வீசி எறிந்துவிட்டு ஓடிப் போவது உத்தமமான வேலை என்று அவர்கள் கருதியிருக்கலாம்!

கிராமத்தில் இருப்பவர்களுக்கு போலீஸ் வாங்குவது லஞ்சம் என்று தெரிந்திருந்தாலும் போலீஸை எதிர்த்துக் குரல்கொடுக்கும் தைரியம் அவர்கள் யாருக்கும் இருந்ததாகத் தெரியவில்லை.

அந்தக் காலத்தில் நானும் என் நண்பர்கள் யாவரும் சினிமா, நாடகம், இலக்கியம், பத்திரிகை போன்றவற்றின் ரசிகர்களாக வலம் வந்துகொண்டிருந்தோம். ஒரு சினிமாவையும் நாங்கள் விடுவதில்லை. அதைப்போலவே தமிழ்ப் பத்திரிகைகளையும். நாங்கள் எல்லா

பத்திரிகைகளையும் படிப்பது அங்குள்ள சலூன்களில்தான் என்றாலும், முக்கியமான சினிமா, அரசியல் செய்தி ஏதாவது வந்தால் அந்தப் பத்திரிகைகளை மட்டும் வாங்கி வைத்துக்கொண்டு படிப்பது வழக்கமாக இருந்தது.

ஒருநாள் 'தினத்தந்தி' பத்திரிகையில் இரண்டாம் பக்கத்தில் எங்கள் ஊரைப்பற்றி ஒரு செய்தி பெரிதாக வந்திருப்பதாக அறிந்தோம். நம்மூரைப்பற்றி ஒரு செய்தி வந்திருக்கிறது என்றால் அது விசேஷமான ஒன்று அல்லவா? என்னவென்று அறிய 'தினத்தந்தி' பத்திரிகையின் ஒரு பிரதியை வாங்கினேன். பத்திரிகையை விரித்துப் படித்தபோது அதிர்ச்சியாக இருந்தது. எங்களூரில் தினசரி நடந்துகொண்டிருக்கும் போலீஸ் மாமூலைப்பற்றிதான் சட்டசபையில் யாரோ கேள்வியாக எழுப்பியிருக்கிறார்கள். அப்போது உள்துறைப் பொறுப்பையும் சேர்த்து வகித்துவந்த முதல்மந்திரி, 'மாமூல் வாங்குகிற போலீஸ்காரர்கள் மீது மிகக் கடுமையான நடவடிக்கை எடுக்கப்படும்!' என்று எச்சரிக்கை விடுத்திருந்தார். "நம்மூர் போலீஸ் ஸ்டேஷனைப்பற்றி சட்டசபை வரை மாமூல் விவகாரம் சென்றிருக்கிறதே, நம்ம போலீஸ் ஸ்டேஷனின் கதி என்ன ஆகும்?" என்று ஆவலும் அதே சமயம் பயமும் எனக்கு ஏற்பட்டது.

என் நண்பர் முகம்மது இக்பாலிடம் உடனே சென்று விவரங்களைச் சொன்னேன். இக்பால் என்னைப்போலவே சிந்தனை கொண்டவர். ''வா, இந்த நியூஸ் கிடைத்தவுடன் போலீஸ்காரர்கள் எப்படி அலறுகிறார்கள் என்று தூர நின்று பார்த்துவிட்டு வருவோம்!" என்று என்னை அழைத்தார். தந்தி பேப்பரையும் எடுத்துக்கொண்டு நாங்கள் இருவரும் போலீஸ் ஸ்டேஷனை நோக்கி நடந்தோம்.

போலீஸ் ஸ்டேஷனுக்கு உள்ளே போகிற தைரியம் எங்கள் யாருக்கும் கிடையாது. போலீஸ் ஸ்டேஷனுக்குச் சற்று அருகில் ஒரு ஓட்டல் இருந்தது. நாங்கள் போகிற சமயம் அங்கே எங்களுக்கு நன்கு பரிச்சயமான ஏட்டு நாகலிங்கம் ஓட்டலின் தாழ்வாரப் பகுதியில் ரோட்டைப் பார்த்தபடி அமர்ந்துகொண்டு டீ குடித்துக்கொண்டிருந்தார். அவரது மகன் எங்கள் கிளாஸ்மேட். எங்களைப் பார்க்கும்போதெல்லாம் எங்கள் படிப்பைப் பற்றியும், அவரது மகனின் படிப்பைப் பற்றியும் அவர் விசாரிப்பது வழக்கம். நாங்கள் வந்துகொண்டிருப்பதைப் பார்த்த அவரே எங்களை முதலில் கூப்பிட்டுவிட்டார். நாங்கள் அவர் அருகில் போய் நின்றோம். அவர் வழக்கம்போல எங்கள் படிப்பு சம்பந்தமாக விசாரிக்க ஆரம்பித்தார்.

"அப்போ முதலமைச்சர் சட்டசபையில் பேசிய விஷயம் இவருக்கு இன்னும் வந்து சேரவில்லை" என்பது உறுதியாகிவிட்டது.

நானும் என் நண்பரும் ஒருவரை ஒருவர் பார்த்துக்கொண்டோம். என் நண்பர் ஏட்டுவிடம் இலேசாக விஷயத்தை ஆரம்பித்தார்:

"சார் இன்னைக்கு பத்திரிகையில் நம்ம ஊரைப் பற்றி பெருசா நியூஸ் ஒன்னு வந்திருக்கே, பாத்தீங்களா?"

ஏட்டு ஆச்சர்யத்துடன், "அப்படியா, நான் பார்க்கவே இல்லையே, என்ன விஷயம்?" என்று அப்பாவியாகக் கேட்டார்.

பத்திரிகையில் வந்த செய்தியை இதற்கு மேலும் அவரிடம் விவரித்துச் சொன்னால் அவரிடமிருந்து உதை கிடைக்க வாய்ப்பிருப்பதாகக் கருதி, பத்திரிகையை அவரே படித்துக்கொள்ளட்டும் என்று நான் அந்த செய்தி வந்திருக்கும் இரண்டாம் பக்கத்தைப் படிப்பதற்கு வசதியாகப் பிரித்து அவரிடம் கொடுத்தேன். அவர் தன் மேல்சட்டையில் இருந்த கண்ணாடியை எடுத்து நிதானமாக அணிந்துகொண்டு பத்திரிகையை விரித்துப் படிக்கத் தொடங்கினார். அவர் மனசுக்குள் படிப்பார் என்றுதான் நாங்கள் எதிர்பார்த்தோம். ஆனால், அவர் சத்தம்போட்டு வாசிக்க ஆரம்பித்து விட்டார்.

ஏட்டு (வாசிக்கிறார்): ''வேலூரை அடுத்த பள்ளிகொண்டாவில் தேசிய நெடுஞ்சாலையில் செல்கின்ற லாரிகளைத் தடுத்து நிறுத்தி அங்குள்ள போலீஸ்காரர்கள் மாமூல் வசூலிப்பது உள்துறை அமைச்சரின் கவனத்திற்கு வந்திருக்கிறதா...?''

பத்திரிகையில் வந்ததை ஏற்ற இறக்கத்துடன் ஏட்டு வாசித்தபடி இருந்தார். இதைக் கேட்டு அந்தக் கடையில் டீ அருந்த வந்த அனைவரும் ஏட்டைச் சுற்றி நிற்க ஆரம்பித்தனர் 'என்ன ஆகப் போகிறதோ ?' என்கிற கவலையுடன்.

ஆனால், ஏட்டு மேற்கொண்டு அதே ஏற்ற இறக்கத்துடன் படித்தார்:

''முதலமைச்சர் பக்தவத்சலம்(கோபமாக), என் கவனத்துக்கு வரவில்லை. ஆனால் மதிப்பிற்குரிய உறுப்பினர் சொல்வது போன்று லாரிகளை நிறுத்தி மாமூல் வசூலிக்கிற போலீஸ்காரர்களுக்கு எதிராக தயவு தாட்சண்யம் பார்க்காமல் உடனே நடவடிக்கை எடுக்கப்பட்டு அவர்களுக்குக் கடுமையான தண்டனை வழங்கப்படும்!"

படித்து முடித்ததுதான் தாமதம்... பேப்பரை உடனே எறிந்துவிட்டு, இடிவிழுந்ததைப்போல் தலையில் இரு கைகளையும் வைத்துக்கொண்டு ஏட்டு அலறினார்:

"அய்யோ!"

கூடி நின்றவர்களில் ஒருவர் ஏட்டுக்கு அருகில் சென்று சற்றுப் பதறிப் போய் கேட்டார்:

"என்ன சார் ஆச்சு?''

ஏட்டு (மிகுந்த ஏமாற்றத்தோடு):

''அதுக்குள்ளாற, ஒரு லாரியை விட்டுட்டேனே!''

23

இப்ராஹிம், ஐசக், ஆண்டனிகளும் தேவி விக்ரஹமும்!

அது 1986 என்று நினைக்கிறேன். நான் பாலா சப்கலெக்டராக இருந்த காலம். ஒருநாள் ஆபீஸில் இந்துத் தலைவர்கள் இருவர் என்னை வந்து பார்த்து மனு ஒன்றை அளித்தார்கள். ஒருவர் அன்று லோக்கல் தலைவராக இருந்தார். பிற்காலத்தில் உயர்ந்த பதவிகளை வகித்தவர் அவர். இன்னொருவர் டவுனில் பிரபலமான டாக்டர்.

என் அதிகாரத்துக்குட்பட்ட உழவூர் என்கிற கிராமத்தில் குளம் ஒன்று இருப்பதாகவும், பல ஆண்டுகளுக்கு முன் அந்தக் குளம் இருக்கிற இடத்தில் ஒரு பிரசித்தி பெற்ற தேவி க்ஷேத்திரம் இருந்ததாகவும் அதை இந்துக்களுக்கு மீட்டுத்தர வேண்டும் என்பதுதான் அவர்களது கோரிக்கை.

நான் கேட்டேன்: “அங்கே தேவி க்ஷேத்திரம் இருந்ததற்கான சான்றுகள் ஏதாவது உங்களிடம் இருக்கின்றனவா?”

லோக்கல் தலைவர் சொன்னார்: “சார், உங்களிடம் உண்மையைச் சொல்லிவிடுகிறேன். இதற்கு ரிக்கார்டு பூர்வமாக சான்று எதுவும் எங்களிடம் கிடையாது. இது அந்த ஏரியாவிலுள்ள இந்துக்களின் நம்பிக்கை. உணர்வுபூர்வமான வேண்டுகோள். ஒரு இந்துவாக நீங்கள் இருப்பதால் இதைப் புரிந்துகொள்வீர்கள் என்று நம்புகிறேன்.”

நான்: “சார், இந்தப் பொறுப்பில் இருக்கும்போது ஒரு மதச்சார் பற்றவனாகவே நான் எந்தப் பிரச்னையையும் அணுக முடியும். பல நூறு வருடங்களாக ஊரிலிருக்கும் நிலங்கள் யாருடைய கைவசம் இருந்தன என்னென்ன காரியங்களுக்கு பயன்படுத்தப்பட்டன போன்ற விவரங்கள் எல்லாம் வில்லேஜ் ஆபீஸ்களில் உள்ள ரெவினியூ ரெஜிஸ்டர்களில் துல்லியமாக எழுதி வைக்கப்பட்டுள்ளன. அதன் படிதான் நாங்கள் நடவடிக்கை எடுக்கமுடியும்.”

லோக்கல் தலைவர்: "ஐஏஎஸ் என்றாலே Secularism பேசுவீர்கள் என்று எங்களுக்குத் தெரிந்துதான் வந்திருக்கிறோம். உங்களுக்கு வேறொரு உண்மையையும் தெரிவிக்க விரும்புகிறேன். இந்த தேவி க்ஷேத்திர விவகாரத்தில் கிறிஸ்துவ சமுதாய அரசியல்வாதிகளின் ஆதரவுகூட எங்களுக்கு இருக்கிறது!"

டாக்டர்: "நீங்கள் இந்துவாக இருந்தும் எங்களுக்கு ஆதரவு தராமல் போகலாம். நான் ஒரு MBBS டாக்டர். நான் என் மதத்துக்காக உயிரையே கொடுக்கத் தயாராக இருப்பவன்..!"

என்று சொல்லிக்கொண்டே, அந்த டாக்டர் சட்டென்று எழுந்து தன் இடதுகையை நீட்டி ஏதோ சிறு பிளேடு போன்ற ஒன்றால் மணிக்கட்டு பகுதியைக் கீறிக்கொண்டார். ரத்தம் வெளிவந்து சொட்ட ஆரம்பித்துவிட்டது. நான் பதறிப்போய் எழுந்து நின்றேன்.

டாக்டர்: "சார், நீங்கள் பதறவேண்டாம்..."

என்று சொல்லிவிட்டு, நிதானமாக அவரே ஏதோ மருந்து ஒன்றை அந்த வெட்டுக்காயத்தின் மேல் தடவி ஒரு பிளாஸ்திரியையும் ஒட்டிக் கொண்டார்.

டாக்டர்: "சார், நீங்கள் பயப்பட வேண்டாம். நாங்கள் விளையாட்டாக இந்தக் கோரிக்கையை வைக்கவில்லை; சீரியஸாக இந்த விஷயத்தை எடுத்து வந்திருக்கிறோம் என்று உணர்த்துவதற்காக இதைச் செய்தேன். வேறொன்றும் இல்லை."

நான்: "நீங்கள் தந்த மனுவை முறைப்படி விசாரித்துவிட்டு என் முடிவைச் சொல்கிறேன். முதலில் காயத்தைக் கவனியுங்கள்" என்றேன்.

அவர்கள் விடைபெற்றுக்கொண்டார்கள்.

நான் உண்மையில் அதிர்ந்துபோனேன். ஒரு சந்திப்பிலேயே பல விஷயங்களை இவர்களால் சொல்லமுடிந்ததை எண்ணி எனக்கு ஆச்சரியமாகவும் இருந்தது.

1) ஆதாரம் எதுவுமில்லாமல் உணர்ச்சியை மட்டும் அடிப்படையாக வைத்து எழுப்பப்படும் கோரிக்கை என்பதை ஒப்புக்கொண்டது;
2) இந்துவாக இருந்தும் அவர்கள் பக்கம் பேசாத அதிகாரிகளைப் பற்றிய அவர்களது மன வருத்தம்;
3) அரசியலுக்காக அவர்களை ஆதரிக்க முன்வரும் வேற்று மதத்தைச் சேர்ந்த அரசியல்வாதிகள் இருப்பதைப் பற்றிய சூசகமான தகவல்;

4) நாங்கள் கேட்பது கிடைக்காவிட்டால் வன்முறையில் ஈடுபடுவதற்கும் அஞ்சமாட்டோம் என்கிற அச்சுறுத்தல்.

தாசில்தார், DySP இருவரின் உதவியோடு விசாரணை செய்ததில் மேலும் பல ஆச்சர்யமான உண்மைகள் வெளிவந்தன. அந்தக் குளம் உழவூரின் மிகப் பெரிய கத்தோலிக்க சர்ச்சின் நேர் எதிராக அமைந்திருக்கிறது. சர்ச்சிலிருந்து 30 அடி தூரத்தில் திடீரென்று புதியதாக அங்கே ஒரு தேவி க்ஷேத்திரத்தை நிறுவினால் நிச்சயமாக அது சமூக அமைதிக்குக் குந்தகம் விளைவிக்கும்.

ரெவினியூ ரெக்கார்டுகளில் அங்கே தேவி க்ஷேத்திரம் இருந்ததற் கான யாதொரு சான்றும் இல்லை. மாறாக, அந்தக் குளம் பஞ்சாயத்துக்குச் சொந்தமான புறம்போக்கு நிலமாகவே நீண்ட நெடுங்காலமாக இருந்து வருகிறது.

மேலும், அந்தப் பகுதியை உள்ளடக்கிய தொகுதியின் எம்எல்ஏவான தற்போதைய அமைச்சர், ஒரு கத்தோலிக்கராக இருந்தாலும் இந்துக் களின் ஓட்டுகள் கிடைக்கவேண்டும் என்பதற்காக இந்து தலைவர் களுக்கு ஆதரவு தந்துள்ளதாக உளவுத்துறை தகவல் ஒன்று சொல்கிறது.

ஏதோ ஒரு விதத்தில் அமைச்சர் இந்த விஷயத்தில் சம்பந்தப் பட்டவராக இருப்பதால், நான் தீர்மானம் எடுப்பதற்கு முன்னர் அவரிடம் பேசுவது நல்லது என்று தீர்மானித்தேன்.

"இந்துப் பிரிவினரின் ஆதாரமற்ற கோரிக்கையை ஏற்றுக்கொள்ள முடியாது!" என்றும், "உழவூரின் சர்ச்சுக்கு நேர் எதிராக தேவி க்ஷேத்திரம் நிறுவ கோரிக்கை வைப்பது அங்கே கிறித்துவர்களுக்கும் இந்துக்களுக்கும் இடையே தகராறு உருவாக வழியமைத்துத்தரும்!" என்றும் அமைச்சரிடம் நான் விவரித்தேன். அவர் தீர்மானமான கருத்து ஒன்றும் சொல்லாமல் 'மத விஷயமாக இருப்பதால் சப்கலெக்டர் ஜாக்ரதையாகச் செயல்படும்படி' அறிவுரை கூறிவிட்டு அமைதியாகிவிட்டார். அவரது அறிவுரையும் அமைதியும் உளவுத்துறையின் அனுமானத்தை உறுதி செய்வது போன்றே எனக்குத் தெரிந்தது.

இந்துத் தலைவர்களிடம் எனது முடிவை நான் தெரிவித்தேன். "தேவி க்ஷேத்திரம் இருந்ததற்கான சான்றுகள் எதுவும் இல்லாததால் அவர்களது கோரிக்கையை ஏற்க முடியாது!" என்று திட்டவட்டமாகக் கூறினேன். "சட்டம் - ஒழுங்கைச் சீர்குலைக்கும் செயல்களில் அவர்கள் ஈடுபட்டால் போலீஸ் நடவடிக்கை எடுக்கும்" என்று எச்சரிக்கையும் செய்தேன்.

அன்றே ஒரு வதந்தி கிளம்பியது. இந்துப் பிரிவினரே அதைப் பரப்பிவிட்டார்களா என்று தெரியாது. அதாவது, அமைச்சரின் அரசியல் கட்சியைச் சேர்ந்தவர்கள், இந்துப் பிரிவினருக்கு ஒரு வாக்குறுதி தந்திருப்பதாகவும் “எப்படியாவது அந்தக் குளத்தில் தேவி விக்ரகத்தை நிறுவிவிட்டீர்களானால், கோயில் கட்டுவதற்கு ஒரு ஏக்கர் நிலத்தை அமைச்சரின் கட்சி அரசாங்கத்திடமிருந்து வாங்கித்தர ஏற்பாடு செய்யும் என்பதுதான் அந்த வாக்குறுதி என்கிற வதந்தி அந்தப்பகுதி முழுதும் பரவியது.

இதையறிந்த உழவூர் கத்தோலிக்க சர்ச்சைச் சேர்ந்த பாதிரிமாரும், கிறித்துவர்களும் என்னிடம் வந்து இந்து குழுவினரின் முயற்சிகளுக்குத் தங்களது கடுமையான எதிர்ப்பைப் பதிவுசெய்ததுடன், ‘‘அப்படி ஏதாவது சிலையைக் குளத்தில் வைத்தால் எங்கள் சமூகத்தினர் அதை எதிர்ப்பார்கள்’’ என்றும் அறிவித்தார்கள். நான் அவர்களை அமைதிப்படுத்தி அனுப்பினேன். அங்கே அசாதாரண சூழ்நிலை ஏற்படாத விதத்தில் நடவடிக்கை எடுக்கப்படும் என்றும் உறுதி அளித்தேன். DSP மூலமாக போலீஸ் படை ஒன்றை CI தலைமையில் அங்கே இரவும் பகலும் நிறுத்திவைக்க ஏற்பாடு செய்துவிட்டோம். போலீஸ் படையில் உள்ள கான்ஸ்டபிள்களின் லிஸ்ட்டை நான் வாங்கிக் கொண்டேன். EXECUTIVE MAGISTRATE ஆன தாசில்தாரை அங்கே போஸ்ட் செய்தேன்.

தாசில்தாரிடம் ரகசியமாக சில INSTRUCTIONகளைக் கொடுத்தேன்:

1. தேவி சிலையை வைக்க எந்த நேரத்திலும் அவர்கள் வரலாம். அவர்கள் சிலையை நிறுவ எத்தனிக்கும் முன்பு போலீஸ் உதவியுடன் அதைக் கைப்பற்றி தாலுக்கா ஆபீஸ் வளாகத்துக்கு லாரியில் கொண்டு சென்றுவிட வேண்டும்.
2. அங்கே போஸ்ட் செய்யப்பட்ட போலீஸ்காரர்களில் நான் தருகிற 6 நம்பர்களுக்குரிய கான்ஸ்டபிள்களை மட்டுமே சிலையைக் கொண்டு செல்ல உபயோகிக்க வேண்டும்.
3. தேவி சிலையை நிறுவி பூஜை புனஸ்காரம் செய்ய ஆரம்பித்து விட்டால் சிலையை அகற்றுவது பெரும்பாடு ஆகிவிடும். பொதுமக்கள் கூடிவிடுவார்கள். எனவே, குளத்தில் சிலையை வைப்பதற்கு முன்னரே அதைக் கைப்பற்றி இருக்க வேண்டும்.

அன்றைய இரவு சிலையை வைக்க யாரும் வரவில்லை. அடுத்த நாள் விடியற்காலை 4 மணிக்கு போலீஸ்காரர்கள் இரவு முழுக்க தூக்கமின்றி

இருந்ததால் சோர்வுற்றிருக்க, அந்தச் சமயம் பார்த்து ரோடில் வராமல் வேறொரு வழியாக தேவி சிலையைக் கொண்டு வந்தனர். பூஜை செய்து வழிபடவும் ஆட்களைத் தயாராக அழைத்து வந்திருந்தனர். ஆனால், விழிப்புடன் இருந்த போலீஸ் இன்ஸ்பெக்டரும் தாசில்தாரும் நான் பரிந்துரைத்த கான்ஸ்டபிள்களைக் கொண்டு சிலையைப் பறித்து லாரியில் ஏற்றி தாலுக்கா ஆபீஸுக்குக் கொண்டு சென்றுவிட்டனர்.

அவ்வாறாக எங்களது ஆபரேஷன் வெற்றிகரமாக முடிந்துவிட்டது. தேவி சிலையைக் குளத்தில் வைக்க செய்த முயற்சி முறியடிக்கப்பட்டு விட்டது.

அடுத்த நாள், இந்துத் தலைவர்கள் ஒரு பத்திரிகையாளர் சந்திப்பை நடத்தினர். அதில் லோக்கல் தலைவர் பேசினார்:

"நாங்கள் சட்டத்தை மீறி சிலை வைத்தது வேண்டுமானால் அரசாங்கக் கண்ணோட்டத்தில் தவறாகவே இருக்கட்டும். ஆனால், நாங்கள் லோக மாதாவாக வழிபடும் தேவி விக்ரஹத்தை இப்ராஹிம், ஐசக், ஆன்டனி முதலான வேற்று மதக் கான்ஸ்டபிள்களைக் கொண்டு கைப்பற்றியதையும், லாரியில் கொண்டு சென்றபோது அவர்கள் தங்கள் பூட்ஸ் கால்களால் தேவியை மிதித்து சுக்கு நூறாக்கியதையும் நாங்கள் ஏற்றுக்கொள்ளவே முடியாது. இதன் மூலம் இந்துக்களின் மனங்களைப் புண்படுத்தியதற்காக சப்கலெக்டர், தாசில்தார், சர்க்கிள் இன்ஸ்பெக்டர் மூவரும் பொறுப்பேற்கவேண்டும். அது வரை நாங்கள் போராடுவோம்!"

பத்திரிகை நிருபர்கள் என்னிடம் ஓடி வந்தார்கள். "சார், உங்கள் பதில் என்ன?" என்று கேட்டார்கள்.

நான் அமைதியாகச் சொன்னேன்:

"இந்த ஆபரேஷனில் ஈடுபட்ட சர்க்கிள் இன்ஸ்பெக்டர், தாசில்தார், கான்ஸ்டபிள்கள் ஆறு பேர் அனைவரும் இந்துக்கள். (கான்ஸ்டபிள்களின் பெயரையும் நம்பர்களையும் அவர்களிடம் தந்தேன்) இப்படியொரு குற்றம் சாட்டப்படும் என்று யூகித்துத்தான் இப்ராஹிம், ஐசக், ஆன்டனி முதலான லோக்கல் கான்ஸ்டபிள்களை இந்த ஆபரேஷனில் நான் பயன்படுத்தவில்லை. சிலை நொறுங்கியதன் காரணம் அது தரமான மெட்டீரியலில் செய்யப்படாததுதான்!"

24

“துக்கம் விசாரிக்க ஒரு நூல்புடவை வேண்டும்.”

அமரர் கருணாகரன் முதலமைச்சராக இருந்தபோது நான் அவரது மாவட்டத்தில் கலெக்டராக இருந்தேன். அமரர் கருணாகரன் குருவாயூரப்பனைத் தன் வாழ்நாள் முழுவதும் ஆராதித்து மகிழ்ந்தவர். ஒவ்வொரு மலையாள மாதத்தின் முதல்நாள் தரிசனம் செய்ய எங்கே இருந்தாலும் தவறாமல் குருவாயூருக்கு வந்து விடுவார். அதுமட்டுமல்ல, ‘குருவாயூரப்பன் மிகவும் சக்தி வாய்ந்தவர்’ என்று, போகும் இடங்களில் எல்லாம் குருவாயூரப்பன் புகழைப் பரப்புபவர். டெல்லியிலிருக்கும் மிகமுக்கிய பதவியில் இருப் போரையும் மூத்த அரசியல்வாதிகளையும் குருவாயூருக்கு அழைத்து வந்தவர் அவர். இந்து மதத்தைச் சேர்ந்த ஜனாதிபதி, உதவி ஜனாதிபதி, பிரதம மந்திரி, முன்னணி காங்கிரஸ் தலைவர்கள்... இவர்களில் குருவாயூருக்கு வராதவர்கள் மிகமிகக் குறைவு.

அந்தச் சமயத்தில் கேரளாவின் 14 ஜில்லா கலெக்டர்களில் அதிகமான VVIPகளின் VISITகளைக் கையாண்ட ஜில்லா கலெக்டர் நான் ஒருவனாகத்தான் இருப்பேன். VVIP VISIT என்பது மிகத் தீவிரமாக மாநில அளவில் திட்டமிடப்பட்டு போலீஸ், மருத்துவம், செய்தித் தொடர்பு முதலான பல துறைகளிலுள்ள மூத்த அதிகாரிகளின் துணையுடன் நடத்தப்படுகிற ஒரு HIGH SECURITY EXERCISE. VVIPயையும் அவருடன் வருகிற குடும்ப உறுப்பினர்களையும் அரசாங்க விருந்தாளிகளாக உபசரிக்கும் பொறுப்பு மாவட்ட நிர்வாகத்துக்கு உரியது. ஒவ்வொரு வருகை நிறைவுறும்போதும் பெருமைகளும் சந்தோஷங்களும் கிடைப்பதுண்டு. அதேசமயம், வருத்தம் தரும் சம்பவங்களும் நிகழ்ந்து விடுவதுண்டு.

ஒருமுறை பாரதப் பிரதமர் திருச்சூர் வந்திருந்தார். அவரது OFFFICIAL நிகழ்ச்சியும் குருவாயூர் தரிசனமும் நடந்து முடிந்தது. அதன் பிறகு திருச்சூரில் அவர் அவரது அரசியல் கட்சியின் மாநில

நிர்வாகிகளுடன் ஒரு கலந்தாலோசனைக் கூட்டம் நடத்தினார். பிரதமரும் அவருடன் வந்த குடும்ப உறுப்பினர்களும் அரசாங்க கெஸ்ட் ஹவுஸில் இரவில் தங்கிவிட்டு அடுத்த நாள் கர்நாடகா செல்வதாக திட்டமிடப்பட்டிருந்தது.

பிரதமரின் அரசியல் கலந்தாலோசனைக் கூட்டம் நடந்து கொண்டிருந்தது. மாலை சுமார் 7 மணிக்கு, பிரதமர் குடும்பத்தைச் சேர்ந்த பெண்மணி என்னிடம் வந்து பேசினார்: "மிஸ்டர் கலெக்டர், திருச்சூரில் சுற்றிப்பார்க்க TOURIST SPOT ஏதாவது இருக்கிறதா?"

நான் சொன்னேன்: "விலங்கன் குன்று என்று ஒரு இடம் இருக்கிறது. ஆனால் ஆறுமணிக்கு மேல் அங்கே ஆள் நடமாட்டமும் இருக்காது. வெளிச்சமும் இருக்காது!"

ஆனால், அந்தப் பெண்மணி விலங்கன் குன்றைப் பார்த்தே தீரவேண்டும் என்று வலியுறுத்தினார். போலீஸ் எஸ்கார்ட்டுடன் அவர் சென்றுவர வாகனம் ஏற்பாடு செய்யப்பட்டது. அவருக்குத் துணையாக ஒரு லேடி டெபுட்டி கலெக்டரையும் நான் அனுப்பிவைத்தேன்.

பிரதமர் கலந்தாலோசனையை முடித்துவிட்டு கெஸ்ட் ஹவுஸ் திரும்பினார். சுமார் எட்டு மணி இருக்கும். பிரபலமான டெல்லி பிரமுகர் ஒருவரிடமிருந்து எனக்கு போன் வந்தது. அவர் 'பிரதமருடன் அவசரமாகப் பேச வேண்டும்' என்று சொன்னார். நான் பிரதமருடன் வந்த மேலதிகாரிகளிடம் விஷயத்தைச் சொன்னேன். அவர்கள் பிரதமரை நேரில் கண்டு அவரது அனுமதியைப் பெறும்படி சொன்னார்கள். நான் பிரதமரை நேரில் சந்தித்து டெல்லிப் பிரமுகரின் பெயரைச் சொன்னேன். அவர் போனை கொடுக்கும்படிச் சொன்னார். அந்தப் பிரபலமானவர் பேசியவுடன் பிரதமரின் கர்நாடகா புரோகிராம் ரத்து செய்யப்பட்டு, காஞ்சிபுரத்தில் சங்கராச்சாரியார் சரஸ்வதி சுவாமிகள் காலமானதையொட்டி அவருக்கு இறுதி அஞ்சலி செலுத்துவதற்குப் பிரதமர் அங்கே செல்வதாகத் தீர்மானிக்கப்பட்டது. அது சம்பந்தப்பட்ட ஏற்பாடுகளில் நான் ஈடுபடத் தொடங்கினேன்.

சற்று நேரத்துக்குப் பிறகு, பிரதமர் குடும்பத்தைச் சேர்ந்த பெண்மணி என்னை வந்து சந்தித்தார். அவர் விலங்கன் குன்றுக்குச் சென்றுவிட்டு சற்று நேரத்துக்கு முன்புதான் திரும்பிவந்திருக்கிறார்.

அவர் சொன்னார்: "கலெக்டர் சொன்னது சரிதான். குன்று இருட்டாகத்தான் இருந்தது; ஒன்றையும் காணமுடியவில்லை!"

நான் புன்னகைத்தேன்.

"நாளை பிரதமரின் பயணம் மாறிவிட்டது. நீங்கள் அறிவீர்கள் இல்லையா?" நான் தலையாட்டினேன்.

அவர்: "எதிர்பாராதவிதமாக நாளை ஒரு துக்க நிகழ்ச்சிக்குச் செல்லும்படி ஆகிவிட்டது. கலெக்டர், நீங்கள் எனக்கொரு உதவி செய்யவேண்டும். துக்கம் விசாரிக்கச் செல்லும்போது சாதாரண நூல் புடவையில் சென்றால்தான் சரியாக இருக்கும். என்னிடம் சாதாரண புடவை ஒன்றுகூட இல்லை. என்னிடம் இருப்பவையெல்லாம் பட்டுப்புடவைகள் மட்டும்தான். இங்கே உள்ள கடையில் சாதாரண நூல்புடவை ஒன்றை எடுக்க வேண்டும். தயவுசெய்து கலெக்டர் ஏற்பாடு செய்ய முடியுமா?" என்றார்.

மணி இரவு 9.30 ஆகியிருந்தது. என் உதவியாளர்களை விசாரிக்கச் சொன்னேன். எல்லாக் கடைகளும் 9 மணிக்கே மூடி விட்டதாகச் சொன்னார்கள்.

திருச்சூரிலுள்ள ஒரு பெரிய துணிக்கடையின் உரிமையாளரை போனில் அழைத்தேன். அவர் அப்போதுதான் கடையை மூடிவிட்டு வீட்டுக்கு வந்திருந்தார். அவரிடம் நிலைமையை விளக்கிச் சொல்லி, "எங்களுக்காகச் சிரமம் பார்க்காமல் கடையை மீண்டும் திறக்க முடியுமா?" என்று கேட்டேன். "கலெக்டர் கேட்டால் உடனே செய்வது எங்கள் கடமையல்லவா?" என்று மகிழ்ச்சியுடன் அவர் திரும்பச் சென்று கடையைத் திறந்துவைக்க ஒப்புக்கொண்டார்.

நான், பிரதமரோடு வந்த குடும்பப் பிரமுகரை, பெண் டெபுடி கலெக்டர் துணையுடன் துணிக்கடைக்கு அனுப்பிவைத்தேன். போலீஸ் எஸ்கார்ட்டும் கூடவே சென்றது. பிரதமரின் நாளைய பயணத்துக்கான ஏற்பாடுகளும் உறுதிச் செய்யப்பட்டுவிட்டன. பிரதமரும் உறங்கச் சென்றுவிட்டார்.

புடவை வாங்கச் சென்ற பெண்மணி மட்டும் இன்னும் திரும்பிவரவில்லை. அவர் சென்று ஒரு மணி நேரத்துக்கும் அதிகமாக ஆகியிருந்தது. எஸ்கார்ட்டாகச் சென்ற போலீசிடம் விசாரித்தேன். "சார், துணிக்கடை இன்னும் திறந்திருக்கிறது. உள்ளே சென்றவர்கள் இன்னும் வெளியே வரவில்லை. வெளியில் வந்ததும் தகவல் சொல்கிறோம்" என்று சொன்னார்கள். திருச்சூரிலேயே மிகப் பெரிய புடவைக்கடைக்குத்தான் அவர்களை அனுப்பியிருந்தேன்.

'ஒருவேளை, அந்தப் பெண்மணி எதிர்பார்த்த சாதாரண நூல்புடவை அங்கே கிடைக்கவில்லையோ... அதைத் தேடிக்கொண்டிருப்பதால்தான் தாமதமாகிறதோ...' என்றெல்லாம் நான் யோசித்துக்கொண்டிருந்தேன்.

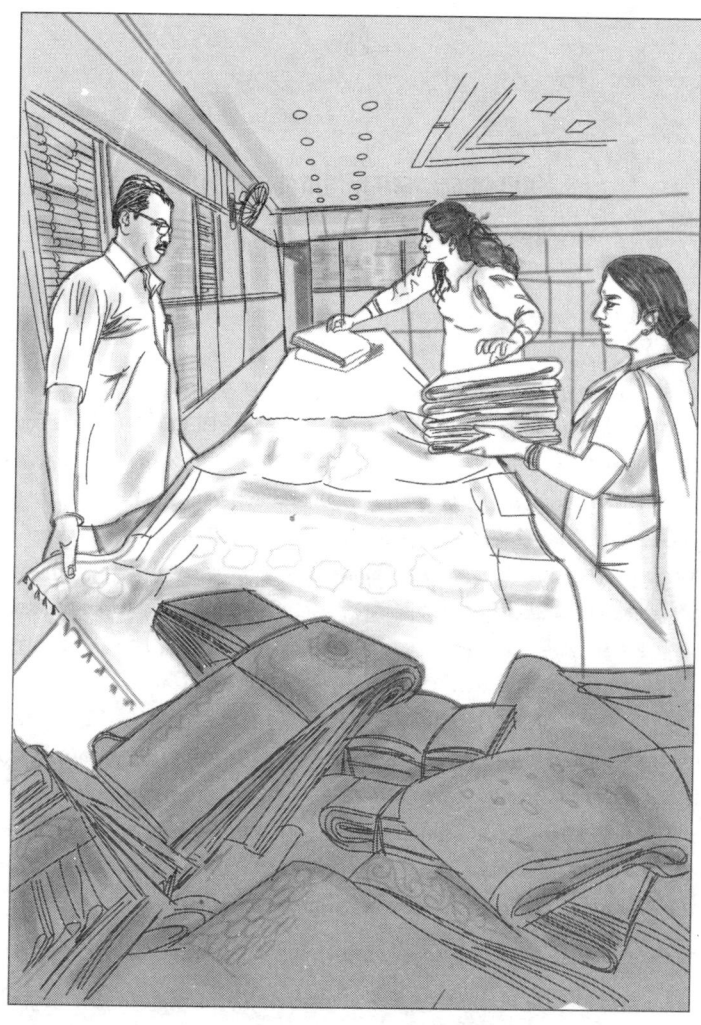

சுமார் 11 மணிக்கு அவர்கள் திரும்பிவந்தார்கள். காரில் இருந்து இறங்கிய பெண்மணி, மிகுந்த சந்தோஷத்துடன் எனக்கு நன்றி கூறிவிட்டு கெஸ்ட் ஹவுஸ் அறைக்குள் சென்றுவிட்டார்.

அவருக்கு எஸ்கார்ட்டாகச் சென்று வந்த டெபுடி கலெக்டர், என் காதருகில் வந்து யாருக்கும் கேட்காதபடி சொன்னார்:

"சார், அவர் ஒரு நூல்புடவையைக்கூட எடுக்கவில்லை. ஐந்து பட்டுப்புடவைகளை நீண்டநேரம் செலக்ட் செய்து எடுத்துக் கொண்டார்!"

25

"யானை எது, யானையோட சாணம் எதுன்னு தெரியும்!"

பல துறைகளிலுமிருந்து அரசாங்கத்துக்கு வரவேண்டிய வரிகளைச் செலுத்தாதவர்களின் மேல் REVENUE RECOVERY நடவடிக்கை எடுப்பதற்கான பொறுப்பு கலெக்டருக்கு உரியதாகும். அரசாங்கத்தின் வருமானம் சம்பந்தப்பட்டிருப்பதால் எல்லா கலெக்டர்களும் இதில் பிரத்தியேகக் கவனம் செலுத்துவது வழக்கம். பொதுவாக ஒருவர் கட்ட வேண்டிய தொகை பெரிதாக இருக்கும்போது அவர் அரசாங்கத்தை அணுகி தமது கஷ்டங்களைக் கூறி கட்டவேண்டிய தொகையை 12 அல்லது 24 மாதத் தவணைகளாகக் கட்டுவதற்கு அரசாங்க உத்தரவை வாங்கிவருவது வழக்கம். RR வசூல் செய்ய மிகப்பெரிய நிர்வாக இயந்திரம் (MACHINERY) மாவட்டத்தில் இருக்கிறது. கட்டவேண்டிய பணத்தைக் கட்டாதவர்கள் பேரிலும், அரசாங்கம் அனுமதித்தபடி மாதத் தவணைகளை ஒழுங்காகச் செலுத்தாதவர்கள் பேரிலும் நடவடிக்கை எடுக்க கலெக்டருக்கு அதிகாரம் உண்டு. அவர்களின் சொத்துக்களை கலெக்டர் ஜப்தி செய்யவோ, அவர்கள் நடத்தும் ஸ்தாபனத்தைப் பூட்டி சீல் வைக்கவோ முடியும்.

நான் கலெக்டராக இருந்த சமயம் சந்தித்த அனுபவம் இது.

ஓர் உயர்ந்த போலீஸ் அதிகாரியின் குடும்பத்துக்கும், மற்றொரு குடும்பத்துக்கும் இடையே பாரம்பரியப் பகை இருந்து வந்தது. இரண்டு குடும்பங்களும் செல்வச் செழிப்பில் திகழ்கின்ற குடும்பங்கள். ஒரு குடும்பத்தை வீழ்த்த இன்னொரு குடும்பம் சரியான வாய்ப்புக்காக எப்போதும் காத்திருக்கிற நிலை. ஒரு குடும்பத்தில் அரசாங்க அதிகாரிகள் பலர் உன்னதமான பொறுப்புகளில் இருந்தார்கள். எதிராளிக் குடும்பம் செய்கிற வியாபாரம், தொழில் அனைத்தையும் அதிகாரிகளாக இருந்த காரணத்தால், அவர்களால் கண்காணிக்க முடிந்தது. அரசாங்க விஷயங்களில் எதிராளியின் குடும்பம் சிறு தவறு செய்தாலும் உடனே அவர்களைக் கைது செய்வது சட்டத்தின்

முன் நிறுத்துவது போன்ற அதிரடிகளை அதிகாரிகள் குடும்பம் செய்துவந்தது. அதிகாரிகள் குடும்பத்தின் ஒரே லட்சியம் எதிராளிக் குடும்பத்தை நிர்மூலமாக்குவது ஒன்றுதான். இதை நன்றாக அறிந்த எதிராளிக் குடும்பமும் அரசாங்கம் சம்பந்தப்பட்ட காரியங்களில் மிக மிக ஜாக்கிரதையோடு செயல்பட்டு வந்தது. எதிராளிக் குடும்பத்தைச் சேர்ந்தவர்கள் திருச்சூர் மாவட்டத்தில் பெரிய வியாபார ஸ்தாபனம் ஒன்றை வெற்றிகரமாக நடத்தி வந்தார்கள். அதே சமயம் அவர்கள் அரசாங்கத்துக்குக் கட்டவேண்டிய வரிபாக்கியும் பெரிதாக இருந்தது. அரசாங்கத்துக்குச் செலுத்த வேண்டிய வரித் தொகையை பல தவணை களாக ஒவ்வொரு மாதமும் 15ஆம் தேதி கட்ட அனுமதிக்கும் அரசாங்க உத்தரவை வாங்கி வைத்திருந்தார்கள். ஒவ்வொரு மாதமும் ரூபாய் ஒரு லட்சத்துக்கும் அதிகமான தொகையை REVENUE RECOVERY ஆக தாசில்தார் ஆபீஸில் அவர்கள் கட்ட வேண்டியிருந்தது. அதைத் தவறாமல் அவர்கள் கட்டியும் வந்தார்கள். கட்ட வேண்டிய பணத்தைக் குறிப்பிட்ட தேதியில் கட்டி வருபவர்கள் ஏதேனும் காரணத்தால் ஒரு மாதம் அந்தக் குறிப்பிட்ட தேதியில் கட்ட முடியாமல் போனால் தாசில்தார் லெவலிலேயே ஓரிரு நாள் அவகாசம் தருவது வழக்கம். சட்டப்படி 15ஆம் தேதி ஒருவர் கட்டவில்லை என்றால் அன்றைய தினம் முடியும்போதே அவர் DEFAULTER ஆகிவிடுவார். அடுத்தநாளே அரசாங்கத்தின் மாதத் தவணைகள் அனுமதித்த உத்தரவும் ரத்தாகிவிடும். 'மொத்தப் பணத்தையும் கட்டாதவர்' என்று அவர்மேல் குற்றம் சுமத்தி ஜப்தி நடவடிக்கைகளை தாசில்தார் எடுக்கலாம். ஆனால், அரசாங்கத்தின் லட்சியம் வரிப்பணத்தை முடிந்தவரை வசூலிப்பது தானே ஒழிய, ஜப்தி போன்ற நடவடிக்கை எடுத்து வருமானத்தை முற்றிலும் இல்லாமல் ஆக்குவது அல்ல. எனவே, வசூலிப்பதற்கு வேறு வழியே இல்லை என்று ஆகும்போது மட்டும்தான் ஜப்தி, சீல் போன்ற EXTREME நடவடிக்கைகளை எடுப்பது வழக்கம்.

என்ன ஆனது என்று தெரியவில்லை. எதிராளியின் குடும்பம் அந்த மாதம் 15ஆம் தேதி தவணைப் பணம் கட்ட வரவில்லை. தாலுக்கா ஆபீஸில் அதிகாரிகள் குடும்பத்துக்காக உளவு பார்க்கும் கிளார்க் மூலம் இந்த விஷயம் உயர்ந்த போலீஸ் அதிகாரிக்கு உடனே சென்றிருக்கிறது. இப்படி ஒரு DEFAULT நடப்பதற்குத்தானே அவர்கள் கண்ணில் எண்ணெயை விட்டுக் காத்திருக்கிறார்கள்! இதைச் சாக்காக வைத்துச் சட்டப்படி ஜப்தி நடத்தி எதிராளியின் ஸ்தாபனத்தை பூட்டி விடவேண்டும். அப்போதுதானே எதிராளி குடும்பத்தின் மேலுள்ள காழ்ப்பு சாந்தியடையும்? அடுத்த நாள் 16ஆம் தேதி. விடியற்காலை

6 மணி. உயர்ந்த போலீஸ் அதிகாரி தாசில்தாரை போனில் அழைக்கிறார். உயர் போலீஸ் அதிகாரி தன்னை யாரென்று அறிமுகப்படுத்திக்கொண்டு தாசில்தாரிடம் ஆணையிடுவதைப்போல் பேசுகிறார்: "மேற்படி ஆள் அரசாங்கத்துக்குக் கட்டவேண்டிய ஒரு லட்சத்துக்கும் அதிகமான பணத்தை நேற்று கட்டியிருக்க வேண்டும். இதுவரை கட்டவில்லை. இன்று முதல்வேலையாக அந்த ஸ்தாபனத்தை ஜப்தி செய்து பூட்டுங்கள். போலீஸ் உதவி வேண்டுமானால் நான் ஏற்பாடு செய்கிறேன்."

தாசில்தார், "சார், அவர்கள் ரெகுலராக பணம் கட்டிவருபவர்கள். இன்றோ நாளையோ கட்டிவிடுவார்கள். அவசரப்பட்டு நடவடிக்கை எடுப்பது வழக்கமில்லை" என்று பதிலளித்திருக்கிறார். எரிச்சலடைந்த போலீஸ் அதிகாரி உடனே சப்கலெக்டருக்கு போன் செய்திருக்கிறார். சப்கலெக்டரோ இதுபோன்ற விஷயங்களில் கலெக்டர் ஆர்டர் இல்லாமல் எதுவும் செய்ய முடியாது என்று சொல்லியிருக்கிறார். காலை எட்டு மணிக்குள்ளாகவே இந்தக் கேஸின் அனைத்து விவரங்களையும் உயர்ந்த போலீஸ் அதிகாரி நிர்ப்பந்தம் செய்தது உட்பட எனக்கு தாசில்தார் தெரிவித்துவிட்டார். உயர் போலீஸ் அதிகாரி என்னை 9 மணிக்கு போனில் அழைத்தார். என்னை அவருக்கு நன்றாகத் தெரியும். என்னோடு நல்ல உறவையும் வைத்திருந்தார். நான் மிகவும் இளகிய மனதுடையவன் என்று அவர் கருதியதாலோ என்னவோ உணர்ச்சிப்பூர்வமாக என்னிடம் பேசினார். அவருடைய குடும்பத்தை எதிராளிக் குடும்பம் எப்படி எல்லாம் வஞ்சித்தது, அந்த வஞ்சனையின் காரணமாக அவரது தந்தை அகால மரணம் அடைந்தது பற்றி எல்லாம் உருக்கமாகப் பேசினார். எங்கள் குடும்பத்துக்கு அவர்கள் செய்த கொடுமைகளுக்கு நான் பதிலடி கொடுக்கவேண்டும். ஒரு சக அதிகாரியாக உங்களிடம் வேண்டிக் கேட்டுக்கொள்கிறேன். எனக்கு ஒரு உதவி செய்யவேண்டும்!"

"சார், நான் என்ன செய்ய வேண்டும்?"

"நான் கேட்கிற உதவி சட்டத்துக்கு எதிரானது அல்ல. மாதத்தவணை கட்டவேண்டிய 15ஆம் தேதியான நேற்று அவர்கள் பணம் கட்டவில்லை. சில சமயம், இன்றோ நாளையோ கட்டிவிட சான்ஸ் இருக்கிறது. அதற்கு முன்னால் நீங்கள் உங்கள் கலெக்டர் அதிகாரத்தை உபயோகித்து அந்த ஸ்தாபனத்தை ஜப்தி செய்து சீல் வைத்துவிட வேண்டும். சட்டப்பிரகாரம் செய்யவேண்டியதை எனக்காகக் கொஞ்சம் வேகமாகச் செய்துதர வேண்டுகிறேன். அவ்வளவுதான்" என்றார்.

நான் நிதானமாகச் சொன்னேன்: "சார், நீங்கள் மிகவும் மூத்த அதிகாரி. உங்களுக்கு அந்தக் குடும்பம் எதிரியாக இருக்கலாம். அவர்கள் மேல் உங்களுக்குள்ள கோபம் நியாயமானதாகக்கூட இருக்கலாம். ஆனால், என்னைப் பொறுத்தவரை உங்கள் எதிராளி என் மாவட்டத்தில் ஒரு பிரஜை. அவரைப்போலவே இருக்கும் மற்ற பிரஜைகளுக்குத் தருகிற அனுகூலங்களை அவருக்கும் நாங்கள் தந்தாக வேண்டும். மாதம் தவறாமல் குறிப்பிட்ட தேதியில் பணம் கட்டி வருபவர்கள் ஒரு மாதம் அந்தத் தேதியில் கட்டமுடியாமல் போனால் ஓரிரு நாட்கள் மனிதாபிமான அடிப்படையில் பணம் கட்ட நாங்கள் அனுமதிப்பது உண்டு. அப்படி இருக்கும்போது இந்த ஒரு கேஸில் மட்டும் குறிப்பிட்ட தேதியில் பணம் கட்டாததால், அடுத்த நாளே ஜப்தி, சீல் வைத்தல் போன்ற EXTREME ஸ்டெப்பை நான் எடுப்பது சரியாகுமா? நான் புதிதாக வந்திருக்கும் கலெக்டர். ஒரு கேஸில் மட்டும் அதீத அவசரம் காட்டி ஒரு ஸ்தாபனத்தை மூடினால் மக்கள் என்னைப் பற்றி என்ன நினைப்பார்கள்?" நான் இப்படிச் சொன்னதுதான் தாமதம். அவர் அதுவரை என்னிடம் கடைப்பிடித்த நாகரிகம் எல்லாம் அவரிடமிருந்து பறந்துபோய்விட்டது. கோபம் கொப்பளிக்கப் பேச ஆரம்பித்தார்: "போதும் மிஸ்டர். நீங்க மட்டும்தான் நேர்மையையும் சமத்துவத்தையும் நிலைநாட்ட இந்த உலகத்துக்கு வந்தது மாதிரி இங்கே ஆட்டம் ஒன்னும் போடவேண்டாம். உங்களுக்கு எப்படி பாடம் கற்பிக்கணும்னு எனக்குத் தெரியும்" என்று சொல்லி 'பட்'டென்று போனை வைத்துவிட்டார்.

ஒரு மூத்த அதிகாரியிடமிருந்து இப்படியொரு அச்சுறுத்தல் இதற்கு முன் எனக்கு வந்ததேயில்லை. முதிர்ச்சியற்ற அரசியல்வாதிகள் சிலர் இதுபோன்ற சவால்கள் விடுவதைப் பார்த்திருக்கிறேன். ஆனால், நாம் செய்கிற செயல்கள் நியாயமானவை என்கிற நம்பிக்கை இருப்பதால் இவற்றைக் கடந்துபோவது எனக்குச் சுலபமாகவே இருந்திருக்கிறது.

மாலை நான்கு மணிக்கு தாசில்தார் வந்து என்னைச் சந்தித்தார். உயர் போலீஸ் அதிகாரி ஜப்தி செய்யச் சொன்ன ஸ்தாபனத்தைச் சேர்ந்தவர்கள் இந்த மாதத் தவணையைக் கட்டிவிட்டதாக தாசில்தார் சொன்னார். அவர்கள் வீட்டில் ஏதோ விபத்து ஒன்று நேற்று ஏற்பட்டதாகவும், அதனால்தான் பணம் கட்ட தாமதமாகிவிட்டதாகவும் அவர்கள் காரணம் சொன்னார்களாம். "அந்தப் போலீஸ் அதிகாரி கேட்டதுபோல் அவசரப்பட்டு ஜப்தி நடவடிக்கை எடுத்திருந்தால் நமக்குக் கெட்ட பெயர் வந்திருக்கும் சார்" என்று அவர் சொன்னார்.

“நாம்தான் அவர் செய்யச் சொன்னதைத் திட்டவட்டமாக மறுத்து விட்டோமே!” என்றேன் நான்.

பல வருடம் சர்வீஸ் அனுபவம் பெற்ற தாசில்தார் சொன்னார்: “நான் அந்த அதிகாரியைப்பற்றி விசாரித்தேன். தனக்குப் பிடிக்காதவர்களை அவர் ஒழித்துவிட்டுத்தான் மறுவேலை பார்ப்பாராம். அவருக்கு அரசியல் செல்வாக்கும் அதிகம் என்கிறார்கள்.” என் மேலுள்ள கரிசனத்தால் தாசில்தார் அச்சப்படுவது தெரிந்தது. நான் அவரிடம் சொன்னேன்: “PUBLIC ADMINISTRATION என்பது பாய்மரக் கப்பல் பிரயாணம் அல்ல. அது எதிர்காற்றைக் கீறிக்கொண்டு பிரயாணம் செய்வது. எதையும் சந்தித்துதான் தீர வேண்டும்!”

இந்த ஒரு கசப்பான அனுபவத்தை ஒதுக்கிவிட்டால், திருச்சூரில் கலெக்டராகப் பணியாற்றிய காலம் எனக்கு மிகுந்த மன நிறைவைத் தந்தது. ஆளும்கட்சி, எதிர்க்கட்சி என்று பாராமல் எல்லா எம்எல்ஏக் களும், சக அதிகாரிகளும் எனக்கு மிகுந்த ஒத்துழைப்பைத் தந்தார்கள். பொதுமக்கள் மத்தியிலும் என் செயல்களுக்கு நல்ல வரவேற்பு கிடைத்தது. முதலமைச்சர் ஒவ்வொரு வார இறுதியிலும் மாவட்டத்துக்கு வந்து என்னை ஊக்கப்படுத்திக்கொண்டிருந்தார்.

நான் கலெக்டராகப் பணிபுரியத் தொடங்கி சுமார் ஒன்றரை மாதம் ஆகியிருக்கும். முதல்வரின் தனிச் செயலாளர் ஒருமுறை திருச்சூர் வந்தபோது என்னிடம் தனிமையில் பேச விரும்பினார். அவர் கேட்டார்: “உமக்கு போலீஸில் எதிரிகள் யாராவது இருக்கிறார்களா?’’

நான்: ‘‘என்னைப் பொறுத்தவரை யாருமில்லை. ஏன் அப்படிக் கேட்கிறீர்கள்?’’

அவர்: “திருச்சூரில் விசாரிக்கும்போது உம்மைப் பற்றி எல்லோரும் பெருமையாகச் சொல்கிறார்கள். ஆனால், முதலமைச்சருக்கு வரும் ரகசிய போலீஸ் ரிப்போர்ட்டில் மக்கள் மத்தியில் உங்களுக்கு பாப்பு லாரிட்டி இல்லை என்று எழுதி அனுப்பிக்கொண்டிருக்கிறார்கள். நீங்கள் ஒன்றும் அதைப் பற்றிக் கவலைப்படவேண்டாம். சிஎம் ஒவ்வொரு வாரமும் இங்கே வருகிறார். அவருக்குத் தெரியாதா உங்களைப்பற்றி?”

போலீஸ் ரிப்போர்ட்டின் மூல காரணம் யார் என்று எனக்குத் தெரியும் என்பதால் நான் அதைப் பற்றிப் பெரிதாகக் கவலைப்படவில்லை. நான் திருச்சூரின் வளர்ச்சிப் பணிகளில் முழுக்க முழுக்க கவனம் செலுத்தத் தொடங்கினேன். நீண்ட நாட்களாக இருந்து வந்த பல பிரச்னைகளுக்கு

நான் தந்த OUT OF BOX தீர்வுகள் முதலமைச்சரை மிகவும் கவர்ந்தன. அதை அவர் பல சமயம் மேடைகளில் பாராட்டிப் பேசி வந்தார்.

சில மாதங்களுக்குப்பிறகு தலைநகரம் சென்றிருந்தேன். அப்போது முதல்வரின் தனிச் செயலாளரைப் பார்த்தேன். அவர் சிரித்துக் கொண்டே சொன்னார்: "போலீஸில் யாரோ உன்னை திருச்சூரிலிருந்து மாற்றவேண்டும் என்பதற்காக BOGUS ரிப்போர்ட்டை சிஎம்முக்கு முதல்ல அனுப்பிக்கிட்டிருந்தாங்க. அதை CM கொஞ்சம்கூட CARE பண்ணலைன்னு தெரிஞ்சதும் உடனே நிறுத்திட்டாங்க. சிஎம்முக்குத் தெரியாதா, யானை எது, யானையோட பிண்டம் (சாணம்) எதுன்னு?''

26

நகரத்தின் மக்கள் யார் பக்கம்?

பாலாவில் நான் சப்கலெக்டராகப் பணிபுரிந்தபோது என்னை வெகுவாக உறுத்திய விஷயம் ஒன்றுண்டு. 'பணம்தான் வாழ்க்கையின் உன்னதம்' என்கிற கருத்து அந்த நகரத்தின் காற்றில் இருப்பதாக நான் உணர்ந்தேன் அங்கே வெட்டூர் ராமன் நாயரைப்போல பல எழுத்தாளர்கள் இருந்தார்கள். தேசிய அளவில் சிறந்து விளங்கும் விளையாட்டு வீராங்கனைகளும் வீரர்களும் இருந்தார்கள். ஆனாலும் பாலாவின் அடையாளமாக யாரும் இவற்றைக் கருதவில்லை.

நான், பாலா முனிசிபாலிட்டியின் சேர்மனாகவும் இருந்ததால் பாலா நகரைப் பற்றி அடிக்கடி சிந்திக்க வேண்டியிருந்தது. நகரப் பிரமுகர்களுடன் உரையாடும்போது பாலாவில் கலை இலக்கியம், இசை, விளையாட்டு ஆகியவற்றை உள்ளடக்கி ஒரு திருவிழா (FESTIVAL) நடத்தினால் என்ன என்று யதார்த்தமாகக் கேட்டேன். அந்த எண்ணம் பலருக்கும் பிடித்திருந்தது. பலரும் ஆதரிக்க முன் வந்தார்கள். நன்கொடை அளிக்கவும் சிலர் தயாரானார்கள்.

சில நாட்களுக்குள்ளாகவே வெவ்வேறு துறை சம்பந்தப்பட்ட வர்களை ஒருங்கிணைத்து மதம் அரசியல் சாராத 'FESTIVAL OF PALAI' (பாலாவை ஆங்கிலத்தில் palai என்றுதான் எழுதுவது வழக்கம்)) என்ற பெயரில் மூன்று நாட்கள் நடைபெறும் ஒரு திருவிழாவாக நடத்தத் தீர்மானித்தோம்.

அதை நடத்த என் தலைமையில் ஒரு விரிவான கமிட்டி உருவாக்கப் பட்டது. ஒவ்வொரு துறை நிகழ்ச்சிகளுக்கும் பொறுப்பாளர்களையும் நியமித்தோம்.

புத்தகக்காட்சி, ஏசியாட் போட்டிகளில் வெற்றி வாகை சூடிய P.T.உஷா, ஷைனி வில்சன் முதலானோர்க்குப் பாராட்டு, பாலா கல்வி மாவட்ட மாணவ மாணவிகளின் பிரம்மாண்ட ஊர்வலம்,

அமைச்சர் பங்கேற்கும் துவக்க விழா, கவிதை வாசித்தல், தகழி சிவசங்கரன் பிள்ளை, MT வாசுதேவன் நாயர் முதலான இலக்கிய மேதைகள் பங்கெடுக்கும் இலக்கிய விழா, பரதநாட்டியம், மெல்லிசை நிகழ்ச்சி என மூன்று நாட்களின் நிகழ்ச்சிகள் அனைத்தையும் திட்டமிட்டு ஏற்பாடுகள் செய்யத் தொடங்கினோம். பாலா நகரத்தில் இத்தகைய நிகழ்ச்சிகள் இதற்கு முன்னர் நடத்தப்படாததால் பாலா நகரவாசிகள் பலரும் உற்சாகத்தோடு ஆதரவளிக்க முன்வந்தார்கள்.

நான் முறையாக எங்கள் அமைச்சரை அணுகி பாலாவில் இத்தகைய ஒரு விழா நடத்துவதைக் குறித்து அவருக்கு விரிவாக எடுத்துக் கூறினேன். அவரும் மிகுந்த மகிழ்ச்சியடைந்து, "விழாவைச் சிறப்பாக நடத்துங்கள். எந்த உதவி வேண்டுமானாலும் கேளுங்கள்" என்று ஊக்கமும் தந்தார். நாங்கள் நிச்சயித்த தேதியில் வந்து தொடக்கவிழாவில் பங்கேற்கவும் சம்மதித்தார்.

எங்கள் விழாக்குழு மும்முரமாக செயல்படத் தொடங்கி நிகழ்ச்சி நிரல்களுக்கு முழுவடிவம் கொடுத்தது. பாலா நகர பிஷப், தொடக்க விழாவில் தலைமை ஏற்கவும், அமைச்சர் விழாவைத் தொடங்கி வைப்பதாகவும் தீர்மானிக்கப்பட்டது. முதல்நாள் காலையில் புத்தகக் கண்காட்சி தொடங்கும் எனவும் பகல் 2 மணிக்கு பாலா கல்வி மாவட்டத்தின் பள்ளி மாணவ மாணவிகள் பங்கெடுக்கும் பேரணியும், அதில் PT உஷா, ஷைனி வில்சன் மற்றும் விளையாட்டு வீரர்களுக்கான வரவேற்பும் நிகழும் என்றும் அறிவிக்கப்பட்டது.

எல்லா ஏற்பாடுகளும் சிறப்பாக நடந்துகொண்டிருந்தன. அதிகாரிகளையும், அரசியல் சம்பந்தமில்லாத நகர பிரமுகர்களையும், துறை வல்லுநர்களையும் கமிட்டியில் சேர்த்துக்கொண்டு நான் இந்த விழாவை நடத்துவதாக அமைச்சரின் கட்சியைச் சேர்ந்த கீழ்மட்ட அரசியல்வாதிகள் கருதினார்கள். அவர்களை நான் வேண்டுமென்றே அந்தக் கமிட்டிகளில் சேர்க்கவில்லை என்றும் குறை கூறினார்கள்.

அமைச்சரின் கட்சி பாலா பகுதியில் செல்வாக்கு மிகுந்து இருப்பதால் பாலா பகுதியில் நடைபெறும் அரசாங்கம் சார்ந்த எந்த விழா ஆனாலும் அதில் அவர்களுக்குப் பிரதான ROLE கிடைக்க வேண்டும் என்று எதிர்பார்த்தார்கள். அப்படிக் கிடைக்காமல்போகும் பட்சத்தில் அந்த விழாக்களுக்கு முட்டுக்கட்டை இட முயன்றார்கள். இந்த எண்ணத்துடன் கட்சியைச் சார்ந்த சில இளைஞர்கள் எங்கள் திருவிழாவுக்கு எதிராக பிட் நோட்டீஸ்களை வெளியிட்டார்கள்.

“கிறித்துவர்கள் பெரும்பான்மையாக வாழும் பாலாவில் பெஸ்டிவல் என்றால், அது பாலா சர்ச் நடத்தும் மாதா கோவில் திருவிழாவே தவிர சப்கலெக்டர் நடத்தும் திருவிழா அல்ல!” என்று அந்த நோட்டீஸில் அச்சிடப்பட்டிருந்தது.

இன்னொரு நோட்டீஸில் ‘‘பரதநாட்டியம் ஆடுவதற்கு இங்கு யாரும் கிடைக்கவில்லையா? இந்த சப்கலெக்டர் ஊரான சென்னையிலிருந்து தான் கொண்டுவர வேண்டுமா?’’ என்றும் கேட்கப்பட்டிருந்தது.

கீழ்மட்ட தலைவர்களின் அழுத்தத்தினாலோ என்னவோ திருவிழா நெருங்க நெருங்க அதன் மேல் ஆரம்பத்தில் காட்டிய அக்கறையை வெகுவாகக் குறைத்துவிட்டார், அமைச்சர். இறுதியாக, அதைப்பற்றி விசாரிப்பதையே அவர் முற்றிலும் நிறுத்திவிட்டார்.

பிட் நோட்டீஸ்களும், அமைச்சரின் புறக்கணிப்பும் யதார்த்தமாக இருப்பதால் அவற்றை எதிர்கொண்டுதான் தீரவேண்டும். இந்த FESTIVAL OF PALAI எனக்கு விடப்பட்ட ஒரு சவால் என்பதை நான் உணர்ந்தேன். இது எனக்கு வாழ்வா சாவா போன்றது. தோற்றால், டிரான்ஸ்பர் வாங்கிக்கொண்டு வேறு இடத்துக்குச் சென்றுதான் தீரவேண்டும். வேறு வழி இல்லை.

திருவிழா நெருங்க நெருங்க கீழ்மட்ட அரசியல்வாதிகள் வதந்திகளை மேலும் மேலும் கிளப்பிவிட்டார்கள். நான் கேரளாவுக்குப் புதிதாக வந்த அதிகாரியானதால் அவற்றில் உண்மையிருக்காது என்று முற்றிலும் ஒதுக்கித் தள்ள முடியவில்லை.

வதந்தி நெம்பர் 1: கல்வித்துறையும் அமைச்சரின் கட்சியைச் சார்ந்த வேறொரு அமைச்சரிடம்தான் இருக்கிறது. முதல் நாள் ஊர்வலத்தில் எந்தப் பள்ளியும் பங்கெடுக்கக் கூடாது என்று மந்திரி வாய்மொழியாக உத்தரவு போட்டால் ஒரு மாணவ மாணவியும் பங்கெடுக்க முடியாது. பாலா பெஸ்டிவலின் பிரம்மாண்ட ஊர்வலம் குளோஸ்!

வதந்தி நெம்பர் 2: அமைச்சர் கடைசி நிமிடத்தில் துவக்க விழாவுக்கு வராமல் போனால் பாலாவின் நாயகனான அமைச்சர் இல்லாமல் பாலா பெஸ்டிவலா? பெஸ்டிவல் நிர்மூலமாகிவிடும்.

விழாக்குழுவில் இருந்த அனைவரும் எனக்கு முதுகெலும்பாக நின்று ஆதரவளித்தார்கள். ‘கீழ்மட்ட அரசியல்வாதிகளுக்கு மக்களிடம் மரியாதை சிறிதும் இல்லை; அவர்களைக் குறித்து சப்கலெக்டர் கவலைப்படவேண்டாம்’ என்று எனக்குத் தைரியம் சொன்னார்கள்.

நாளை எங்கள் பாலா திருவிழா. வழக்கமாக எங்கள் அமைச்சர் ஒரு நிகழ்ச்சிக்கு வருவதாக இருந்தால் ஒரு நாளைக்கு முன்பாகவே அமைச்சரின் ஆபீஸிலிருந்து நிகழ்ச்சியைப் பற்றியும் ஏற்பாடுகளைப் பற்றியும் தொடர்ந்து விசாரிப்பது வழக்கம். அப்படி ஒரு போன் இதுவரை வரவேயில்லை. எனவே, நாளை அமைச்சர் துவக்க விழாவுக்கு வருகிறாரா இல்லையா என்பதில் நிச்சயம் இல்லை.

நான் நடத்தும் முதல் பெரிய விழா. என்னோடு நிற்பவர்கள் தைரியம் தந்தாலும் விழாவுக்கு எதிராக சதி எங்கோ நடப்பதாக ஓர் உணர்வு என்னிலிருந்து முற்றிலும் நீங்கியபாடில்லை. மூன்று நாள் விழாவின் அனைத்து ஏற்பாடுகளையும் நான் மீண்டும் ஒருமுறை REVIEW செய்தேன். பொறுப்பேற்றவர் அனைவரும் சிறப்பாக ஏற்பாடுகள் செய்திருப்பதை அறிந்து மகிழ்ந்தேன்.

அன்றைய இரவு முழுவதும் இதே சிந்தனைதான். 'நாம் நல்ல ஒரு சிந்தனையால் உந்தப்பட்டுத்தான் இப்படியொரு விழாவுக்கு ஏற்பாடு செய்தோம். பாலாவின் அரசியல் சம்பந்தமில்லாத மக்களின் அமோக ஆதரவு நமக்கிருக்கிறது. முகமற்ற எதிர்ப்பாளர் சிலரைப் பற்றி நாம் ஏன் கவலைப்பட வேண்டும்?' என்றெல்லாம் நினைத்துக்கொண்டிருந்தபோது திடீரென்று எனக்கு ஒரு யோசனை பளிச்சிட்டது.

பாலா நகரத்தில் அமைச்சருக்கு அடுத்தபடியாக சிலவிதத்தில் அமைச்சருக்கு மேலாகவும் கருதப்படுகிறவர் ஒருவர் இருக்கிறார். அவர்தான் பாலா பிஷப். அவரை ஒரே ஒருமுறை நான் சந்தித்திருக்கிறேன். வெளிநாட்டில் படித்துப் பட்டம் பெற்றவர், அவர். ஒரு GENTLEMAN. நிச்சயம் லோக்கல் சிறுமதியாளர்களுக்கு அப்பாற்பட்டவராக அவர் இருப்பார் என்பதில் சந்தேகமில்லை. அவரைக் கண்டு ஆதரவு தேடினால் என்ன?

காலை எட்டரை மணிக்கு பாலா பிஷப்பை நான் சந்தித்தேன். அவரிடம் நல்ல எண்ணம் கொண்டு, நான் நடத்த உத்தேசித்த விழாவுக்கு வந்த எதிர்ப்புகளையும், எனது அச்சங்களையும் வெளிப்படையாகச் சொன்னேன். அவர் உடனே சொன்னார்: "நீங்கள் எப்படிப்பட்ட ஆபீஸர் என்பதை நான் நன்றாக அறிவேன். நீங்கள் ஒரு கவலையும் படவேண்டாம். நான் உங்கள் பக்கம் நிற்கிறேன்!" என்றார். அவரது ஆதரவு எனக்கு மிகுந்த நம்பிக்கையூட்டினாலும் பாலாவைச் சேர்ந்த மக்களுக்கு அது எப்படிச் சென்றடையும்?

என் மனதில் இருப்பதை அறிந்ததாலோ என்னவோ, அவர் என்னைக் கேட்டார்: "இன்றைய விழாவின் முதல் நிகழ்ச்சி என்ன?"

நான் சொன்னேன்: ''காலை 11 மணிக்குப் புத்தகக்காட்சி.''

பிஷப்: ''நான் ஒன்று செய்கிறேன். அந்தக் கண்காட்சியை நான் திறந்துவைத்து இந்த விழாவில் நானும் ஒரு அங்கம் என்பதை எல்லோருக்கும் அறிவிக்கிறேன். போதுமா?''

அவ்வளவுதான்! 'அதற்குப்பின் நடந்தது வரலாறு' என்று சொல்வார்களே அப்படி எல்லாமே 'மளமள'வென்று நடந்தன. பாலா கல்வி மாவட்டத்தில் உள்ள 80 சதவீத பள்ளிகளும் பாலா பிஷப்பின் நிர்வாகத்தில் இருப்பதால் குறித்த நேரத்துக்கு முன்பாகவே ஆசிரியர்களும் மாணவ மாணவிகளும் திரளாகக் குவிய ஆரம்பித்தனர். விழாக்குழுவினர் என்னிடம் சொன்னார்கள்: ''பாலா பிஷப் அவர்களை நம் விழாவின் WELL WISHER ஆகக் கொண்டு வந்தது, நீங்கள் செய்த ஒரு MASTER STROKE!" என்று.

ஊர்வலத்திலும், விளையாட்டு வீராங்கனைகளுக்குக் கொடுக்கப் பட்ட வரவேற்பிலும் பாலா அதுவரைக்கும் காணாத மக்கள் கூட்டம் திரண்டு வந்ததாக பாலாவைச் சேர்ந்தவர்கள் சொன்னார்கள். 'பெஸ்டிவல் ஆப் பாலை' மிகப்பெரிய வெற்றி! அதற்குப்பின் நடந்த துவக்க விழா எனக்கு மிகப்பெரிய படிப்பினையைத் தந்தது என்று சொல்ல வேண்டும்.

நான் முன்பே சொன்னேன் அல்லவா?

அமைச்சர் எங்கள் விழாவில் கலந்துகொள்வதில் ஆர்வம் ஒன்றும் காட்டவில்லை என்று. பாலா பிஷப், புத்தகக்காட்சியைத் திறந்து வைத்த செய்தி, அமைச்சருக்கு எட்டியதற்குப்பின் எல்லாமும் மாறி விட்டது. அமைச்சரின் ஆபீஸிலிருந்து போன்மேல் போன். "அமைச்சர் சரியான நேரத்துக்கு விழாவைத் தொடங்கிவைக்க வந்துவிடுவார். இதோ புறப்பட்டுவிட்டார்."

சிறிது நேரம் கழித்து, போலீஸ் ஒயர்லெஸ் மூலம், ''அடூரை கிராஸ் செய்துவிட்டார்'' என்று சொன்னார்கள். மேலும் சில நிமிடங்கள் கழித்து, ''அமைச்சர் திருவல்லாவை கிராஸ் செய்துவிட்டார்" என்றெல்லாம் செய்திகள் வந்த வண்ணம் இருந்தன.

விழாக் குழுவிலுள்ள பாலா நகரப் பிரமுகர் ஒருவரிடம் கேட்டேன்:

"எனக்கு ஒன்றும் புரியவில்லை. விழா இன்னும் துவங்கவில்லை. அமைச்சர்தான் துவக்கி வைக்கப்போகிறவர். அவருக்காகத்தான் நாம் காத்திருக்கப்போகிறோம். இப்படி இருக்கும்போது ஏன் இப்படி ரன்னிங் கமன்ட்ரி மாதிரி செய்திகள் வருகின்றன?"

அவர் சொன்னார்: "அது வேறொன்றுமில்லை சார், நேற்று வரை மினிஸ்டருக்கு இந்த விழாவில் இன்ட்ரஸ்ட் இல்லை. இன்றைக்கு காலையிலிருந்து பிஷப் உங்கள் பக்கம் வந்துவிட்டார். நகரமே உங்கள் பக்கம் வந்துவிட்டது. அமைச்சர் குறிப்பிட்ட நேரத்துக்கு வரவில்லை என்று சொல்லி விழாவுக்குத் தலைமை வகிக்கும் பிஷப்பைக் கொண்டு நீங்கள் துவக்க விழா நடத்திவிட்டால்... பாலாக்காரர்கள் யாரும் குறை சொல்லப்போவதில்லை. ஆனால், அமைச்சர் இல்லாமல் ஒருபெரிய விழா பாலாவில் நடந்துவிட்டால் அவரது அரசியல் வாழ்வு என்னாவது?"

ஒரு அதிகாரி மக்கள் பக்கம் தன்னை நிலைநிறுத்திக்கொண்டால் அரசியல்வாதிகளைக் கையாளுவது மிகமிக எளிது. பாலா கற்றுக் கொடுத்த முதல் பாடம் இது. இன்று வரை மறக்கமுடியாத பாடம்!

27

அரசியல் ரீதியான எதிர்ப்பைக் கையாளுவது எப்படி?

நான் தொழிலாளர் நலன் மற்றும் திறன் மேம்பாட்டுத்துறை செக்ரட்டரியாக இருந்த சமயம்.

இந்தியாவிலேயே தொழிலாளர் நலன் சார்ந்த சட்டங்கள் அதிகமாக இயற்றப்பட்டதிலும், அதைத் தீவிரமாகச் செயல்படுத்துவதிலும் முன்னணியில் நிற்பது கேரளா. அதே சமயம், தொழிலாளர் யூனியன்களின் கை ஓங்கியிருப்பதாலேயே தொழில் தொடங்கவும், தொழிற்சாலைகள் நிறுவவும் தொழிலதிபர்கள் கேரளாவை நோக்கி வருவதில்லை என்பதும் ஒரு நடைமுறை உண்மை.

இந்தியாவில் எஞ்சினியரிங் கல்லூரிகள் அதிகமானவுடன் ஒவ்வொரு வருடமும் வெளிவருகிற எஞ்சினியர்களின் எண்ணிக்கை பலமடங்கு கூடிவிட்டது என்று எல்லோருக்கும் தெரியும். உதாரணமாக, தமிழ்நாட்டில் 1970களில் தோராயமாக ஆண்டுக்கு 7500 எஞ்சினியர்கள் வெளிவந்தார்கள் என்றால், 2020இல் ஆண்டுக்கு சுமார் 3,50,000 எஞ்சினியர்கள் வெளிவந்ததாக ஒரு கணக்கு சொல்கிறது. இந்த எஞ்சினியர்கள் யாரும் தொழிற்சாலைகளில் FLOOR இல் பணி செய்ய விரும்புவது இல்லை. எனவே, தொழிற்சாலைகளில் பணிசெய்ய பாலிடெக்னிக், ஐடிஐ பயிற்சி பெற்றவர்களின் தேவை அதிகரிக்கத் தொடங்குகிறது. அதே சமயம், புதிய மெஷின்களைக் கையாள புதிய திறமைகளும் அவசியமாகிறது. சில நவீன தொழிற்சாலைகளில் எஞ்சினியர்களைவிட தொழில் திறன் மிக்க பாலிடெக்னிக், ஐடிஐ படித்தவர்களுக்கு அதிக ஊழியம் தரவும் தயாராக இருக்கின்றனர்.

இந்த நிலையில், இந்திய அரசு ஒரு புதிய திட்டத்தைக் கொண்டு வந்தது. அதன்படி, கேரளாவில் 20 ஐடிஐகளைத் தேர்வு செய்து புதிய யந்திரங்களை வாங்கவும், நவீன பாடத்திட்டத்தைப் போதிக்க புதிய ஆசிரியர்களை நியமிக்கவும் தேவையான நிதியைத் தர

முன் வந்தது. இந்தத் திட்டத்தைப் பற்றி அறிந்ததும் கேரளா ஐடிஐ INSTRUCTOR சங்கம் போர்க்கொடி தூக்கியது. TURNER, FITTER போன்ற பழைய தொழிற்பாடங்களை நடத்திக்கொண்டிருக்கும் INSTRUCTORகளை வேலையிலிருந்து நீக்கத்தான் இந்தப் புதிய திட்டம் வருகிறது என்று அவர்கள் பிரச்சாரம் செய்யத் தொடங்கினர். ஆளுங்கட்சி, எதிர்கட்சி சங்கங்களை அமைச்சர் வரவழைத்துப் பேச்சுவார்த்தை நடத்தினார். ''எந்தக் காரணம் கொண்டும் தற்போது பணிபுரியும் INSTRUCTORகளை சர்வீஸில் இருந்து அரசாங்கம் நீக்காது' என்று உத்திரவாதமளித்தும், எதிர்க்கட்சி ஆதரவு சங்கங்கள் ஏற்பதாக இல்லை. ''புதிய திட்டத்தை எதிர்க்கும் தங்கள் கொள்கையில் யாதொரு மாற்றமும் இல்லை!'' என்று அறிவித்துவிட்டார்கள். ஆனால், கேரள அரசு, இளைஞர்களின் வேலைவாய்ப்புகளுக்கு இந்திய அரசின் ஐடிஐ மேம்பாட்டுத் திட்டம் வழியமைத்துத்தரும் என்பதால் அதை ஆதரிக்க முடிவெடுத்தது.

கேரளாவில் இத்திட்டத்தை ஒரு பைலட் திட்டமாகத் தொடங்கவும் இந்திய அரசு முன்வந்தது. இந்தத் திட்டத்தை வடிவமைப்பதற்காக இந்தியாவின் பல்வேறு மாநிலங்களில் உள்ள லேபர் செக்ரட்டரிகளை வரவழைத்து கலந்தாலோசனைக் கூட்டம் ஒன்றை திருவனந்தபுரத்தில் நடத்த விரும்பியது. அதை ஏற்று இந்திய அளவிலான கலந்தாலோசனைக் கூட்டத்தை நடத்த கேரள அரசு ஏற்றுக்கொண்டது. தேதி ஒன்றைத் தீர்மானித்து, திருவனந்தபுரத்தில் அரசாங்க நட்சத்திர ஹோட்டலான மஸ்கட்டில் கலந்துரையாடலுக்கான எல்லா ஏற்பாடுகளையும் செய்தது.

இந்திய ஐடிஐகளை மேம்படுத்தும் கலந்தாய்வுக் கூட்டம் கேரள தொழிலாளர் நலன் அமைச்சர் துவக்கி வைப்பார் எனவும், இந்திய அரசின் செக்ரட்டரி தலைமை ஏற்று கலந்தாலோசனையை நடத்துவார் என்றும், மஸ்கட் ஹோட்டலில் உள்ள கன்வென்ஷன் ஹாலில் இது நடைபெறும் என்றும் அறிவிக்கப்பட்டது.

அதே சமயம், கலந்தாலோசனை நடைபெற இருக்கும் கன்வென்ஷன் ஹால் முன்பாக எதிர்கட்சிகளின் ஆதரவு பெற்ற ஐடிஐ இன்ஸ்ட்ரக்டர்களின் கூட்டமைப்பு பெரிய ஒரு போராட்டத்தை நடத்தப்போவதாக அறிவித்தது.

கேரளாவில் அரசாங்கம் சார்பாக ஒரு கான்பரன்ஸ் நடப்பதும், அந்த இடத்துக்கு வெளியே எதிர்க்கட்சிகள் கூட்டமாகக் கூடி கோஷமிடுவதும் மிகமிக சகஜமான ஒன்று. இது எதிர்க்கட்சியின் ஜனநாயக உரிமையாக இங்கே கருதப்படுகிறது. கேரள போலீஸின்

வேலை, அரசாங்கம் நடத்தும் கான்பரன்ஸுக்குப் பாதுகாப்பு தருவது மட்டுமல்ல; கேட்டுக்கு வெளியே எதிர்கட்சி சங்கங்கள் எதிர்ப்புத் தெரிவித்து கோஷமிட்டு கலந்தாலோசனைக்கு முடிந்த வரை DISTURB செய்வதற்குப் பாதுகாப்பு அளிப்பதும் போலீஸின் முக்கிய கடமையாகும்.

"இந்தியாவிலுள்ள அனைத்து மாநில அதிகாரிகளும், இந்திய அரசின் செக்ரட்டரியும் கலந்துகொள்ளும் ஒரு முக்கியமான கலந்தாலோசனைக் கூட்டத்தை அலங்கோலப் படுத்தும் விதத்தில் எதிர்கட்சிகள் கேட்டுக்கு வெளியே நின்று ஒழிக கோஷம் போடுவது HOSTING STATEஆன நமக்கு அவமானம் இல்லையா?" என்று என் அமைச்சரிடம் பேசிப் பார்த்தேன். தொழிற்சங்கத் தலைவராக இருந்து இன்று அமைச்சராக உயர்வு பெற்றிருக்கும் அவர் சொன்னார்:

"இதில் என்ன அவமானம் இருக்கு? முதலமைச்சர் நடத்துற மீட்டிங்குக்கு எதிராகக்கூட நாங்கள் கோஷம் போட்டு DEMONSTRATION நடத்தியிருக்கிறோம். கேரளாவில் இதெல்லாம் வெகு சாதாரணம்!"

அமைச்சர் சொல்வது ஒருவிதத்தில் சரிதான். எதிர்க்கட்சிக்காரர்களின் போராட்டத்தைத் தடுக்க முயன்றால் அது வன்முறையில் முடிந்து ஒரு பிரளயத்தையே கேரளாவில் உருவாக்கிவிடக்கூடும். அதைவிட கன்வென்ஷன் ஹாலுக்கு வெளியே ஒரு மூலையில் அவர்களை ஒழிக கோஷம்போட அனுமதிப்பதுதான் நல்லது என்று நான் சமாதானமடைந்தேன்.

நாளை கலந்தாலோசனைக் கூட்டம். கன்வென்ஷன் சென்டரில் எல்லா ஏற்பாடுகளையும் செய்யத் தொடங்கிவிட்டோம். இந்திய அரசின் செக்ரட்டரி, மாநிலங்களின் லேபர் செக்ரட்டரிகள் எல்லோரும் பகல் 12 மணிக்கு முன்பே வந்துசேர்ந்துவிட்டார்கள். சில மாநில அமைச்சர்கள், கேரளாவைப் பார்ப்பதற்காக தங்கள் செக்ரட்டரிகளோடு வந்திருக்கிறார்கள். எல்லோருக்கும் மஸ்கட் ஹோட்டலில் அறைகள் அளிக்கப்பட்டுவிட்டன. ஹோட்டலும், சுற்றுப்புறமும் அவர்களை மிகவும் கவர்ந்துள்ளதாகச் சொன்னார்கள்.

எனக்கு, நாளை நடக்கப்போகிற கலந்துரையாடலைப் பற்றியும், எதிர்க்கட்சிகள் நடத்தப்போகும் போராட்டத்தைப் பற்றியுமான கவலையே பெரிதாக இருந்தது. நாளைய தினம் நடக்கப்போகும் எதிர்க்கட்சிகளின் போராட்டத்தைக் குறித்து இந்திய அரசின் செக்ரட்டரிக்கு முன்கூட்டியே சொல்லி வைப்பது நல்லது என்று கருதி அவரிடம் சொன்னேன்.

மத்தியப்பிரதேச கேடரைச் சேர்ந்த மூத்த ஐஏஎஸ் அதிகாரியான அவர் உடனே சொன்னார்: "போலீஸை உபயோகித்து நாளை காலையில் அவர்களை அரெஸ்ட் செய்துவிட வேண்டியதுதானே!"

நான்: "சார், அது கேரளாவில் சாத்தியமில்லை!"

அவர் குழப்பத்தில் ஆழ்ந்ததை என்னால் உணர முடிந்தது. இதற்கிடையில் நாளைய கலந்தாலோசனைக்கான SEATING ARRANGEMENTS, அலங்காரங்கள், நிலவிளக்கு, வெளியே வைக்கவேண்டிய பேனர்கள் எல்லாம் ரெடி என்கிற தகவலை எனது உதவியாளர்கள் என்னிடம் வந்து சொன்னார்கள்.

எனக்கு ஒரு யோசனை தோன்றியது.

'கலந்தாலோசனைக்கு வரவேண்டிய எல்லாப் பிரமுகர்களும் வந்துவிட்டார்கள். ஆலோசனையை நடத்துகிற இந்திய அரசின் செக்ரட்டரியும் வந்துவிட்டார். காதும் காதும் வைத்தபடி, நமது அமைச்சரை ஹோட்டலுக்கு அழைத்துவந்து நாளை நடக்கவேண்டிய கான்பரன்ஸை இன்று மாலை 6 மணிக்கே நடத்திவிட்டால் என்ன?' என்று தோன்றியது.

இந்திய அரசின் செக்ரட்டரியையும், பிற மாநில அதிகாரிகளையும் கலந்தாலோசித்தேன். செக்ரட்டரி ஓகே சொல்லிவிட்டார். பிற மாநிலங்களிலிருந்து வந்தவர்களோ 'அற்புதமான ஐடியா' என்று குதூகலத்துடன் கொண்டாட ஆரம்பித்துவிட்டார்கள். அவர்களுடைய பிரச்னையே வேறு. இன்று OFFICIAL ஆக செய்யவேண்டியவற்றைச் செய்து முடித்துவிட்டால், நாளை விடுமுறையாகிவிடும். அதை அனுபவித்துத் தீர்த்துவிடலாம் என்பது அவர்களின் திட்டம். 'கடவுளுக்குச் சொந்தமான நாட்டை' கண்டு களிப்பதற்குத்தானே இவ்வளவு சிரமம் எடுத்துக்கொண்டு அவர்கள் கேரளா வந்திருக்கிறார்கள்!

ஆறுமணிக்கு கம்பீரமாக கான்பரன்ஸைத் தொடங்கிவிட்டோம். எங்கள் அமைச்சர் நிலவிளக்கில் தீபமேற்றித் துவக்கி வைத்தார். இந்திய அரசு செக்ரட்டரியின் தலைமையில் புதிய திட்டத்தைப் பற்றி விரிவாக விவாதிக்கப்பட்டது. எல்லா மாநில அதிகாரிகளும் தங்கள் கருத்துகளைச் சொல்ல, புதிய திட்டத்துக்கு இறுதி வடிவமும் கொடுக்கப்பட்டது. எல்லாம் முடிவதற்கு இரவு 9.30 மணி ஆகிவிட்டது. இந்திய அரசின் செக்ரட்டரி 'மிகவும் பிரயோஜனமுள்ள கலந்தாய்வு' என்று அனைவரையும் பாராட்டினார்.

அடுத்த நாள். கலந்தாய்வு நடக்கப்போவதாக அறிவிக்கும் பேனர் மாற்றப்படாமல் கன்வென்ஷன் ஹாலின் முன்பு அப்படியே வைக்கப்பட்டிருந்தது. காலையிலிருந்தே எதிர்க்கட்சி யூனியனைச் சேர்ந்தவர்கள் குவிய ஆரம்பித்தார்கள். பேனர்களையும் கொடிகளையும் அவர்கள் கொண்டு வந்திருந்தார்கள். கூட்டம் பெரிய அளவில் திரண்டுவிட்டது.

காலை 10 மணிக்கு அரை மணிநேரம் முன்பு அவர்கள் கோஷமிடத் தொடங்கினார்கள். அவர்களைப் பொறுத்தவரை இன்னும் அரை மணிநேரத்தில் கன்வென்ஷன் ஹாலில் ஐடிஐ இன்ஸ்ட்ரக்டர்களுக்கு எதிரான கான்பரன்ஸ் தொடங்கப்போகிறது.

கோஷம் உயர்ந்துகொண்டிருந்தபோது ஹோட்டல் ஊழியர்களில் ஒருவர், "சேட்டா, கான்பரன்ஸ் இன்னலே ராத்திரி சம்பவிச்சி கழிஞ்ஞு!" என்று சொல்ல, பரிதவித்துப்போன யூனியன் தலைவர்கள் ஹோட்டல் மேனேஜரிடம் விசாரிக்க, கான்பரன்ஸ் நடந்து முடிந்த விஷயம் உறுதிப்படுத்தப்பட்டது. யூனியன் தலைவர்கள் இதுவரை இப்படி ஒரு பிரச்னையைச் சந்தித்ததில்லை. 'ஐடிஐ இன்ஸ்டிரக்டர்களுக்கு எதிரான சதி இது!' என்று ஒரு சிறிய உரையை நிகழ்த்திவிட்டு சிறிது நேரம் கோஷமிட்டார்கள். உற்சாகம் ஒன்றும் இல்லாததால் தொங்கிய முகத்தோடு அனைவரும் கலைந்து சென்றார்கள்.

ஹோட்டலின் நுழைவுப் பகுதியில், வெளி மாநிலங்களிலிருந்து வந்த அதிகாரிகள் திருவனந்தபுரத்தின் சுற்றுலாத் தலங்களைப் பார்க்க ஆவலாய்த் தயாராகிக்கொண்டிருந்தார்கள்.

28

ஒரு பெட்டிஷன் ராணியும், கோர்ட் கேஸ் ராஜாவும்!

கேரளாவில் நிலம் சம்பந்தமான வழக்குகள்தான் சப்கலெக்டர் முன்பு அதிகமாக வருவது வழக்கம். நில சீர்திருத்தத்தைப் பல வருடங்களுக்கு முன்பாகவே கேரள அரசு செயல்படுத்திவிட்ட காரணத்தால் 10 சென்ட் பூமிகூட சொந்தமாக இல்லாதவர்கள் கேரளாவில் வெகு குறைவு என்றே சொல்லிவிடலாம். வீடில்லாதவர்களுக்கு 10 சென்ட் பூமி பட்டயம் செய்து வழங்குவதை அரசாங்கம் ஒரு திட்டமாகவே செயல்படுத்தி வந்தது.

வைக்கம் பகுதியில் இரண்டு ஏழைக் குடும்பங்களுக்கு கடலோரப் பகுதியில் தாசில்தார் சில வருடங்களுக்கு முன்பாக 10 சென்ட் வீதம் பட்டயம் செய்து தந்தார். ஒரு குடும்பம் மாயி என்கிற பெண்மணி யுடையது. அவரது கணவன் தற்போது உயிரோடு இல்லை. இன்னொரு குடும்பம் கிருஷ்ணன் என்பவரைச் சேர்ந்தது. இரண்டு குடும்பங்களும் தூரத்துச் சொந்தக்காரர்கள். மாயியும், கிருஷ்ணனும் கூலி வேலை செய்பவர்கள். படிப்பறிவு இருவருக்கும் இல்லை. ஆனால், உலக அறிவில் இருவரையும் மிஞ்சியவர் யாரும் இருக்கமுடியாது.

தாசில்தார் செய்த தவறு அந்த இரண்டு குடும்பங்களுக்கும் அடுத் தடுத்து பிளாட்டைக் கொடுத்ததுதான். இரண்டும் எல்லாவிதத்திலும் சமமான பிளாட்டுகள். ஒன்று வடக்கில் இருக்கிறது. அது மாயிக்குக் கொடுக்கப்பட்டிருக்கிறது. இரண்டாவது பிளாட் வடக்கே உள்ள பிளாட்டை ஒட்டியபடி தெற்கே அமைந்திருக்கிறது. இது கிருஷ்ணனுக்கு அளிக்கப்பட்டிருக்கிறது. ஐந்து வருடங்களுக்கு முன்னர் இரு குடும்பங்களுக்கும் பிளாட்கள் வழங்கப்பட்டிருந்தாலும் இதுவரை அவர்கள் இருவரும் அந்தப் பிளாட்களை கைவசப்படுத்தவோ அல்லது அவற்றில் வீடு கட்டவோ முனையவில்லை. காரணம், பிளாட்டுகளின் ஒதுக்கீடு குறித்த மாயியின் குற்றச்சாட்டுதான். அது சம்பந்தமாக அவரளித்த பெட்டிஷன்கள்தான்.

மாயியின் புகார் என்னவென்றால், மாயிக்கு முதலில் ALLOT செய்ய நிச்சயிக்கப்பட்ட பிளாட் தெற்கிலுள்ள பிளாட் என்றும், தாலுக்காபீஸில் உள்ள ரெவினியூ இன்ஸ்பெக்டரும், கிளார்க்கு களும் சேர்ந்து தனக்கு எதிராகச் சூழ்ச்சிகள் செய்து அந்த பிளாட்டை கிருஷ்ணனுக்குக் கொடுத்துவிட்டார்கள் என்றும் கூறுகிறார். அதாவது கிருஷ்ணனுக்கு ALLOT செய்ததை மாயி தலையில் கட்டி விட்டார்களாம். இதுமட்டுமல்ல; இந்த விஷயத்தில் ஏகப்பட்ட பணம்

ஞான ராஜசேகரன் | 165

கை மாறியிருக்கிறது என்பதும் மாயியின் இன்னொரு குற்றச்சாட்டு. இந்தப் புகாரை தாசில்தாரிடம் கொடுத்திருந்தாலும் பரவாயில்லை.

வைக்கத்தில் ஒரு நிகழ்ச்சிக்கு வந்திருந்த வருவாய்த்துறை அமைச்சரிடம் மாயி நேரடியாகச் சந்தித்துக் கொடுக்க, அமைச்சர் அங்கிருந்த தாசில்தாரிடம் மாயி தந்த பெட்டிஷனைக்கொடுத்து உடனே விசாரணை நடத்தி மாயிக்கு நியாயம் வழங்குமாறும், தவறு செய்தவர்கள் மேல் நடவடிக்கை எடுக்குமாறும் ஆணையிட்டுச் சென்றுவிட்டார்.

அமைச்சரின் ஆணையைத் தீவிரமாக எடுத்துக்கொண்டு தாசில்தார் டீம் விசாரணையில் இறங்கியது. அவர்கள் ஆராய்ந்ததில் வடக்கிலும், தெற்கிலும் இருந்த இரண்டு பிளாட்களும் ஒரே விஸ்தீரணத்தைக் கொண்டதாக இருந்தன. இரண்டுமே ஒரே ரோடிலும் இருந்தன. மரங்கள் போன்ற விலைமதிப்புள்ளவை இரண்டிலும் இருக்கவும் செய்ய வில்லை. பின் எப்படி கிருஷ்ணனுக்குக் கொடுத்த பிளாட் விலைமதிப்பில் உயர்ந்தது, மாயிக்கு கொடுத்த பிளாட் தாழ்ந்தது என்று சொல்ல முடியும்? இதில் ஊழல் நடந்திருப்பதற்கும் சாத்தியம் இருப்பதாகத் தெரியவில்லை. தாசில்தார் டீம் தலையைப் பிய்த்துக்கொண்டதுதான் மிச்சம்.

ஆனாலும், விஷயம் அமைச்சர் வரை சென்றிருப்பதால் இந்தப் பிரச்னைக்கு ஒரு தீர்வு காணவேண்டும் என்கிற நோக்கத்துடன் மாயி, கிருஷ்ணன் இருவரையும் பிளாட்டுக்கு அழைத்துச்சென்று காட்டினார்கள். இரண்டுக்கும் இடையில் எந்த விதத்திலும் வித்தியாசம் இல்லை என்பதை இருவருக்கும் ஆதாரத்தோடு விளக்கினார்கள்.

ஆனாலும், மாயி தெற்கு பிளாட்தான் தனக்கு வேண்டும் என்று பிடிவாதம் செய்வதால் அதை அந்தப் பெண்மணிக்கு விட்டுக்கொடுத்து பிரச்னைக்கு முற்றுப்புள்ளி வைக்கும்படி கிருஷ்ணனை தாசில்தார் டீம் வேண்டி கேட்டுக்கொண்டது.

கிருஷ்ணன் இந்த வேண்டுகோளுக்குப் பதில் சொல்லாமல், அமைதியாக வைக்கத்திலிருந்து 30 கிலோமீட்டர் தொலைவிலுள்ள எர்ணாகுளத்துக்குச் சென்று பொதுநல வழக்குத் தொடுத்து உயர்நீதி மன்றத்திலிருந்து ஒரு ஆர்டரையும் வாங்கி வந்துவிட்டார்.

அந்த ஆர்டரில், "கிருஷ்ணனுக்கு அரசாங்கம் பட்டயம் செய்து கொடுத்த பிளாட்டை, அமைச்சர் சொன்னார் என்பதற்காக வேறு ஒருவருக்கு மாற்றித் தருவது சட்ட விதிகளுக்கு எதிரானது" என்று நீதிபதி திட்டவட்டமாக அறிவித்திருந்தார்.

உயர்நீதிமன்ற ஆர்டர், ஒருவிதத்தில் தாசில்தாருக்கு மனநிம்மதியைக் கொடுத்தது. அதன் அடிப்படையில் அமைச்சருக்கு ரிப்போர்ட் ஒன்றை அனுப்பிவிட்டு தாசில்தார் மாயியை அழைத்து பரிவோடு சொன்னார்: "இதோ பாரும்மா, பிளாட்டை மாற்றித் தரக்கூடாது என்று ஹைகோர்ட்டே திட்டவட்டமாகச் சொல்லிவிட்டது. உனக்கு வடக்கு பிளாட்டை ஏற்றுக்கொள்வதைத் தவிர வேறு வழி இல்லை!" இதற்கெல்லாம் மனம் உடைந்து போகிற கதாபாத்திரம் அல்ல மாயி என்கிற பெட்டிஷன் ராணி! வருவாய்த்துறை தனக்கு செய்த துரோகத்தை விவரமாக எழுதி பெட்டிஷன்களை தாசில்தார், சப்கலெக்டர், கலெக்டர், அமைச்சர், முதலமைச்சர், கவர்னர், பிரதம மந்திரி, ஜனாதிபதி என இந்தியாவில் உள்ள அனைத்து அதிகார மையங்களுக்கும் தவறாமல் அனுப்பிக்கொண்டிருந்தார்.

இந்தக் கட்டத்தில்தான் நான் பாலா சப்கலெக்டராகப் பொறுப்பு ஏற்கிறேன்.

வைக்கம், என் அதிகார வரம்புக்குள் இருக்கிற ஒரு தாலுக்காவாகும். நான் வாரத்துக்கு இரண்டு நாட்கள் வைக்கம் தாலுக்கா ஆபீஸ் வந்து மக்களின் குறைகளைக் கேட்டு அவசியமான நடவடிக்கைகளை எடுப்பது வழக்கம்.

நான் வைக்கத்துக்கு வந்த முதல்நாளே பெட்டிஷனோடு என்னைச் சந்தித்த முதல் பிரமுகர் மாயி என்ற பெண்மணிதான்! அரசாங்க ஆபீஸ்களில் உள்ள ஒரு பழக்கம். புதிதாக நாம் சார்ஜ் எடுத்திருக்கும்போது நம்மைக் காண வரும் மாயி போன்ற பழம்பெரும் கதாபாத்திரத்தின் பழைய சரித்திரத்தைப் பற்றி அங்குள்ள அதிகாரிகள் யாரும் நமக்கு 'மூச்' விடமாட்டார்கள். மறுபடியும் முதலில் இருந்து நான் அந்தப் பெட்டிஷன்தாரரை விசாரித்து, விஷயம் என்ன என்று புரிந்து நடவடிக்கை எடுக்கவேண்டுமாம். இதில் ஒரு சுகம் அவர்களுக்கு. அவர்கள் தலையைப் பிய்த்துக்கொண்டதுபோல் நானும் தலையைப் பிய்த்துக்கொள்ளவேண்டும் என்கிற 'நல்லெண்ணமாகவும்' இருக்கலாம்!

மாயிபெட்டிஷனின் மாயாலோகத்தில் நானும் அடைக்கலமானேன். முதலில் இரு பிளாட்களையும் பார்த்துவரச் சென்றேன். அதிகாரிகள் பலர் பார்க்க வந்து வந்து, அந்த பிளாட்கள் இருக்குமிடம் அந்த ஏரியாவிலேயே டூரிஸ்ட் ஸ்பாட் போன்று பிரபலமாகி இருந்தது. எவ்வளவு முயன்றும் இரண்டு பிளாட்டுகளுக்கிடையில் ஒரு வித்தியாசத்தையும் என்னால் கண்டுபிடிக்க முடியவில்லை.

மாயி, கிருஷ்ணன் இருவரையும் விசாரணைக்காக என் ஆபீஸுக்கு நேரில் அழைத்திருந்தேன். ''தெற்கு பிளாட்டை மாயிக்குத் தர வாய்ப்பே இல்லை'' என்று ஹைகோர்ட் ஆர்டரை ஆதாரமாக என்முன் காட்டி கிருஷ்ணன் நீண்ட உரையை ஆற்றினார். அதற்கு நடுவில் எனக்கு ஒருபோன் வந்தது. போனை எடுப்பதற்காக நான் திரும்பியபோது பட்டென்று உடனே கிருஷ்ணன் பேச்சை நிறுத்திவிட்டார். போன் பேச்சை முடித்து நான் ரிசீவரை வைத்தவுடன் 'ஆன்' செய்ததைப்போல விட்ட இடத்திலிருந்து தனது பேச்சைத் தொடர்ந்தார். பல அதிகாரிகளின் அறையில் பெட்டிஷன் கொடுத்து கொடுத்து இந்த நாகரிக செய்கையில் அவருக்கு EXPERTISE கிடைத்திருப்பதாக நான் நினைத்துக்கொண்டேன்.

அடுத்து மாயியின் வாதத்தைக் கேட்பதற்காக அவர் பக்கம் திரும்பினேன். மாயியின் பேச்சு மிகக் குறைவாகவும் அழுகை அதிகமாகவும் இருந்தது. “தெற்கு பிளாட் எனக்குக் கிடைக்காமல் போனால் வைக்கம் தாலுக்கா ஆபீஸ் எதிரே உள்ள மரத்தில் தூக்குப் போட்டு சாவதைத் தவிர வேறு வழியில்லை சார்!” என்று சொல்லி சத்தம் போட்டு அழ ஆரம்பித்தார் மாயி.

அந்தச் சமயம் பார்த்து எனக்கு மீண்டும் ஒரு போன்கால் வந்தது. நான் சற்று திரும்பி ரிசீவரை எடுத்தேன். மாயி தன் அழுகையை 'ஆஃப்' செய்ததைப்போலப் பட்டென்று நிறுத்திவிட்டார். நான் போன் பேசி ரிசீவரை வைத்தவுடன் ஆன் செய்ததைப்போல தன் அழுகையை சப்தத்துடன் தொடங்கிவிட்டார். இந்தச் செயலால் கிருஷ்ணனை விட அதிகாரிகளைச் சந்தித்து பெட்டிஷன் கொடுத்த EXPERTISE தனக்குத்தான் அதிகம் என்பதை நிரூபித்துவிட்டார், மாயி!

எந்தவித ஆதாரமும் இல்லாமல் வெறுமனே வீம்புக்கு இருவரும் தர்க்கம் செய்வது எனக்குப் புரிந்தது. ஏழைகள் ஆதரிக்கப்பட வேண்டியவர்கள் என்பதில் யாருக்கும் இரண்டு கருத்து இருக்கமுடியாது. ஆனால், ஏழ்மை என்ற போர்வையில் மாயியும், கிருஷ்ணனும் நடத்துகிற யாருக்குமே பயனளிக்காத இந்தச் சண்டையை ஒரு முடிவுக்குக் கொண்டு வரவேண்டும் என்று நான் தீர்மானித்தேன்.

ஒருவருக்கு ASSAIGNMENT மூலம் தந்த நிலத்தை அவர் நீண்டகாலமாக கைப்பற்றி உபயோகிக்காமல் இருந்தால் அதை ரத்து செய்கிற உரிமை சப்கலெக்டருக்கு உண்டு. அதன்படி மாயி, கிருஷ்ணன் இருவருக்கும் இப்போது தந்திருக்கிற ASSAIGNMENTகளை ரத்துசெய்யவும், பிறகு இருவருக்கும் இரண்டு வெவ்வேறு இடங்களில் தனித்தனியாக

பிளாட்டுகளை ASSAIGN செய்து தரவும் நான் உத்தரவிட்டேன். அந்த உத்தரவில் கடந்த ஆறு ஆண்டுகளாக நடந்த விஷயங்களை விளக்கி ஏன் இப்படி ஒரு தீர்மானத்தை எடுக்க நேர்ந்தது என்பதற்கான காரணங்களையும் குறிப்பிட்டிருந்தேன்.

நான் எதிர்பார்த்ததைப் போலவே மாயி, என் உத்தரவுக்கு எதிராக உயர்நீதி மன்றம் சென்றார். நீதிபதி இந்தக் கேஸின் பின்னணியை அறிந்து உடனே தீர்ப்பு எழுதாமல் அட்வகேட் ஒருவரை ONE MAN COMMISSION ஆக நியமித்து பிரச்னைக்குரிய பிளாட்களை இன்ஸ்பெக்ட் செய்து ரிப்போர்ட் தரச் சொன்னார். அவர் எல்லாவற்றையும் பரிசோதித்துவிட்டு நீதிபதியிடம் அறிக்கையைச் சமர்ப்பிக்க அதன் அடிப்படையில் நீதிபதி தனது தீர்ப்பை வழங்கினார்.

தீர்ப்பில் அவர் 'இதைப்போன்ற TRIVIAL கேஸ்கள் அரசாங்க அதிகாரிகளின் நேரத்தையும் நீதிமன்றங்களின் நேரத்தையும் வீணடிப்பது கண்டிக்கத்தக்கது' என்று சொல்லி 'இருவரது அசைன்மென்ட்டையும் நான் ரத்து செய்தது சரி' என்று அறிவித்துவிட்டார்.

வைக்கம் பகுதியில் கடந்த வருடங்களில் பெரிய வெள்ளம் வந்தபோது கடற்கரைகளுக்கு அருகில் இருந்த பல வீடுகள் நாசமாயின. அதில் வீடுகள் இழந்தோர்க்கு இரண்டு கிராமங்களில் 10 சென்ட் வீதம் பூமி வழங்கப்பட தீர்மானம் எடுக்கப்பட்டது. அதில் ஒரு கிராமத்தில் மாயி குடும்பத்துக்கும், இரண்டாவது கிராமத்தில் கிருஷ்ணன் குடும்பத்துக்கும் 10 சென்ட் வீதம் பட்டயம் தர நான் பரிந்துரை செய்தேன். அதன்படி ஒரு கிராமத்துப் பயனாளிகளின் பட்டியலில் மாயியைச் சேர்த்தும், இரண்டாவது கிராமப் பட்டியலில் கிருஷ்ணனைச் சேர்த்தும் தாசில்தார் அறிவிப்பு வெளியிட்டார். ஆறு வருடங்களாக வைக்கம் தாலுக்கா ஆபீஸைத் தாக்கிக்கொண்டிருந்த மாயி என்னும் புயல் ஓய்ந்து விட்டதாகக் கருதி நான் பாலாவுக்குப் பயணமானேன்.

அடுத்த நாள் காலை.

இரண்டு கிராமத்துப் பயனாளிகள் அனைவரும் வந்து வைக்கம் தாசில்தாரைச் சூழ்ந்துகொண்டு சப்கலெக்டரை உடனே பார்த்தே தீரவேண்டும் என்று நிர்ப்பந்திப்பதாக எனக்கு தாசில்தார் SOS அனுப்பினார்.

நான் உடனே வைக்கம் வந்தேன்.

"என்ன விஷயம்?" என்று ஆராய்ந்தபோது அந்த இரண்டு கிராமத்துப் பயனாளிகளும் ஒற்றைக்குரலில் சொன்னார்கள். "நாங்கள் எக்காரணம் கொண்டும் மாயியையோ கிருஷ்ணனையோ எங்களோடு

ஞான ராஜசேகரன் | 169

சேர்த்துக் கொள்ளமாட்டோம். பொய்யான விஷயத்துக்கு 6 வருஷமா பெட்டிஷன் கொடுத்து அலைஞ்சவங்க இவங்கன்னு இந்தத் தாலுக்காவில் இருக்கறவங்க எல்லாருக்கும் தெரியும். எங்க அயல் காரங்களா இவங்க வந்தா எங்களை சுப்ரீம் கோர்ட்ல கொண்டு போய் நிறுத்திட்டுதான் மறுவேலை பார்ப்பாங்க. அவங்க சகவாசம் எங்களுக்கு வேணாம். தயவுசெய்து கருணை காட்டுங்க சார்!" அவர்களுடைய கோரிக்கை நியாயமாக எனக்குப் பட்டது. அதுமட்டுமல்ல, வீடிழந்து நிற்கிறார்கள் அவர்கள். உடனே வீட்டையும் கட்டிக்கொள்வார்கள். மாயி, கிருஷ்ணனைப் போலல்ல.

நான் தாசில்தாரிடம் சொன்னேன்.

"இந்த இரண்டு கிராமங்களில் இவர்களைச் சேர்க்க வேண்டாம். அடுத்த திட்டம் வரும்போது அங்கே சேர்க்கலாம்!"

பாலா ஆபீஸ். காலை நேரம்.

நான் ஆபீஸில் நுழையும்போதே மாயியும், கிருஷ்ணனும் எனக்காகக் காத்திருந்தார்கள். அவர்கள் கையில் பெட்டிஷன்களை வைத்துக்கொண்டிருந்தார்கள். அவர்களை உள்ளே வரச்சொன்னேன்.

நான் சிரித்துக்கொண்டே : "திரும்பவும் பெட்டிஷனா? உங்களை ஏத்துக்கமாட்டோம்னு சொன்ன அந்த இரண்டு கிராமத்துக்காரருக்கு எதிராகவா?"

மாயி: ''இல்ல சாரே! எங்களுக்கு மொதல்ல தந்த பிளாட்டுகளையே திருப்பித் தந்திடுங்க சாரே! இனிமே நாங்க தகராறு ஒன்னும் செய்ய மாட்டோம்னு சம்மதப்பத்திரம் எழுதிக்கொண்டாந்திருக்கோம்!

இருவரும் சேர்ந்து அந்தப் பத்திரத்தை என்னிடம் தந்தார்கள்.

29

சூழலை மாற்றிடும் விந்தை நேர்மைக்கு உண்டு!

கேரளாவில் நான் போக்குவரத்துத்துறைச் செயலாளராக இருந்த காலம்.

ஐஏஎஸ் பணியில் சப்கலெக்டராகவும், கலெக்டராகவும் பணிபுரியும் காலங்கள்தான் மிகவும் விசேஷமானவை. ஏனென்றால் மக்களுடன் நேரடித் தொடர்பு கிடைப்பதுடன், அவர்களுக்குப் பயன்படும் விதத்தில் நாம் செயல்படுவதற்கான வாய்ப்புகள் அதிகமாக இருப்பதும் அப்போதுதான். குறிப்பாக, ஜில்லா கலெக்டராகப் பணிபுரியும்போது.

துறைச் செயலாளர் என்கிற பதவி ஜில்லா கலெக்டரை விட சீனியர் பதவியாக இருந்தாலும், அமைச்சருக்கு அடுத்தபடியாகக் கருதப் பட்டாலும் மக்களுடன் நேரடித் தொடர்பு இல்லாதது ஒரு குறை என்றுதான் சொல்ல வேண்டும்.

ஆனால் நேர்மையான, மக்களுக்குச் சேவை செய்யவேண்டும் என்கிற குறிக்கோளுடன் ஒரு அமைச்சர் அமைந்தால் அவருக்குக்கீழ் துறைச் செயலாளராகப் பணியாற்றுவதைப்போல மனநிறைவு அளிக்கும் பணி ஒன்று இருக்கமுடியாது.

அப்படித்தான் எங்கள் போக்குவரத்துத்துறை அமைச்சர் இருந்தார். சினிமாவில் இரண்டாவது நிலை நடிகராக இருந்து அரசியலுக்கு வந்தவர் அவர். அமைச்சராக அவரது செயல்பாடுகள் எல்லோரையும் வியக்க வைத்தன. நேர்மையானவர் மட்டுமல்ல, இளமைத்துடிப்போடு காரியங்கள் செய்து மக்களிடம் பேர் வாங்க வேண்டும் என்கிற சிந்தனையுடன் அவர் இருந்தார். ஆனால், அவர் அமைச்சரானது எதேச்சையாக நிகழ்ந்ததுதான். அவரது தந்தை கேரளாவில் பழம்பெரும் அரசியல்வாதி. எந்த அரசாங்கம் வந்தாலும் அதில் அமைச்சராகிவிடுகிற சாமர்த்தியம் அவரிடமிருந்தது. அவர் சிறிய ஒரு கட்சி நடத்திவந்தார். அதில் தந்தை, மகன் இருவர் மட்டுமே எம்எல்ஏக்கள்.

தந்தை அமைச்சராக இருந்தபோது அவர் ஒரு கேஸில் குற்றவாளியாகக் கருதப்படவே, அவர் தன் மந்திரி பதவியை இழக்க நேரிட்டது. நீதிமன்றத்தில் அவர் குற்றவாளியல்ல என்று நிரூபிக்கப்படும் வரை அவருடைய மகனை அமைச்சராக்கிவிட்டுச் சென்றார், அவர்.

INTERIM அமைச்சரான மகனுக்குப் போக்குவரத்துத்துறை தரப்பட்டது. அந்தச் சமயத்தில்தான் நான் போக்குவரத்துத்துறை செயலாளராக பணியமர்த்தப்பட்டேன்.

அமைச்சர் எல்லா விஷயங்களிலும் வெளிப்படையாக இருந்ததோடு மட்டுமல்லாமல் எங்கள் துறையில் நவீன மாற்றங்களை ஏற்படுத்த விரும்பினார். எனது ஆலோசனைகளை அங்கீகரித்ததோடல்லாமல் அவற்றை உடனே செயல்படுத்தவும் ஊக்கம் கொடுத்தார். இரண்டு ஆண்டுகளில் பல மாற்றங்களை எங்களால் கொண்டுவர முடிந்தது.

ஹைதராபாத்தில் RTO ஆபீஸை மக்களுக்குப் பயன்படும் விதத்தில் மாற்றி அமைத்திருந்தார்கள். ஒவ்வொரு சேவைக்கும் ஒரு கெடு விதித்து அதற்குள் அந்த சேவை மக்களுக்குக் கிடைக்கும் வகையில் ஏற்பாடு செய்திருந்தார்கள். முறைகேடுகள் வெகுவாகக் குறையுமளவுக்கு அந்த RTO மாடல் இயங்கியது.

அந்த மாடலில் கேரளாவில் இரண்டு நகரங்களில் நவீன RTO ஆபீஸை நாங்கள் ஸ்தாபித்தோம். நல்ல வரவேற்பு கிடைத்தது. பஸ் ஸ்டேஷன்களை மேம்படுத்தும் திட்டத்தில் KTDFC (KERALA TRANSPORT DEVELOPMENT FINANCE CORPORATION) உடன் சேர்ந்து பிரயாணிகளுக்கு மிக நவீன வசதிகளுடன் கூடிய கட்டடங்களைக் கட்டி வருமானமும் கிடைக்கும் வகையில் ஒரு புதிய திட்டத்தைச் செயல்படுத்தினோம். போக்குவரத்துத்துறைக்குச் சொந்தமான ஒரு டவரை நகரத்தின் மத்தியில் உருவாக்கி அதில் போக்குவரத்துத்துறை அலுவலகங்களையும், மற்றும் வர்த்தக மையங்களையும் இயங்கச் செய்து KTDFCக்குப் பெரிய வருமானத்துக்கு வழிசெய்தோம். இந்த TRANS TOWERSஇன் சிறப்பு, மிகக் குறைந்த கால அளவில் கட்டி முடிக்கப்பட்ட அரசாங்க கட்டடமாக அது இருந்ததுதான்.

வழக்கமாக, அரசாங்கத்தில் ஒரு கட்டடம் கட்ட வேண்டுமென்றால் அதற்குரிய தொகையை PWDயிடம் டெப்பாஸிட்டாக முதலில் அளித்து விட வேண்டும். பணமுடையில் தவிக்கும் PWD, இந்தப் பணத்தை உடனே சம்பளம் தரவோ அல்லது வேறு ஏதாவது கட்டடப்பணியின்

பாக்கிப் பணத்தை செட்டில் செய்யவோ DIVERT செய்துவிட்டு நமது PROJECTஐக் கிடப்பில் போட்டுவிடும். நாம் தவறாமல் அவர்கள் பின்சென்று நம் PROJECTஐ உடனே தொடங்குமாறு வற்புறுத்த வேண்டியிருக்கும். இப்படி 10 வருடங்களுக்கு மேல் தாமதமான திட்டங்களும் உண்டு.

எனவே, நாங்கள் வேறுவிதமாகச் சிந்தித்தோம். அரசாங்கப் பணத்தை உபயோகிக்காமல் KTDFCயின் வர்த்தகப் பணத்தை உபயோகப்

படுத்துவதால் PWD துறை மூலமாக போகாமல், நாங்களே நேரடியாக இந்த TRANS TOWER PROJECTஐச் செயல்படுத்தத் தீர்மானித்தோம். பலத்த எதிர்ப்பு இருந்தது. அமைச்சரும் நானும் அரசாங்கத்திடம் விளக்கிப்பேசி ஒப்புதல் வாங்கினோம்.

டெண்டர் எடுக்க வந்த PWD காண்டிராக்டர்களிடம் நான் இரண்டு உறுதிமொழிகள் தந்தேன். "இந்த PROJECTக்கான பணம் தயாராக எங்களிடம் இருக்கிறது. ஒப்பந்தப்படி ஒவ்வொரு ஸ்டேஜிலும் பணம் உடனே தரப்படும். மேற்பார்வையை நானே நேரடியாகச் செய்வதால் முறைகேடாக ஒரு பைசா யாருக்கும் எந்த காரணத்துக்காகவும் நீங்கள் தரவேண்டிய அவசியம் இருக்காது. அதேபோல் ஒப்பந்தப்படி நீங்கள் செயல்படாவிட்டால் பெனால்டி வசூலிக்கப்படும்!"

எல்லோரும் ஆச்சரியப்படத்தக்க விதத்தில் பெங்களூரைச் சேர்ந்த ஒரு பெரிய நிறுவனம் வழக்கமாக அரசாங்க PROJECTகளுக்கு QUOTE செய்வதைவிட குறைவான தொகைக்கு இந்த PROJECTஐ ஏற்றெடுக்க முன்வந்தது. நாங்கள் நிர்ணயித்த காலத்துக்கு முன்பாகவே கட்டடத்தைப் பூர்த்தி செய்து எங்களிடம் ஒப்படைக்கவும் செய்தது.

லஞ்சம் ஒன்றும் கொடுக்கப்படாமல் கட்டிமுடிக்கப்பட்ட கட்டடம் என்பதில் நாங்கள் பெருமை கொண்டோம்.

நேர்மையான செயல்பாடு ஆச்சரியப்படும் விதத்தில் மாற்றங்களைக் கொண்டுவரும் என்கிற உண்மையை நான் அறிந்துகொண்டேன். மக்கள்மத்தியில் 'கமிஷன் வாங்குபவர்கள்' என்று பொத்தாம் பொதுவாகக் கருதப்படும் PWD எஞ்சினியர்கள் மிக நேர்மையாகவும், விரைவாகவும் எங்களோடு இணைந்து பணியாற்றினார்கள்.

ஒரு துறையின் மேல்மட்டத்தில் இருக்கும் அமைச்சரும் செயலாளரும் நேர்மையாகச் செயல்படுவது என்று தீர்மானித்தால் அவர்களின் கீழ் செயல்படும் அனைவருமே நேர்மையாகச் செயல் படுவதில் எங்களை விட அதிகம் உற்சாகம் காட்டுகிற விந்தையை நான் கண்டேன்.

இந்த இளைய அமைச்சருடன் நான் பணிபுரிந்த காலம் உண்மையில் எனக்கு மிகுந்த மனநிறைவைத் தந்தது.

அப்போது திடீரென்று ஒருநாள் செய்தி ஒன்று வந்தது.

அவரது தந்தை குற்றமற்றவர் என்று உச்சநீதிமன்றம் தீர்ப்பளித்த செய்திதான் அது. அந்தச் செய்தி மகிழ்ச்சியளிப்பதற்குப் பதில் பலருக்கும்

வேதனையை அளித்தது. ஏனெனில், தந்தை விடுவிக்கப்பட்டால் அமைச்சர் பொறுப்பை மகன் திருப்பித்தந்துவிட வேண்டும் என்பது அவர்களுக்கிடையே இருந்த உடன்பாடு. 'ஒரு நல்ல அமைச்சரை மாநிலம் இழக்க வேண்டுமா? இது நடக்காதிருக்க வேறு வழி ஏதாவது இருக்கிறதா? மகன் நல்ல அமைச்சராக பெயர் எடுத்திருப்பதை அறிந்து பரந்த மனத்தோடு அவரது தந்தை அவரே தொடரட்டும் என்று அனுமதித்துவிடுவாரா?' என்றெல்லாம் யூகங்கள் எழுந்தன.

ஆனால், கேரளாவில் பிரபலமான பெருந்தச்சன் கதையைப் பலரும் நினைவுகூர்ந்தார்கள். பெருந்தச்சன் ஒரு சிறந்த சிற்பி. ஆனால், அவனது சொந்த மகன் குறுகிய காலத்திலேயே தந்தையை விட மிகவும் போற்றப்படுகிற சிற்பியாக உருவாகிவிடுகிறான். தந்தைக்குப் பொறுக்கவில்லை. தற்செயலாக நடந்தது போல் உளியை மேலிருந்து கீழே தவறவிட்டு தன் மகனையே கொன்றுவிடுகிறான். இதுதான் பெருந்தச்சன் கதை. சிற்பமானாலும், அரசியலானாலும் பெருந்தச்சன்களுக்கு மனம் இளகுவதற்கு வாய்ப்பே இல்லை என்பதுதான் நிதர்சனம்.

எந்தவிதத் தயக்கமும் இல்லாமல் மகன் தந்தைக்காக தனது மந்திரிப் பொறுப்பை ராஜினாமா செய்துவிட்டார். உடனே, தந்தை மந்திரியாகப் பதவி ஏற்கவும் நாள் குறிப்பிடப்பட்டுவிட்டது.

தந்தை ஒரு SEASONED POLITICIAN. திறமையான நிர்வாகி. ஆனால், வெளிப்படைத்தன்மை இல்லாதவர். ஊழல் போன்ற காரியங்களில் சந்தேகத்துக்கு அப்பாற்பட்டவர் என்று சொல்லமுடியாது. மேலும் ஜாதிய உணர்வு மிக்கவராகவும் கருதப்பட்டார்.

எனது முன்னாள் அமைச்சரான மகன், ராஜினாமா செய்தவுடன் என்னிடம் ஆத்மார்த்தமாக தன் தந்தையைப் பற்றிப் பேசினார்: "செக்ரட்டரி! எனது தந்தை என்னைப் போன்றவரில்லை. உங்களை மாதிரி நேர்மையான அதிகாரிகள், என் தந்தையைப் போன்றவர்களிடம் பணிசெய்வது மிகவும் கஷ்டமான காரியம். நான் ஒன்று செய்யட்டுமா? சிஎஸ்ஸிடம் சொல்லி வேறு DEPARTMENTக்கு உங்களை மாற்றிவிடட்டுமா?"

நான்: "இல்லை சார்! நானாக மாற விரும்பவில்லை. புதிதாக வருகிற அமைச்சர் என்னை மாற்றினால் எனக்கு ஆட்சேபணையில்லை!"

இதற்கிடையில் தற்செயலாக என்னைச் சந்தித்த சிஎஸ் சொன்னார்: "உனக்கு கஷ்டம்தான். வேறு துறைக்கு மாறிவிடுகிறாயா?"

சக அதிகாரிகளும் என்னைப் பயமுறுத்தினார்கள்.

எனக்குக் குழப்பமாக இருந்தது. புதிய அமைச்சரை அதிகாரிகள் அனைவரும் அவர் வீட்டுக்குச் சென்று சந்தித்து வாழ்த்துகளைத் தெரிவித்தார்கள். நான் எங்கும் செல்லவில்லை. இப்படிச் செல்வது எனக்குப் பழக்கமுமில்லை.

புதிய அமைச்சர் பதவி ஏற்கும் விழாவுக்கும் நான் செல்லவில்லை.

பதவி ஏற்றவுடன் அவர் நேராக தனது சேம்பருக்கு வந்தார். அவரை அங்கு சந்திப்பது என் கடமையானதால் நான் அவரது சேம்பருக்குச் சென்று என்னை அறிமுகப்படுத்திக்கொண்டேன். அங்கே எங்கள் துறை அதிகாரிகள் அனைவரும் இருந்தனர்.

அமைச்சர் திடீரென்று ஓர் அறிவிப்புச் செய்தார்.

அமைச்சர்: "நான் எந்த அதிகாரியையும் மாற்றப்போவதில்லை. முன்பு இருந்ததுபோலவே போக்குவரத்துத்துறை தொடரவேண்டும்."

அடுத்த நாளே, நானும் அமைச்சரும் ஹைதராபாத்தில் நடைபெற்ற தென்னிந்திய மாநிலங்களின் போக்குவரத்துத்துறை அமைச்சர்கள் மற்றும் செயலாளர்களின் கலந்துரையாடலுக்குச் சென்றோம். அமைச்சரும் நானும் வெவ்வேறு விருந்தினர் இல்லங்களில் தங்கியிருந்தோம்.

அமைச்சர் என்னை அழைப்பதாகத் தகவல் வர, நான் அவரது அறைக்குச் சென்றேன். அங்கு சென்றவுடன் அமைச்சர் சொன்னார்: "செக்ரட்டரி, நீங்கள் நேர்மையான அதிகாரி என்று எனக்கு நன்றாகத் தெரியும். நான் உங்களுக்கு ஒரு உத்திரவாதம் தருகிறேன். எனது துறையில் செக்ரட்டரியாக இருக்கும்வரை நீங்கள் சுதந்திரமாகவும் நேர்மையாகவும் செயல்படலாம். உங்களுக்கு எது சரி என்று தோன்றுகிறதோ அதை நீங்கள் ஃபைலில் எழுதலாம். நான் அங்கீகரிப்பேன். அரசியல் காரணங்களுக்காகவோ அல்லது வேறு எதற்காகவோ நான் உங்கள் கருத்தில் இருந்து மாறுபட்டால் எனது கருத்தை நான் ஃபைலில் எழுதி அதனுடைய முழுப்பொறுப்பை நானே எடுத்துக்கொள்வேன். என்னிடமிருந்து சிபாரிசோ நிர்ப்பந்தமோ உங்களுக்கு ஒன்றும் வராது!"

TOTTENHAM SYSTEM எனப்படும் நமது அரசாங்க நடைமுறையில் IDEAL என்று சொல்லப்படுவது இதைத்தான். ஒரு பைலில் செக்ரட்டரி விஷயத்தை நன்கு ஆராய்ந்து சுதந்திரமாக சரி என்று தமக்குத் தோன்றுவதைப் பரிந்துரைக்க வேண்டும். அதை அமைச்சர் ஏற்று

அங்கீகாரம் கொடுக்கலாம். செக்ரட்டரி சொல்வதற்கு மாறுபட்ட கருத்து அமைச்சருக்கு இருந்தால் அமைச்சர் அதற்கான காரணங்களை எழுத்துபூர்வமாக சொல்லி வேறொரு முடிவுக்கு வரலாம். அதாவது அமைச்சர் தாம் எடுக்கிற வேறொரு முடிவுக்கு முழுப் பொறுப்பேற்க வேண்டும். இவை இரண்டுமே சரியான செயல்கள். அனுபவம் வாய்ந்த அமைச்சர் என்பதால் ஒரு செக்ரட்டரி என்ன எதிர்பார்க்கிறாரோ அதை அவர் வெளிப்படுத்திவிட்டார்.

அதற்குப்பிறகு அவரது அரசியல் வாழ்க்கையை எனக்கு விவரித்துச் சொன்னார்; பல உண்மைகளையும் சொன்னார்:

"மக்கள் நினைக்கிற அளவுக்கு நான் ஊழல் பேர்வழி இல்லை. அதிகாரிகளின் போஸ்டிங்ஸ் மற்றும் டிரான்ஸ்பர்களில் நான் யோக்கியன் என்று சொல்ல முடியாது. நான் இரண்டு எம்எல்ஏக்கள் மட்டும் உள்ள கட்சியை நடத்துபவன். குற்றம் செய்யாத கேஸுக்காக ஜெயில் தண்டனை அனுபவித்தவன். நான் குற்றமற்றவன் என்று நிரூபணம் செய்ய உச்சநீதிமன்றம் வரை சென்றவன். இதற்கெல்லாம் செலவழிக்க அரசியல்ரீதியாகத்தானே பணம் சேகரித்தாக வேண்டும்" என்றெல்லாம் ஒன்றையும் மறைக்காது என்னிடம் மனந்திறந்து பேசினார்.

ஹைதராபாத்திலிருந்து திரும்பும்போது எனக்கு அவரது உத்திரவாதம் மிகுந்த நம்பிக்கையைத் தந்தது. அவரது மகன் காலத்தைப் போலவே நான் இனி செயல்படலாம். திட்டங்களைத் தொடர்ந்து செயல்படுத்தலாம். நிர்பந்தங்களோ சிபாரிசுகளோ வேறு தடைகளோ இல்லை என்பதை அவரே உறுதிப்படுத்திவிட்டார். வேறென்ன ஒரு செக்ரட்டரிக்கு வேண்டும்?

அமைச்சர் அவர் உத்திரவாதம் கொடுத்ததுபோலவே எல்லா விஷயங்களிலும் நடந்துகொண்டார். அதுமட்டுமல்ல; என் ஆலோசனைகளை வெகுவாக மதித்தார். சிக்கலான விஷயங்களில் என்னையே முடிவெடுக்கும்படி சொன்னார். நாளாக ஆக அவரும் நானும் அமைச்சர் - செயலாளர் என்கிற உறவு மட்டுமின்றி நண்பர்களாகவும் பழக ஆரம்பித்தோம். அவர் தனது பர்சனல் விஷயங்களைக்கூட என்னிடம் பகிர்ந்துகொள்ள ஆரம்பித்தார்.

அவர் குடும்ப உறுப்பினர் ஒருவர் என்னை ஒருநாள் கேட்டார்:

"சாதாரணமாக ஆபீசர்களைப் பற்றி அவர் அதிகம் பேசுவதில்லை. உங்களைப் பற்றி அதிகம் பேசுகிறார். என்ன நடந்தது?"

நான் அப்போது பல துறைகளை என் பொறுப்பில் வைத்திருந்தேன். மூன்று அமைச்சர்களிடம் நான் ரிப்போர்ட் செய்யவேண்டி இருந்தது. அவர்களுக்கு எல்லாம் ஒரே ஆச்சர்யம்.

"அவரிடம் சிபாரிசும் நிர்ப்பந்தமும் அதிகமாக இருக்குமே, எப்படி சந்தோஷமாக இருக்கமுடிகிறது உன்னால்?" என்று கேட்டார் ஒரு அமைச்சர்.

"இதுவரையில் ஒரு நிர்ப்பந்தமும் அவரிடமிருந்து எனக்கு வரவில்லை" என்று நான் சொன்னபோது அவர்கள் ஆச்சர்ய மடைந்தார்கள்.

எனது சக அதிகாரிகள் கிண்டல் அடித்தார்கள்.

"நீ அவரை மாற்றிவிட்டாயா? அல்லது நீ அவரைப்போல் மாறி விட்டாயா? உங்களுடைய SMOOTH RELATIONSHIPன் காரணம் என்ன?"

எனக்கும் தெரியவில்லை.

ஜெயில் வாசம் அவரை வெகுவாக மாற்றியிருக்கிறது என்றே தோன்றியது. ஒருநாள், அவர் என்னிடம் சொன்னார்:

"நான் பல நேர்மையான அதிகாரிகளைப் பார்த்திருக்கிறேன். எப்பவும் சிடுமூஞ்சிகளாக அவர்கள் இருப்பார்கள். உன்னிடம் எனக்குப் பிடித்தது நீ எப்பவும் உற்சாகமாக இருப்பதுதான்!"

அவருக்கு ஜாதிய உணர்வு அதிகம் என்று பலர் சொல்ல கேட்டிருக்கிறேன். ஒருநாள் நான் அமைச்சருடன் இருந்தபோது ஒருவர் அவரிடம் ஏதோ உதவி நாடி வந்திருந்தார். அது எங்கள் துறை சார்ந்த விஷயம் என்பதால் அந்த விஷயத்தைப் பற்றி என்னைத் தீர்மானம் எடுக்கச் சொல்லி அவர் தந்த மனுவை என்னிடமே தந்துவிட்டார்.

அந்த மனுதாரர் வெளியே சென்றவுடன் அமைச்சர் என்னிடம் சொன்னார்:

"செக்ரட்டரி! இந்த ஆளிடம் கொஞ்சம் ஜாக்ரதையா இருந்துக் கோங்க! எங்க ஜாதிக்கே உரிய வக்கிரபுத்தி இவர்கிட்ட இருக்கு!" என்று எனக்கு எச்சரிக்கை செய்தார் அவர். இதை நான் பிறரிடம் சொன்னபோது யாராலுமே அதை நம்ப முடியவில்லை!

உண்மைதான். அவர் பிறரிடம் காட்டாத ஒரு பண்பை என்னிடம் காட்டினார் என்றே சொல்லவேண்டும். என் மேல் அவருக்கிருந்த நம்பிக்கையைப் பற்றிச்சொல்ல வேண்டுமானால் ஒருமுறை அவருக்கும் அவரது மகனுக்கும் இடையில் ஒரு கருத்து வேறுபாடு வந்தபோது,

சமரசம் செய்ய அவரது மகனிடம் என்னை அனுப்பிவைத்தார் என்றால் பார்த்துக்கொள்ளுங்களேன்.

பின்னர், நான் ஸ்ரீபெரும்புதூர் ராஜீவ் காந்தி இளைஞர் மேம்பாட்டு நிறுவனத்தின் இயக்குநராக நியமிக்கப்பட்டு சென்னை வந்துவிட்டேன்.

அதற்குப்பிறகு, சென்னை வரும்போதெல்லாம் என்னைச் சந்திக்காமல் அவர் போனதில்லை.

ஐந்து வருடங்களுக்குப் பின்னர், நான் திருவனந்தபுரம் சென்று முதன்மைச் செயலாளராக சிறிதுகாலம் பணியாற்றிவிட்டு விருப்ப ஓய்வு எடுத்துக்கொண்டேன். அப்போது அவர் எம்எல்ஏவாக இருந்தார். அவரிடம் விடைபெற்றுச் செல்லலாம் என்று கருதி சட்டசபை வளாகத்துக்குச் சென்றேன். சட்டசபை நடந்துகொண்டிருந்தது. நான் அவருக்கு ஒரு SLIP ஐ அனுப்பினேன். அவர் ஓடோடி வந்தார். நான் விடைபெறுவதைச் சொன்னேன்.

"உன்னை என்னால் மறக்கமுடியாது. நமக்குள் ஏதோ பூர்வீக பந்தம் ஒன்று இருக்கிறது. அது சாஸ்வதமாக என்றைக்கும் இருக்கும்!"

இதைச் சொல்லும்போது அவர் கண்களில் நீர் நிறைந்திருந்தது.

30

நான் என்னையே விடுவித்துக்கொண்ட ஒரு சூழல்!

நான் போக்குவரத்துத்துறை செக்ரட்டரியாக இருந்த காலம். அரசியலில் நடந்த மாற்றங்களின் விளைவாக ஒரு தலைவர் ஒதுக்கப் பட்டுவிட, அவரது குரூப்பைச் சேர்ந்த இரண்டு எம்எல்ஏக்களுக்கு புதிதாக மந்திரி பதவி வழங்கப்பட்டது. அந்த இருவரில் ஒருவர் என் துறைக்கு அமைச்சராக வந்தார். நிர்வாகத்தில் அனுபவம் சிறிதும் இல்லாதவர், அவர். அதை நான் ஒரு குறையாகச் சொல்லவில்லை. இதற்கு முன்னர் இவரைப்போலவே அனுபவமில்லாத ஒரு புதிய அமைச்சரின் கீழ் நான் பணிபுரிந்திருக்கிறேன். அவர் புதிய திட்டங்களைச் செயல்படுத்தி மக்களிடம் நற்பெயர் வாங்க வேண்டும் என்ற முனைப்போடு செயல்பட்டார்; நேர்மையானவராகவும் இருந்தார். எங்கள் துறையில் பல்வேறு புதிய திட்டங்களை எங்களால் செயல்படுத்தி மக்களிடம் பாராட்டைப் பெறமுடிந்தது.

ஆனால், புதியதாக வந்த எங்கள் துறையின் அமைச்சர் அப்படிப் பட்டவர் இல்லை. அமைச்சர் என்றாலே நன்றாக சம்பாதிக்கலாம் என்று யாரோ தவறாக அறிவுரை கூறியிருப்பார்கள் போலிருக்கிறது. மனிதர், சம்பாதிப்பதற்கான வாய்ப்புகளை அமைச்சரான நாள் முதலாகவே எதிர்பார்த்து ஏங்குபவராக இருந்தார்.

கேரளாவின் மிகச் சிறந்த அரசியல் தலைவர்களின் கீழ் பணியாற்று கின்ற வாய்ப்புதான் எனக்கு அதிகம் கிடைத்திருந்தது. இதுபோன்று ஊழலுக்கு எளிதில் இரையாகக்கூடிய ஓர் அரசியல்வாதியிடம் பணி புரிகிற நிலை எனக்கு வந்ததில்லை. இதை எதிர்கொள்ள ஒரே வழி நாம் கூடுதலான எச்சரிக்கையுடன் இருக்கவேண்டும். ஃபைல்களில் சரி என்று நமக்குத் தோன்றுபவற்றைத் திட்டவட்டமாக எழுதி அமைச்சருக்கு அனுப்பிவிட வேண்டும் என்று தீர்மானித்துக்கொண்டேன்.

ஒரு சில நாட்களுக்குள்ளாகவே, "நான் ஒரு கஷ்டமான செக்ரட்டரி; I CAN'T BE TAKEN FOR GRANTED" என்பதை என் புதிய அமைச்சர் புரிந்துகொண்டார். நான் இதே துறையில் நீண்ட காலம் பணிபுரிவதால் அமைச்சரின் செயல்கள் எல்லாம் உடனுக்குடன் என் கவனத்துக்கு வந்துவிடும். விதிகளுக்கு முரணாக இருப்பவற்றை நான் நேரடியாகவே அவரிடம் சொல்லிவிடுவது என் வழக்கமாக இருந்தது.

எங்கள் துறையின் கீழ் செயல்படும் கேரளா போக்குவரத்துக்கழகம் (KSRTC) ஒரு நஷ்டத்தில் இயங்கும் நிறுவனம். அதில் ஒவ்வொரு நாளும் டிரைவர், கண்டக்டர்களின் லீவ் வேகன்சியில் ஓரிரு நாட்கள் பணிசெய்ய ஆட்களை வேலைக்கு எடுப்பது வழக்கம். வேலை வாய்ப்பு இல்லாதவர்கள் சொற்பமாகக் கிடைக்கும் கூலிக்காக இந்த வேலைகளுக்கு வருவார்கள். பரிதாபத்துக்குரிய அவர்களிடமிருந்து அமைச்சரின் ஆட்கள் 200 ரூபாய் கமிஷன் வசூலிப்பதாக எனக்கு தகவல் கிடைத்தது. அன்று அமைச்சரின் மீட்டிங் ஒன்றுக்குச் சென்ற நான், மீட்டிங் முடிந்ததும் அமைச்சருடன் தனிமையில் இருந்தபோது அவரிடம் நேராகவே சொன்னேன். ''200ரூபாய் வசூலிப்பவர்கள் யாராக இருந்தாலும் நடவடிக்கை எடுக்கப்படும். இதைவிட நம் துறைக்குக் கேவலமான செயல் வேறொன்றுமில்லை!" என்று.

அவர் முகம் சுருங்கிவிட்டது. அன்றே அந்த வசூலும் நின்றும் விட்டது. ஆனால், முகத்துக்கு நேரே நான் சொல்லிவிட்டதால், அமைச்சர் சற்று பயந்து போய்விட்டார். என்னை அதற்குப் பிறகு சந்திப்பதைத் தவிர்க்க ஆரம்பித்துவிட்டார்.

இதற்குள் நான் செக்ரட்டரியாக வருவதற்கு முன்னர், போக்குவரத்துத்துறை வெளியிட்ட டெண்டர் பற்றிய உச்ச நீதிமன்றத் தீர்ப்பு ஒரு பிரச்னையாக மாறியது.

அதன் விவரம் பின் வருமாறு:

இந்திய அரசு போக்குவரத்துத்துறையை நவீனப்படுத்தும் நோக்கத்தோடு வாகனங்களில் வெளிநாடுகளில் உள்ளது போல HIGH SECURITY NUMBER PLATEஐப் பொருத்துவதற்காக நடவடிக்கை எடுக்குமாறு மாநில அரசுகளைக் கேட்டுக்கொண்டது. இந்த நவீன நெம்பர் பிளேட்டுகளில் வாகனம் பற்றிய தகவல்களை இரகசியமாகப் பதிவு செய்வதால் அது பாதுகாப்பு நடவடிக்கைகளுக்குப் பெரிதும் உதவும் என்று எதிர்பார்க்கப்பட்டது. இந்திய அரசு கேட்டுக்கொண்டபடி கேரள அரசு டெண்டர்களை வெளியிட்டது. ஒரு வாகனத்துக்கு நவீன நெம்பர் பிளேட் செய்துதர எவ்வளவு தொகை தரவேண்டும் என்று

காண்டிராக்டர்கள் QUOTE செய்யவேண்டும். யார் குறைவாக QUOTE செய்கிறார்களோ அவர்களுக்கு மாநிலம் முழுவதும் வாகனங்களுக்கு நெம்பர் பிளேட் செய்துதருகின்ற உரிமை தரப்படும். டெண்டர்களை வாங்கித் திறப்பதற்கு முன்னர் நீதிமன்றம் தடை விதித்தது. இந்த நவீன நெம்பர் பிளேட் தொழில்நுட்பம் இந்தியாவில் இல்லாததால் குறைந்த விலைக்குக் கிடைக்காது என்றும், இந்தியாவில் கோடிக்கணக்கில் வாகனங்கள் இருப்பதால் ஊழல் நடக்க முகாந்திரம் இருக்கிறது என்றும் மேலும் இது போன்ற காரணங்களால் எல்லா மாநிலங்களிலும் டெண்டர் தடை செய்யப்பட்டு, வழக்கு இறுதியில் உச்சநீதி மன்றத்துக்குச் சென்றது. நான்கு ஆண்டுகளுக்குப் பின் உச்சநீதிமன்றம் தனது தீர்ப்பைச் சொன்னது:

“மாநிலங்கள் விரும்பினால் நான்கு ஆண்டுகளுக்கு முன்னர் தொடங்கிய டெண்டர் நடவடிக்கையைத் தொடரலாம். அல்லது புதிய டெண்டரைக் கோரலாம்.”

உச்சநீதிமன்றத்தின் தீர்ப்பு பழைய காண்ட்ராக்ட்காரர்களுக்கு ஒருவிதத்தில் அனுகூலமாக இருப்பதால் பழைய டெண்டரை அங்கீகரிக்க அவர்கள் அரசுக்கு அழுத்தம் கொடுப்பார்கள் என்று நான் எதிர்பார்த்தேன்.

ஆனால், ஆராய்ந்து பார்த்தபோது, பழைய டெண்டரை ரத்து செய்துவிட்டு புதிய டெண்டரைக் கோருவதுதான் மக்களுக்கு நலம் பயக்கும் என்று நான் கருதினேன். எலக்ட்ரானிக் போன்ற நவீன தொழில்நுட்பத்தில் தயாரிக்கப்படுபவற்றின் விலை வருடங்கள் செல்லச் செல்ல குறைவதுதான் வழக்கமாக இருக்கிறது. எனவே பழைய டெண்டரை ரத்து செய்துவிட்டு புதிய டெண்டரை விடுவது தான் நெம்பர் பிளேட்டுகளின் விலை குறைவாகக் கிடைப்பதற்கு வழிவகுக்கும் என்று விளக்கமாக ஃபைலில் குறிப்பை எழுதி அமைச்சருக்கு அனுப்பிவிட்டேன்.

நான் எதிர்பார்த்ததுபோலவே பழைய டெண்டர் கொடுத்தவர்கள் அமைச்சரைச் சந்தித்திருக்கிறார்கள். பழைய டெண்டரை அங்கீகரித்தால் அவர்கள் செய்யக்கூடிய உதவிகளையும் சொல்லியிருக்கிறார்கள். 200 ரூபாய் கமிஷன் வாங்குகிற ஆளுக்கு கோடிகளில் OFFER வந்தால் கசக்குமா? அவர் அவர்களிடம் சொல்லிவிட்டார்: “முதலில் எங்கள் செக்ரட்டரியை நீங்கள் சமாதானப்படுத்துங்கள்!”

அவர்கள் என்னிடம் வந்தார்கள். நான் “புதிதாக டெண்டர் விடுவதைத்தான் அரசுக்கு எனது பரிந்துரையாக அளித்திருக்கிறேன்’’

என்று தெள்ளத்தெளிவாக எனது நிலையை அவர்களுக்கு விளக்கி விட்டேன்.

"உச்சநீதிமன்றமே பழைய டெண்டரை அங்கீகரித்தால் பிரச்னை இல்லை என்று சொல்லும்போது நீங்கள் அதை தயவுசெய்து ஏற்றுக் கொள்ளக்கூடாதா? அமைச்சர் ஏற்றுக்கொள்ளத் தயாராக இருக்கிறார். நீங்கள் இதைச் செய்தால் நாங்களும் உங்கள் திருப்திக்கு செய்யத் தயாராக இருக்கிறோம்" என்றார்கள்.

நான் சிரித்துக்கொண்டே, "என் திருப்திக்கு இது சம்பந்தமான ஃபைலில் எனது பரிந்துரையை எழுதி அனுப்பிவிட்டேன். இது சம்பந்தமாக என்னிடம் வரவேண்டாம்!" என்று அவர்களை வெளியேற்றிவிட்டேன்.

ஃபைல் அமைச்சருக்குச் சென்றுவிட்டது.

உச்சநீதிமன்றமே அனுமதிக்கும் ஒன்றைச் செய்து அதற்குப் பரிசும் பெறுகிற வாய்ப்பு இந்தக் கேஸில் இருக்கிறது. இதுபோன்ற ஒரு வாய்ப்பு திரும்பவும் வராது. அவர் தனது PAவை ஃபைலுடன் என்னிடம் அனுப்பி வைத்தார்.

பைலில் நான் எழுதிய குறிப்புகளைக் களைந்துவிட்டு, உச்ச நீதிமன்றம் அனுமதித்திருக்கிற பட்சத்தில் பழைய டெண்டரையே அங்கீகரிக்கும் பரிந்துரையை செக்ரட்டரி எழுதித்தர முடியுமா? என்று அமைச்சரின் சார்பாக பணிவோடு கேட்டார், PA.

"என்னால் எழுதித்தர முடியாது" என்று கடுமையாக மறுத்துவிட்ட நான், "அமைச்சருக்கு என் கருத்தில் உடன்பாடு இல்லை என்றால் அவர் அதற்கு எதிரான காரணங்களை எழுதி OVER RULE செய்ய அவருக்கு உரிமை இருக்கிறது. அதை அவர் செய்யலாமே!" என்று கூறி PAவை திருப்பி அனுப்பினேன்.

அமைச்சர் நிலை கொள்ளாமல் தவித்திருக்கிறார். அப்பொழுதுதான் அவரது அரசியல் தலைவருக்கும் எனக்கும் உள்ள நெருக்கத்தை யாரோ அவருக்குச் சொல்லியிருக்கிறார்கள். அவரது அரசியல் தலைவர் முதலமைச்சராக இருந்தபோது அவரது சொந்த மாவட்டத்தின் ஆட்சியராக மூன்றாண்டு காலம் நான் பணிபுரிந்ததைப் பற்றி எல்லாம் தெரிவித்திருக்கிறார்கள்.

ஒருநாள் மாலை 3 மணி. எனக்கு போன் வந்தது. எடுத்தேன். "கலெக்டர்தானே, இது கருணாகரன்..."

“சார் வணக்கம்!''

“இன்றைக்கு என்னைப் பார்க்க முடியுமா? மாலையில் உங்களுக்குச் சௌகரியமான நேரத்தில் வாங்க!”

“நிச்சயம் வருகிறேன், சார்!”

எனக்கு மிகமிகப் பரிச்சயமான குரல். முன்பிருந்த உற்சாகம் அந்தக் குரலில் இப்போது இல்லை. ‘அரசியல் கொடுமையானது... எப்படிப்பட்ட ஆளுமைகளையும் தலைகீழாக மாற்றிவிடும் சக்தி வாய்ந்தது’ என்று அவரது குரல் மூலமாகவே நான் உணர்ந்து கொண்டேன்.

முன்னாள் முதல்வர் கருணாகரன் அவர்கள். சொந்த மாவட்டத்தில் என்னைக் கலெக்டராக நியமித்து எனக்கு பூரண சுதந்திரத்தைத் தந்தவர். நான் என் சர்வீஸில் கண்ட மிகச்சிறந்த நிர்வாகி. எனது OUT OF BOX செயல்பாடுகளுக்கு ஆக்கமும் ஊக்கமும் தந்த என்னுடைய PATRON. மூன்று ஆண்டுகளில் ஒருமுறைகூட ‘இதைச் செய்’ என்று என்னை நிர்ப்பந்திக்காதவர். கேரளாவில் சாதாரண நிலையில் கலெக்டராக இரண்டு ஆண்டுகள்தான் பணிபுரிய அனுமதிப்பது வழக்கம். எனக்கு இரண்டு ஆண்டுகள் முற்றுப்பெற்றபோது பாதியில் நின்றிருந்த என் ‘மோகமுள்’ திரைப்படத்தின் படப்பிடிப்பை நடத்த ஒன்றரை மாத லீவில் நான் சென்றேன், இரண்டு வருடம் முடிந்ததால் வேறு யாரையாவது கலெக்டராக நியமித்துவிடுவார்கள் என்கிற நம்பிக்கையில். ஆனால், வேறு யாரையும் நியமிக்காமல் திருச்சூர் கலெக்டர் போஸ்டை காலியாக வைத்திருந்து, நான் லீவ் முடிந்து வந்தபோது கலெக்டராக தொடர அனுமதித்து, மேலும் ஒரு வருடம் பணிபுரிய அனுமதித்தவர் அவர். நான் லீவில் போனதைப் பற்றி யாரோ கேட்டபோது அவர் சொன்னாராம்: ‘‘கலெக்டராக இருப்பதை விட ஒரு படைப்புக் கலைஞனாக இருப்பது அவ்வளவு சுலபமல்ல” என்று!

மாலை அவரது வீட்டுக்குச் சென்றேன். அவர் முதல்வராக இருந்தபோது குறைந்தது ஐந்நூறு பேர் சூழ்ந்தபடி இல்லாமல் அவர் வீட்டை நான் கண்டதில்லை. காங்கிரஸ் கட்சியில் பிரதான பதவிகள் அனைத்தையும் வகித்தவர் அவர். அன்று அவர் வீட்டில் உதவியாளர் ஒருவர் மட்டும் இருந்தார். அரசியல்ரீதியாக அவர் தனிமைப் படுத்தப்பட்ட காலம் அது.

நான் வந்திருப்பதை சொல்லச் சொன்னேன். அவர் உள்ளே இருந்து வேகமாக வந்து என்னை வரவேற்றார். நான் அவரைப் பார்த்து

பல வருடங்கள் ஆகி இருந்ததால், என் திரைப்படங்களைப் பற்றி விசாரித்தார்.

அவரது படுக்கை அறைக்கு என்னை அழைத்துச் சென்று படுக்கைக்குப் பக்கத்தில் இருந்த பிரேம் செய்யப்பட்ட சிறு படத்தைக் காட்டினார். அவர் மனைவி இறந்தபோது, அவர் மனைவியை நான் பேனாவால் வரைந்து தந்த கோட்டுச் சித்திரம் அது. அவர் சொன்னார்: ‘‘இந்தப் படத்தின் கோடுகள் உயிருள்ளவையாக இருப்பதால் என் மனைவியின் நினைவாக இங்கே வைத்திருக்கிறேன்” என்றார்.

அவர் ஏன் என்னை அழைத்திருக்கிறார் என்று எனக்குத் தெரியும். நிர்வாகத்தில் மிகப்பெரிய சாதனைகளைப் படைத்தவர் அவர். வழக்கத்துக்கு மாறாக ஒரு சிபாரிசு செய்யத்தான் என்னை அழைத் திருக்கிறார். எப்படித் துவங்குவது என்று அவருக்கே தெரியவில்லை. இறுதியாக இப்படி கேட்டார்:

“உங்கள் அமைச்சர் எப்படி இருக்கிறார்?”

அவரிடம் மனம் திறந்து நான் சொன்னேன்:

“உங்களைப்போல மாபெரும் ஆளுமைகளின் கீழ் பணிபுரிந்துவிட்டு இவரிடம் பணிபுரிவது சிரமமாக இருக்கிறது, சார்!”

“அது எனக்குத்தெரியும். என்னமோ கருத்துவேறுபாடு என்று கேள்விப்பட்டேன்.”

“சார், அந்த நெம்பர் பிளேட் கேஸில் என்னுடைய கருத்தை நான் தெளிவாக எழுதி அனுப்பிவிட்டேன். அவருக்கு நான் அதை மாற்றி எழுதித்தர வேண்டுமாம். நேர்மையாக இருப்பவர் யாராவது அதை செய்வார்களா, சார்?”

அவர் சிரிக்கிறார். அதில் ஒரு வருத்தம் தொக்கி நிற்கிறது.

நான் சற்று உணர்ச்சிவசப்பட்டுச் சொன்னேன்:

“சாரி சார்... உங்களிடம் நான் என் இயலாமையைச் சொல்வதற்கு வருத்தமாக இருக்கிறது. சார், அமைச்சருக்கு அனுகூலமாக நான் ஒன்றை மட்டும்தான் செய்ய முடியும். அவர் வேண்டுமானால் என்னை மாற்றிவிட்டு வேறு ஒருவரை செக்ரட்டரியாகப் போஸ்ட் செய்துகொள்ளட்டும்!”

அவர் புரிந்துகொண்டார். எங்கள் சந்திப்பு ஏமாற்றமாகிவிடக்கூடாது என்பதற்காக வேறு விஷயங்களைப் பேசி என்னை மகிழ்ச்சியோடு விடைகொடுத்து அனுப்பிவைத்தார்.

அன்று நடந்த அந்தச் சந்திப்பு, அவருடனான எனது கடைசி சந்திப்பாக மாறிப்போனதில் எனக்கு அளவுகடந்த வருத்தம்.

நான் முதலமைச்சரிடம் என்னை வேறு ஒரு துறைக்கு மாற்றும்படி கேட்டுக்கொண்டேன். ஓரிரு நாட்களுக்குள், நான் போக்குவரத்துத் துறையிலிருந்து மாற்றப்பட்டு தொழிலாளர் நலத்துறை செக்ரட்டரியாக நியமிக்கப்பட்டேன்.

எனக்குப் பதிலாக வந்த புதிய போக்குவரத்துத்துறைச் செயலாளர் முன்பு நெம்பர் பிளேட் பைல் போனது.

அவர் என் கருத்தை அப்படியே வழிமொழிந்ததோடு நிற்காமல், 'பழைய டெண்டரை அங்கீகரித்தால் அரசு ஊழல் குற்றச்சாட்டுகளுக்கு உள்ளாகக்கூடும்' என்று எழுதி, பழைய டெண்டரை ரத்து செய்ய மீண்டும் பரிந்துரைத்தார்!

31

திருவனந்தபுரத்தில் கெத்தாக நாடகம் காண வருவது எப்படி?

நான் என் சர்வீஸில் அதிகமான ஆண்டுகள் வாழ்ந்த இடம், திருவனந்தபுரம். 'கிராமத்தின் அனைத்து அம்சங்களையும் கொண்ட ஒரு தலைநகரம்' என்றுகூட அதைச் சொல்லலாம். திருவிதாங்கூர் சமஸ்தானத்தின் தலைமைப்பீடமாக அது இருந்ததன் அடையாளங்களை இப்போதும் நகர் முழுக்கக் காணலாம். திருவிதாங்கூர் ராஜாக்கள், ஆங்கில அரசுக்குப் பணிந்து ஆட்சி செய்தவர்களானாலும் கல்வி, ஓவியம், கர்நாடக இசை முதலானவற்றில் ஈடுபாடு காட்டுபவர்களாக இருந்தார்கள்.

நான் போக்குவரத்துத்துறைச் செயலாளராக இருந்த நேரம். என்ன காரணத்தாலோ எனது அமைச்சர், என் கருத்துகளுக்கு அதீத முக்கியத்துவம் அளித்துவந்தார். சில சமயங்களில், அரசியல்ரீதியாகத் தீர்மானிக்க வேண்டிய விஷயங்களைக்கூட என்னைக் கலந்தாலோசிப்பார். ஒருநாள், போக்குவரத்துத் துறையின் கீழ் இயங்கிய ஒரு பிரிவின் இயக்குநர் ஒருவர் ஓய்வு பெற்றார். நல்ல அதிகாரி என்று பெயர் பெற்ற அவரை ஏதாவது POST RETIREMENT போஸ்ட் ஒன்றில் அமர்த்த அமைச்சர் விரும்பினார். அந்த அதிகாரியின் விருப்பம் என்ன என்று ஆராய அவரை என்னிடம் அனுப்பி வைத்தார். நான் நேரடியாகவே அவரிடம் கேட்டேன்.

"உங்களுக்கு எந்த மாதிரியான போஸ்டிங்கில் விருப்பம்?" என்று.

அவர் சொன்னார்: "சார், நான் வெளிப்படையாகவே சொல்லி விடுகிறேன். திருவனந்தபுரத்தில் ஒரு நல்ல பேமிலி எங்க பேமிலி. பெரிய வீடு, கார் எல்லா வசதியும் இருக்கு. எனக்கு கவர்மென்ட்டிலிருந்து ஒரு பைசாவும் வேண்டாம். எனக்குத் தேவை எல்லாம் என் கார்ல 'கேரளா அரசு'ன்னு ஒரு போர்டு. அரசாங்க

முத்திரை இருக்கிற ஒரு லெட்டர்பேட். இது இரண்டும் இருந்தாதான் திருவனந்தபுரத்தில் கெத்தா வலம் வர முடியும். அதுக்கு ஏற்பாடு செய்தா போதும் சார்!"

திருவனந்தபுரத்தில் மத்திய வர்க்க மக்களின் மனநிலை இதுதான். ராஜா காலத்திலிருந்து வழிவழியாக வந்த ஒன்று என்றுகூட இதைச் சொல்லலாம்.

நான் போக்குவரத்துத்துறை மட்டுமின்றி, செய்தி மக்கள்தொடர்புத் துறையின் செயலாளராகவும் பணிபுரிந்து வந்தேன். நாங்கள் அடிக்கடி பிற மாநில அரசுகளின் உதவியோடு கலை - பண்பாட்டுப் பரிமாற்ற நிகழ்ச்சிகள் நடத்துவதுண்டு. ஒரு சமயம், நான் டெல்லி சென்றிருந்த போது மணிப்பூர் அரசின் சார்பாக கன்னையாலால் குழுவினர் அரங்கேற்றிய நாடகத்தைப் பார்க்கக்கூடிய வாய்ப்பு எனக்குக் கிடைத்தது. (மணிப்பூர் என்று எழுதும்போது அங்கே தற்சமயம் நடந்து கொண்டிருக்கிற வன்முறை, பாலியல் கொடுமைகளை எண்ணி மனம் கலங்குகிறது) அற்புதமாக நடைபெற்ற அந்த நாடகம் என்னை மிகவும் கவர, அங்கே வந்திருந்த மணிப்பூர் அதிகாரிகளுடன் பேசி, திருவனந்த புரத்தில் கேரள அரசுக்காக மூன்று நாட்கள் மணிப்பூரி நாடகவிழாவை நடத்தச்சொல்லி கேட்டுக்கொண்டேன். அவர்களும் மகிழ்ச்சியோடு ஏற்றுக்கொண்டார்கள்.

திருவனந்தபுரத்தின் மையப்பகுதியில் அமைந்துள்ள அரசுக்குச் சொந்தமான VJT ஹாலில் 'மணிப்பூரி நாடக விழா' மூன்று நாட்கள் நடைபெறுவதற்கான ஏற்பாடுகள் சிறப்பாக நடந்தன. திருவனந்தபுரம் நவீன சினிமா, நவீன நாடகம், இலக்கியம் முதலான துறைகளில் முன்னணியில் இருக்கும் ஒரு நகரமாகும். எனவே சுமார் 250 இருக்கைகள் கொண்ட ஹாலில் பார்வையாளர்களைக் கொண்டு வருவது கடினமான வேலை ஒன்றுமில்லை என்று நான் கருதினேன். பத்திரிகைகள் மூலம் நல்ல பப்ளிசிட்டி கொடுக்கப்பட்டது. கன்னையா லாலின் நாடகத்தின் சிறப்புகளை விளக்குவதற்காக நான் பிரத்யேக பிரஸ் மீட் ஒன்றையும் நடத்தினேன். கட்டணம் ஒன்றுமில்லாமல் அனைவரும் வந்து காண அழைப்பு விடுக்கப்பட்டது. பல்துறையைச் சேர்ந்த சுமார் 200 விஐபிக்களுக்கும் அழைப்புகள் அனுப்பப்பட்டன.

நாடகவிழாவின் முதல் நாள். நான் விரும்பி ஏற்பாடு செய்த நிகழ்ச்சி என்பதால் எல்லா ஏற்பாடுகளிலும் பிரத்யேகக் கவனம் செலுத்தினேன்.

கன்னையாலாலும், குழுவினரும் நாங்கள் செய்திருந்த ஏற்பாடுகளில் மிகுந்த மகிழ்ச்சி அடைந்தனர். மாலை 6.30 மணிக்கு முதல் நாள் நாடகம் தொடங்க வேண்டும். அரங்கில் சுமார் 20 பேர் மட்டுமே வந்திருந்தினர். நான் மிகவும் அப்செட் ஆகிவிட்டேன். ஆனால், என் சக அதிகாரிகளுக்கு ஆச்சர்யம் ஒன்றுமில்லை. அவர்கள் எனக்கு ஆறுதல் சொன்னார்கள்: "சார் நாங்கள் இதுபோன்ற வெளிமாநில புரோகிராம் பலவற்றை செஞ்சிருக்கோம். ஆட்கள் யாரும் வர்றதில்லை."

திருவனந்தபுரத்தின் கலை இலக்கிய ரசிகர்களைப்பற்றி நான் கன்னையாலாலிடம் புகழ்ந்து பேசியிருந்ததால் அவரை நேரடியாகப் பார்க்கவே கூச்சப்பட்டேன். அவர் இதுபோன்ற அனுபவங்கள் பலவற்றைச் சந்தித்திருப்பார் போலிருக்கிறது. நாடகம் காண வந்தவர்கள் எண்ணிக்கைக் குறைவாக இருப்பதை அவர் ஒரு பொருட்டாகவே எடுத்துக்கொள்ளாமல், "நாடகத்தை ஆரம்பிக்கலாம் இல்லையா?" என்று என்னிடம் சொல்லிவிட்டு நாடகத்தைத் தொடங்கிவிட்டார்.

இருபது பார்வையாளர்கள் முன்பு எந்தவிதப் பிரச்னையுமின்றி கம்பீரமாக மணிப்பூரி நாடகம் நடக்கத் தொடங்கியது. நாளையும் அதற்கு அடுத்த நாளிலும் இந்த விழாவை எப்படிக் கொண்டு செல்வது என்பதைப் பற்றி நான் கவலை கொள்ள ஆரம்பித்தேன். எனது துறை அதிகாரிகளை அரங்கத்துக்கு வெளியே அழைத்துச்சென்று எனது திட்டத்தைச் சொன்னேன்.

நான்: "நாளையும், அடுத்த நாளும் நாடகம் இலவசமில்லை. இரண்டு வகுப்புகளுக்கான டிக்கெட்டுகள் ரூ.50, ரூ.25 என்று அச்சிட வேண்டும்."

நான்கு அதிகாரிகளும் அடக்கமுடியாமல் சிரித்துவிட்டார்கள்.

ஒருவர்: ''சார், இலவசமா அழைச்சபோதே 20 பேர்தான் வந்திருக் காங்க. திருவனந்தபுரம் ஆளுங்களைப் பத்தி சார் தப்பா கணக்குப் போட்டுட்டீங்கன்னு நினைக்கறேன். இதுபோல புரோகிராமுக்கு இவங்ககிட்ட இருந்து காலணா காசு பெயராது சார்!''

நான் சிரிக்கவில்லை. முகத்தை சீரியஸாகவே வைத்துக்கொண்டு நான் சில கட்டளைகளை அவர்களுக்குப் பிறப்பித்தேன்: "டிக்கெட்டுகள் VJT ஹாலில் நாளை காலை 10 மணி முதல் கிடைக்கும் என்கிற செய்தி பத்திரிகைகளில் வரவேண்டும். இங்கே டிக்கட் விற்பனை செய்ய நம் STAFF ஒருவரை காலை முதல் அமர்த்த வேண்டும். இதைக் குறித்த ஒரு விளம்பர போர்டும் ஹாலுக்கு வெளியே வைக்க வேண்டும்!"

அதிகாரிகள் தற்போது என்னை அனுதாபத்தோடு பார்த்துவிட்டு, நான் சொன்னதை ஏற்பாடு செய்யப் புறப்பட்டுவிட்டார்கள்.

நான் எனது PA வை அழைத்து, நாளை விஐபிகள் யாராவது நாடகம் பார்ப்பதற்கு COMPLIMENTARY PASS கேட்டால் கொடுப்பதற்காக இரண்டு நாட்களுக்கும் வருகிற விதத்தில் கார்டுகளை அச்சிட்டு வைக்கும்படிச் சொன்னேன்.

அடுத்தநாள் காலை. நாங்கள் சற்றும் எதிர்பார்க்காத விதத்தில் சர்க்குலேஷனில் முன்னணியில் இருக்கிற மலையாளப் பத்திரிகையில் நேற்று இரவு நடந்த கன்னையாலாலின் நாடகத்தை மிக மிகப் பாராட்டி விமர்சனம் எழுதியிருந்தார்கள். நேற்று வந்திருந்த 20 பேரில்

அந்தப் பத்திரிகையின் கலை விமர்சகரும் ஒருவர் இருந்திருப்பார் போலிருக்கிறது. 'மணிப்பூரி நாடகங்களைப் பார்க்காதவர்கள் அதிர்ஷ்ட மில்லாதவர்கள்' என்கிற அளவுக்குப் பாராட்டித் தள்ளிவிட்டார்.

காலை 11 மணி முதல் என் அலுவலக டெலிபோன்கள் தொடர்ந்து ஒலிக்க ஆரம்பித்தன. என் உதவியாளர்கள் இருவரும் ஓடி வந்தார்கள். ''சார்! மினிஸ்டர் ஆபீஸிலிருந்தும், எம்எல்ஏக்களிடமிருந்தும், பிற விஐபிக்களிடமிருந்தும் போன்மேல் போன் வந்த வண்ணம் இருக்கின்றன. ஒவ்வொருவரும் 4, 5 என காம்ப்ளிமென்ட் டிக்கெட்டுகளைக் கேட்கிறார்கள். என்ன செய்வதென்றே தெரியவில்லை" என்றனர்.

நான் சொன்னேன்: ''பதற்றம் ஒன்றும் அடைய வேண்டாம். ஒருவருக்கு இரண்டு டிக்கட்டுகளுக்கு மேல் எந்தக் காரணம் கொண்டும் கொடுக்க வேண்டாம். அதிகமான டிக்கட்டுகளைப் பெற என்னிடம் பேச விரும்புவார்கள்.போன் எனக்கு கொடுக்க வேண்டாம். காம்ப்ளி மென்ட் பாஸ் வேண்டுமென்றால் இன்னும் அதிகமாக அச்சடித்துக் கொள்ளுங்கள்!"

இரண்டாம் நாள் மாலை 6 மணிக்கு VJT ஹால் சென்றபோது அரங்கம் நிரம்பி வழிந்தது. அரங்கத்தில் இருந்த இருக்கைகள் எல்லா வற்றிலும் ஆட்கள் அமர்ந்திருந்ததார்கள். 75 பேராவது அரங்கத்தின் ஓரங்களில் நின்றிருந்தனர். நாடகம் 6.30 மணிக்குத் தொடங்கியபோது பார்வையாளர்களின் வரவேற்புக் கோஷம் விண்ணைப் பிளந்தது. மணிப்பூரி நாடகத்துக்குரிய மரியாதையை மக்கள் அளித்துவிட்டதாக நான் மனதளவில் மகிழ்ந்தேன். நாடகம் பெரிதும் ரசிக்கப்பட்டது. நான் மனநிறைவோடு அரங்கத்துக்கு வெளியே வந்தேன்.

என் துறை அதிகாரிகள் அனைவரும் மகிழ்ச்சி பொங்க நின்றிருந் தார்கள், டிக்கட் கவுன்டரில் அமர்ந்திருந்த STAFF உட்பட. நேற்று திருவனந்தபுரம் மக்களைப் பற்றிக் கருத்துச் சொன்ன அதிகாரி என் காதருகே வந்து சொன்னார்: ''சார், நல்ல கூட்டம். ஆனா, ஒரு டிக்கட் கூட யாரும் வாங்கலை!"

நான் அமைதியாகச் சொன்னேன்:

"டிக்கட் விற்பனைக்காக நான் அதை வைக்கலை. இப்படி ஒரு டிக்கட் கவுன்டர் வைத்ததனால்தான், டிக்கட் வாங்காம அவங்கவங்க STATUS உபயோகிச்சி COMPLIMENTARY PASS வாங்கி நாடகத்துக்கு கெத்தோடு வந்திருக்காங்க. ஒருத்தரும் டிக்கட் வாங்கலேங்கற விஷயம் அவங்களுக்குத் தெரியாது!"

32

தேவி திருவிழா ஊர்வலமும், பாங்குவிளியும்!

மத நல்லிணக்கத்தில் சிறந்து விளங்கும் மாநிலம் கேரளா. என்னைப் பொறுத்தவரை அதற்குப் பல காரணங்கள் இருக்கின்றன.

இந்துமதம்(54.7%) அதிகமான ஜனத்தொகையைப் பெற்றிருந்தாலும் பிற மதங்களான இஸ்லாமும்(26.6%) கிருத்துவமும்(18.4%) சிறுபான்மையினர் என்று சொல்லமுடியாத அளவுக்கு ஜனத்தொகை கொண்டவர்களாக இருப்பது; கிருத்துவமும் இஸ்லாமும், அவை தோன்றிய காலம் முதலே கேரளாவில் இருந்துவருவதாகக் கருதப்படுவது. இயேசுவின் சிஷ்யரான செயின்ட் தாமஸ் கிபி 1ஆம் நூற்றாண்டிலேயே கேரளாவுக்கு வந்து கிருத்துவ மதத்தைப் பரப்பினார் என்று நம்பப்படுகிறது. அதைப்போலவே நபிகள் நாயகம் உயிரோடிருந்த காலத்திலேயே இஸ்லாம் கேரளத்துக்கு வந்ததாகக் கருதப்படுகிறது.

கேரளாவிலிருந்த சேர மன்னன் சேரமான் பெருமாள் ஒருநாள் இரவு தன் மனைவியோடு முற்றத்தில் உலாவிக்கொண்டிருந்தபோது வானத்தில் நிலவு இரண்டாகப் பிளந்திருந்ததைக் கண்டதாகவும், அதைப் பற்றி அரேபிய வணிகர்களிடம் விசாரித்தபோது அவர்கள் 'முகம்மது நபி செய்த அதிசயம் அது!' என்று கூற, நபியைத் தரிசிக்க சேரமான் பெருமாள் அரேபியா சென்று நபியைக் கண்டு இஸ்லாமுக்கு மதம் மாறியதாகவும், திரும்பி வரும் வழியில் அவர் இறந்து போனதாகவும் சொல்லப்படுகிறது. அவருடன் சென்று திரும்பியவர்கள் இஸ்லாமை கிபி 7ஆம் நூற்றாண்டிலேயே கேரளாவில் பரப்பியதாக நம்பப்படுகிறது. மேலும் இந்தியாவிலேயே முதல் மசூதி கட்டப்பட்டது கேரளாவில்தான். அது, இந்தியாவுக்கு பிற்காலத்தில் முஸ்லிம் அரசுகள் அறிமுகப்படுத்திய மினார்களைக் கொண்டதாக இல்லை. கேரளாவின் இந்துக் கோயில்களின் மாடலில் தான் அமைந்திருக்கிறது.

இந்து மதத்தைப்போல பழைமைத்தன்மை இல்லாவிட்டாலும் பல நூற்றுக்கணக்கான ஆண்டுகள் கிருத்துவமும், இஸ்லாமும் மலையாள மண்ணில் இந்து மதத்தோடு சேர்ந்தே பயணித்திருக்கின்றன. மலையாளமே மூன்று மதங்களின் மொழியாக இருந்திருக்கிறது. இவர்களுக்கிடையே இந்தியாவில் வேறு எங்குமே காண இயலாத ஒருங்கிணைவை (ASSIMILATION) நம்மால் காண முடியும். கிருத்துவ மதத்தை எடுத்துக்கொண்டால் இந்துக்களின் நிலவிளக்கு, கொடிமரம் முதலானவை சிலுவை அடையாளங்களோடு சர்ச்களில் பார்க்கலாம். இந்துமத விழாக்களின் சிறப்பு அடையாளமாகக் கருதப்படும் பொற்குடைகள், யானைகளின் அணிவகுப்பு, செண்டை மேளம் வானவேடிக்கை முதலானவை இல்லாத மாதா கோயில் திருவிழாக் களை கேரளாவில் பார்ப்பது கடினம். இஸ்லாமிலும் தாக்கங்கள் இல்லாமலில்லை. மாப்ளா பாட்டு, ஒப்பனா முதலானவை கேரள முஸ்லிம்களுக்கு மட்டுமே உரித்தானவை. நபிகள் நாயகத்துக்கும் கதீஜாவுக்கும் இடையே மலர்ந்த காதலைக் கொண்டாடுகிற பாடல்கள் பாடப்படாத முஸ்லிம் திருமணங்கள் இங்கில்லை. பிற முஸ்லிம் சமூகத்தில் இது ஹராம் என்று கருதப்படுகிற விஷயம் ஆகும்.

மூன்று சமுதாயத்தினரிடையில் உள்ள இணக்கம் எல்லா துறையிலும் வெளிப்படுவதைக் காணலாம். அரசியல், இலக்கியம், கல்வி, சினிமா எல்லா துறைகளிலும் மதம் ஒரு பிரச்னையாக இங்கு இருப்பதில்லை. நான் கலெக்டராக இருந்தபோதுதான் அயோத்தியில் பாபர் மஸ்ஜித் இடிக்கப்பட்டது. எங்கள் மாவட்டத்தில் முஸ்லிம்கள் பெருவாரியாக வாழும் சாவக்காடு பிரதேசத்தில் கலவரம் ஏற்பட்டு விடுமோ என்று முன்னேற்பாடாக பாதுகாப்பு நடவடிக்கைகளைச் செய்து வைத்திருந்தோம். அங்கே ஒரு சிறு அசம்பாவிதமும் நடக்க வில்லை. அங்கே மட்டுமில்லை; கேரளா முழுவதுமே ஒரு சலனமும் ஏற்படவில்லை.

ஆனாலும், சில நேரங்களில் சில இடங்களில் சட்டம் - ஒழுங்கைக் குலைக்கும் நிகழ்ச்சிகள் நடப்பதுண்டு. நான் கலெக்டராக இருந்தபோது நடந்த ஒரு சம்பவம் இது.

சாவக்காடு பகுதியில் ஒரு கிராமம். அதில் பிரதானமாக இந்துக்களும் முஸ்லிம்களும் வாழ்ந்து வந்தனர்.

அந்தக் கிராமத்தில் இந்துக்களின் தேவி கோயில் ஒன்று பிரசித்தி பெற்றிருந்தது. விபத்தில் கை கால் முறிவு ஏற்பட்டவர்கள், அந்த உறுப்புக்களின் மாதிரியைப் பொம்மைபோல் செய்துவந்து தேவியிடம்

சமர்ப்பித்து பிரார்த்தனை செய்தால் உடனே குணமாகி விடும் என்கிற நம்பிக்கை அந்தப் பகுதி மக்கள் அனைவருக்கும் உண்டு.

அதைப்போலவே அந்தக் கிராமத்திலுள்ள மசூதி பிரசித்தி பெற்ற ஒன்றாக இருந்தது. வெள்ளிக்கிழமை பிரார்த்தனை முடிந்து முஸ்லிம்கள் வெளியே வரும்போது, குழந்தைகளுக்கு 'ஓதி'னால் குழந்தைகளுக்கு இருக்கிற நோய்கள் குணமாகும் என்கிற நம்பிக்கை அந்தப் பகுதி மக்களுக்கு இருந்தது.

ஆண்டுக்கு ஒரு முறை தேவி கோயிலின் திருவிழா அந்தக் கிராமத்தில் விமரிசையாக நடக்கும். அந்தத் திருவிழாவின் பாகமாக ஒரு பெரிய ஊர்வலம் ஊருக்கு வெளியே உள்ள சிறு கோவிலில் இருந்து புறப்பட்டு மெயின் ரோடு வழியாக ஊருக்குள் இருக்கிற தேவி கோயிலை அடைவது வழக்கம். அந்த மெயின் ரோடில்தான் முன்பு சொன்ன பிரசித்தி பெற்ற மசூதியும் அமைந்திருந்தது.

பல வருடங்களாக தேவி திருவிழாவும், ஊர்வலமும் பிரச்னை ஒன்றுமில்லாமல் நடந்து வந்தன. கடந்த வருடம் ஊர்வலத்தில் வந்த சில இந்து இளைஞர்கள் மசூதியைக் கடக்கும் போது மசூதியில் இருந்து "அல்லாஹூ அக்பர்" என்கிற 'பாங்கு' விளி கேட்க அங்கேயே ஊர்வலத்தைச் சிறிது நேரம் நிறுத்தி பாங்கு விளிக்கு எதிராக முஸ்லிம் களைக் கேலி செய்து ஆட்டமும் கோஷமும் போட, மசூதியின் உள்ளே இருந்த முஸ்லிம் இளைஞர்கள் கற்களை ஊர்வலத்தின் மீது வீச ஒரு கலவரம் அங்கே ஏற்பட்டது. இரு குழுவினரும் மோதிக் கொண்டதில் பல பேருக்கு ரத்தக் காயங்கள். சிலருக்குக் கை கால்கள் முறிந்தன. ஆட்கள் யாரும் இறக்கவில்லை. இந்தக் கலவரத்தை போலீஸ் சற்றும் எதிர்பார்க்காததால் அவர்களிடம் போதுமான ஆள்பலமில்லை. எப்படியோ போராடி கலவரத்தை ஒருவழியாக அடக்கிவிட்டார்கள்.

ஆனால், இந்த வருடம் போலீஸ் முன் ஜாக்கிரதையோடு நடவடிக் கைகள் எடுக்க முடிவெடுத்தது. இரண்டு சமுதாயங்களிலும் இருக்கிற சில இளைஞர்கள் இந்த முறை இரண்டில் ஒன்றைப் பார்த்துவிடுவது என்று மோதலுக்குத் தயாராகி வருகிறார்கள் என்றும், இதற்காக ஆட்களை இருபுறங்களிலும் சேர்த்துக்கொண்டிருக்கிறார்கள் என்றும் உளவுத்துறை எச்சரிக்கை தந்திருக்கிறது. தேவி கோயிலின் திருவிழாவுக்கு ஒரு வாரமே உள்ள நிலையில் திருவிழா பிரச்னை யின்றி நடைபெற கலெக்டர் தலையிட்டால் உதவியாக இருக்கும் என்று எஸ்பி கேட்டுக்கொண்டார். நான் இரண்டு சமுதாயங்களைச் சேர்ந்த ஊர்ப் பெரியவர்களையும், இளைஞர் அமைப்பைச் சேர்ந்தவர்களையும்

அழைத்துப் பேசினேன். இரண்டு சமுதாயங்களைச் சேர்ந்த ஊர்ப் பெரியவர்களும் சமாதானத்தை வலியுறுத்திப் பேசினார்கள். கலகம் செய்வோர் யாராக இருந்தாலும் பாரபட்சம் பார்க்காமல் கலெக்டர் நடவடிக்கை எடுக்கவேண்டும் என்றும் அவர்கள் கோரிக்கை வைத்தார்கள். போலீஸ் தரப்பில் ஊர்வலம் நடத்த வேறு ஒரு பாதையை ஏற்பாடு செய்து தருவதாகவும் சொன்னார்கள். இந்து பெரியவர்கள் அதற்குச் சம்மதித்தார்கள். ஆனால் இந்து இளைஞர்கள் 'எந்தக் காரணம் முன்னிட்டும் வேறு பாதையில் ஊர்வலம் போகச் சம்மதிக்க மாட்டோம்' என்று கூட்டமாக எழுந்து மறுப்புத் தெரிவித்தார்கள். தேவி கோவில் ஊர்வலம் மசூதி இருக்கும் மெயின் ரோடு வழியாகத் தான் வரவேண்டும் என்று அவர்கள் அடம் பிடித்தார்கள். முஸ்லிம் இளைஞர்கள், "4 மணிக்கு 'பாங்கு' விளிப்பது முடிந்துவிடும். அதற்குப் பிறகு ஊர்வலத்தை நடத்திக்கொள்ளட்டும். எங்களுக்கு ஆட்சேபணை இல்லை" என்றார்கள். "நாங்கள் எந்த நேரத்தில் ஊர்வலம் நடத்தவேண்டும் என்று சொல்ல நீங்கள் யார்?" என்று இந்து இளைஞர்கள் கோபத்தோடு கேட்க, அதற்குப் பிறகு இரு குழுவினரும் ஒருவரை ஒருவர் கடுமையாக எதிர்த்து வாதமிடத் தொடங்கினார்கள்.

"போன வருடம் நடந்த கலவரத்தில் கையில் காயம் அடைந்த முஸ்லிம் ஒருவர் அவரது இந்து நண்பர் மூலமாக தேவி கோவிலில் கை பொம்மையை சமர்ப்பித்து வேண்டுதல் செய்தது எங்களுக்குத் தெரியாதா?" என்று ஏளனமாகப் பேசினார், இந்து இளைஞர் ஒருவர். அந்த இந்து இளைஞரை மடக்குவது போல் ஒரு முஸ்லிம் இளைஞர் உடனே எழுந்து சொன்னார்: "உங்கள் அண்ணி குழந்தைக்கு உடம்பு சரியில்லாம போனபோது ஓதுவதற்காக மசூதிக்கு வந்ததை உங்களால் மறுக்க முடியுமா?"

எனக்கு ஒரு விஷயம் நன்றாகப் புரிந்தது. அந்த ஊரிலுள்ள இரு சமுதாயங்களும் அல்லாவின் மகிமையிலும், தேவியின் சக்தியிலும் மிகுந்த நம்பிக்கை வைத்திருக்கிறார்கள் என்பது. ஆனால், இரு பிரிவைச் சேர்ந்த இளைஞர்களும் ஒருவரை ஒருவர் அடித்துக்கொள்ள சாக்கு ஒன்று கிடைக்காதா என்று ஏங்குகிறார்கள். கிராம மக்கள் ஆதரவு இந்த இரு பிரிவு இளைஞர்களுக்கும் சுத்தமாக இல்லை. எனவே இந்த இளைஞர்களிடம் சமாதானம் பேசுவதில் பிரயோஜனமில்லை. சட்டம் ஒழுங்கை நிலைநிறுத்த இவர்களைத் தனிமைப்படுத்தி இவர்களிடம் கடுமையாக நடந்துகொள்வதுதான் சரி என்று நான் முடிவெடுத்தேன். உடனே இரண்டு அறிவிப்புகளையும் செய்தேன்:

1) ஊர்வலம் நடக்கிற அன்று மசூதி போலீஸ் கட்டுப்பாட்டில் இருக்கும். பாங்கு விளிப்பவரைத்தவிர வேறு யாருக்கும் மசூதிக்குள் அனுமதி இல்லை.

2) ஊர்வலம் ஆரம்பிப்பதிலிருந்து முடிகிற வரை இளைஞர்களின் நடவடிக்கை முழுவதும் வீடியோவில் பதிவு செய்யப்படும். கலகம் விளைவிக்க முயல்பவரை வீடியோ மூலம் கண்டுபிடித்து அவர்கள்மேல் கிரிமினல் நடவடிக்கை எடுக்கப்படும்.

திருவிழா நாள் வந்தது.

எஸ்பி, அசம்பாவிதம் ஏதாவது நடந்தால் அதை எதிர்கொள்ள எல்லா ஏற்பாடுகளையும் செய்திருந்தார்.

போலீஸ், மசூதியைத் தங்களுடைய கட்டுப்பாட்டில் கொண்டு வந்துவிட்டது. மசூதிக்கு எதிரே பத்துக்கும் மேற்பட்ட முஸ்லிம் வீடுகள் இருந்தன. அவற்றில் கலகம் விளைவிக்கும் நோக்கத்துடன் யாராவது பதுங்கி இருக்கிறார்களா என்று ஆராயப்பட்டது. ஆள் நடமாட்டத்தைக் கண்காணிக்க போலீஸ் ஆங்காங்கே நிறுத்தப்பட்டது நானும் எஸ்பியும் இணைந்து மசூதியையும், தேவி கோயிலையும், சிறு கோயிலையும் இன்ஸ்பெக்ட் செய்தோம். மூன்றும் மெயின் ரோட்டில் தான் இருந்தன. எர்ணாகுளம் செல்கிற ரோடாக அது இருந்ததால், மிதமான போக்குவரத்துக் காணப்பட்டது.

தேவி கோயில் திருவிழா சிறப்பாக நடந்துகொண்டிருந்தது. கிராம மக்கள் பக்திப் பரவசத்தோடு யாதொரு கவலையுமின்றி திருவிழாவில் பங்கெடுத்தபடி இருந்தனர்.

நான் எஸ்பி இடம் சொன்னேன்: "இரண்டு பிரிவு இளைஞர்களும் கலகம் செய்யக் காத்திருப்பது உண்மை. இந்து இளைஞர்கள் மசூதியில் பாங்கு விளிக்கும்போது முஸ்லிம் இளைஞர்களைச் சீண்ட முடிவெடுத்திருக்கிறார்கள். அதற்கு எதிர் வினையாற்றவும் முஸ்லிம் இளைஞர்கள் தயாராக இருப்பதுபோல் தெரிகிறது. இதெல்லாம் நடக்க வேண்டுமானால் 2 மணிக்கு சிறு கோவிலில் துவங்குகிற ஊர்வலம் பாங்கு விளிக்கும் நேரமான 4 மணிக்கு மசூதி முன்பு சென்றடைய வேண்டும். அவர்கள் இதற்காகத் திட்டமிட்டு தங்கள் ஊர்வலத்தை வழிநடத்தி வருவார்கள். பாங்கு விளி சமயத்தில் மசூதி முன்பு இவர்கள் இருந்தால்தான் முஸ்லிம்களை எதிர்த்து கோஷமிட முடியும். கலவரத்துக்குத் தூண்டுதல் செய்யமுடியும். பாங்கு விளியை எக்காரணம் கொண்டும் தவற விடக்கூடாது என்பதில் அவர்கள் குறியாக இருப்பார்கள்!" என்று சொல்லி நிறுத்தினேன்.

சற்று யோசித்துவிட்டு, "எனக்கொரு யோசனை. பலனளிக்குமா என்று தெரியாது" என்று எஸ்பியிடம் எனது ஐடியாவைச் சொன்னேன். எஸ்பியும் "முயற்சி செய்கிறேன்" என்று சொல்லி அதைப் பகிர்ந்து கொள்ள தனது உதவியாளர்களிடம் சென்றுவிட்டார். மசூதிக்கு எதிரே நானும் எஸ்பியும் போலீஸ் படையுடன் நின்றிருந்தோம்.

தேவி திருவிழாவின் ஊர்வலம் ஏராளமான ஆண், பெண் பக்தர்களோடு சிறு கோவிலில் இருந்து ஆரம்பித்தது. அந்தக் கூட்டத்தை வழிநடத்துபவர்கள்போல் முன்வரிசையில் நூற்றுக்கும் மேற்பட்ட இளைஞர் கூட்டம் உற்சாகத்தோடு வந்துகொண்டிருந்தது. அவர்களைக் காணும்போது 'இன்று எப்படியாவது ஒரு அசாதாரண சூழ்நிலையை உருவாக்கிவிடவேண்டும்' என்கிற வெறியுடன் வருவதாகவே தோன்றியது. ஊர்வலம் நிதானமாக வந்துகொண்டிருந்தது. பாங்கு விளிப்பதற்கு இன்னும் நேரம் இருக்கிறது அல்லவா? மசூதியிலிருந்து சுமார் 500 மீட்டர் தூரத்தில் ஊர்வலம் வந்துகொண்டிருந்தது. இன்னும் கொஞ்சநேரம்தான். அவர்கள் மதம் சம்பந்தமான கோஷங்களை உச்ச சப்தத்தில் சொல்ல ஆரம்பித்தார்கள். அப்போதுதானே மசூதியில் பாங்கு விளிக்கும்போது எதிர்கோஷம் போட வசதியாக இருக்கும் என்று அவர்கள் கருதுவது போன்று தோன்றியது.

ஊர்வலம் சுமார் 250 மீட்டர் அருகே வந்துவிட்டது. போலீஸ் பிரச்னையை எதிர்கொள்ளத் தயாராகிவிட்டது. கலவரம் ஏற்பட்டால் உபயோகிக்கும் தடுப்புக் கவசங்கள், கண்ணீர்ப்புகை, ஆயுதம் ஏந்திய போலீஸ், இத்யாதி ஏற்பாடுகள் தயார் நிலையில் இருந்தன. நானும் எஸ்பியும் தயார் நிலையில் நின்றோம், அசம்பாவிதத்தை எதிர்கொள்வதற்காக.

அப்போது, அந்த ரோடில் யாருமே எதிர்பாராத விதத்தில் மிகப்பெரிய டிராபிக் ஜாம். ஏராளமான வாகனங்கள் தாறுமாறாக நின்றன. போலீஸ்காரர்கள் ஓடிச்சென்று டிராபிக்கை ஒழுங்குபடுத்த முயல்கிறார்கள் . ரோடின் அகலம் குறைவாக இருப்பதால் வாகனங்கள் ஒன்றுக்கொன்று முந்தி ரோடை முழுக்கவும் அடைத்தபடி நிற்கின்றன.

ரோடின் ஓரங்களில்கூட செல்ல முடியாதபடி ஊர்வலம் ஸ்தம்பித்து நின்றுவிடுகிறது. ஊர்வலத்தின் முன் வரிசையில் இருக்கிறவர்கள் ரோடின் ஓரமாகப் போக முயற்சி செய்ய அங்கேயும் வண்டிகளின் நெரிசல். வாகனங்கள் எழுப்புகின்ற ஹாரன் சத்தம், டிரைவர்களின் கூச்சல் இவற்றுக்கிடையில் ஊர்வலத்தில் உள்ளவர் எழுப்பும் கோஷம் மேலெழ முடியாமல் போகிறது.

இந்தச் சமயம் பார்த்து பாங்கு விளிக்கும் நேரம் வந்துவிட்டது. "அல்லாஹூ அக்பர்..." முழுதாக ஒலிக்கிறது. வாகனங்களுக்கு அப்பால் இருக்கும் ஊர்வலத்தில் வரும் இளைஞர்களுக்கு இந்த 'பாங்கு விளி' கேட்டதா இல்லையா என்று தெரியவில்லை. சிறிது நேரத்துக்குள் 'பாங்கு விளி' முடிந்துவிட்டது. தற்போது மசூதி பகுதியில் பூரண அமைதி நிலவத் தொடங்கிவிட்டது.

டிராபிக் ஜாம் சரியாக சுமார் 10 நிமிடம் எடுக்கிறது. வண்டிகள் எல்லாம் போகவும் வரவும் தொடங்கிவிட்டன. ஊர்வலம் நகரத் தொடங்குகிறது. 'பாங்கு விளி' முடிந்து வெகுநேரம் ஆகிவிட்டதை அறிந்த ஊர்வலத்தில் வருகிற இளைஞர்கள் முகத்தைத் தொங்கப் போட்டவாறு நடந்து வருகிறார்கள். அமைதியாக இருக்கும் மசூதியைக் கடக்கும்போது வழக்கமான கோஷத்தைப் போடக்கூட அவர்களிடம் உற்சாகமில்லை. ஊர்வலம் தற்போது அடக்கமான பக்தி ஊர்வலமாக தேவி கோயிலை நோக்கிச் சென்றுகொண்டிருந்தது, முன் வரிசையில் இருந்த இளைஞர்கள் மட்டும் தங்கள் ஏமாற்றத்தைப் பொறுக்க முடியாமல் 'பாழாய்ப்போன டிராபிக் ஜாமை' சப்தம்போட்டு சபித்தபடி சென்றுகொண்டிருந்தார்கள்.

சட்டம் ஒழுங்கு பணியில் ஈடுபட்டிருந்த அனைவரும் நிம்மதிப் பெருமூச்சு விட்டனர். ஊர்வலம், தேவி கோயிலை எந்த ஒரு பிரச்னையும் இல்லாமல் அடைந்துவிட்டதை அறிந்தவுடன் போலீஸ்காரர்கள் அனைவரது முகத்திலும் மகிழ்ச்சியின் ரேகைகள் வரத்தொடங்கிவிட்டன.

ஒரு போலீஸ்காரர் தேவி கோயில் பிரசாதம் வாங்கி வந்து எங்களுக்குக் கொடுத்தார். நாங்கள் மகிழ்ச்சியுடன் வாங்கிக்கொண்டோம்.

எஸ்பி லோக்கல் எஸ்ஐயை எனக்கு அறிமுகப்படுத்தினார்: "இவர்தான் நீங்கள் சொன்னதைச் செய்து காட்டியவர்."

எஸ்ஐ எனக்கு சல்யூட் செய்தார். நான் அவரது கைகளைக் குலுக்கி நன்றி தெரிவித்தேன்.

எஸ்ஐ சொன்னார்: "சார், நீங்க கேட்டுக்கொண்டபடி இந்த ரோடில் டிராபிக் ஜாமை உருவாக்கறது அவ்வளவு சுலபமா இல்லை சார். எனக்குத் தெரிஞ்சவங்க ஐம்பது பேரை வண்டியோடு வரச்சொல்லி ஜாமை உண்டாக்கினேன். எங்கே லேட்டாயிடுமோன்னு பயந்தேன். கரெக்டா நடந்துட்டது!"

★ ★ ★